ఇంటింట సరస్వతీ పీఠం
సంప్రదాయ సాహితి - 2

రామరాజ భూషణుని

వసుచరిత్రము

ఆంధ్ర పంచకావ్యములలో రెండవది

పీఠిక :

విశ్వనాథ సత్యనారాయణ

పరిష్కరణము :

రావూరి దొరస్వామిశర్మ

గౌరవ సంపాదకులు

బొమ్మకంటి వేంకట సింగరాచార్య
బాలాంత్రపు నళినీకాంతరావు

ఎమెస్కో సంప్రదాయ సాహితి

వసు చరిత్రము
రామరాజభూషణుడు

ముద్రణ : అక్టోబరు, 2013
ఫిబ్రవరి, 2023

ముఖచిత్రం : **బాపు**

మూల్యం : రూ. **75/-**

ISBN : 978-93-83652-29-7

ప్రింటర్స్: రైతునేస్తం ప్రెస్, హైదరాబాదు.

ప్రచురణ
ఎమెస్కో బుక్స్ ప్రై. లి.
1-2-7, బానూకాలనీ,
గగన్‌మహల్ రోడ్, దోమలగూడ,
హైదరాబాద్–500029, తెలంగాణ.
e-mail : emescobooks@yahoo.com,
www.emescobooks.com

బ్రాంచ్ ఆఫీసు
ఎమెస్కో బుక్స్ ప్రై. లి.
33-22-2, చంద్రం బిల్డింగ్స్
సి.ఆర్. రోడ్, చుట్టుగుంట
విజయవాడ–520002,ఆంధ్రప్రదేశ్.
ఫోన్ : 0866-2436643
e-mail : emescovja@gmail.com

విషయానుక్రమణిక

ప్రకాశిక 8

విశ్వనాథ పీఠిక 10

పరిష్కర్త నివేదిక 33

ప్రథమాశ్వాసము **37-74**

అవతారిక : ఇష్టదేవతాస్తుత్యాదికము (37), కథా ప్రారంభము (59), అధిష్ఠానపుర వర్ణనము (59), వసురాజు ప్రశంస (64), వసంతఋతు వర్ణనము (66), హిందోళ-వసంత రాగము (67), వనపాలు రుద్యానమును వర్ణించుట (68), వసురాజుద్యానమున కేఁగుట (70), రాజపరముగను, ఇంద్రుని పరముగను శ్లేష (71), ఆశ్వాసాంత పద్య గద్యములు (74).

ద్వితీయాశ్వాసము **(75-110)**

వసురాజు క్రీడాశైలమున కరుగుట (75), గిరికా గానము వినఁబడుట (79), నర్మసఖుఁడు గిరికయున్న కోన కరుగుట (80), గిరికా సౌందర్య వర్ణన (81), గిరికా బాల్య వర్ణనము (82), సంపఁగి మొగ్గవంటి నాసిక (86), సారసలోచనలు సలోచనలగు దురను శంక (88), వసురాజు గిరికను జూడనేగుట (88), ఉపశ్రుతి (89), రాజు నయనోత్సవముగ గిరికను జూచుట (89), గిరికా సౌకుమార్యములు గొనియాడుట (91), నర్మసఖుని యతి వేషమునఁ బంపుట (92), విదూషకుని నేర్పరితనము (93), మంజువాణి మాటకారితనము (94), యతి వేషధారి వ్యంగ్య భాషణము (95), మంజువాణి గిరికా జన్మ వృత్తాంతముఁ జెప్పుట (96), శుక్తిమతిని స్త్రీగను, నదిగను వర్ణించుట (97), బ్రహ్మను సేవించి తిరిగివచ్చు శుక్తిమతికి కోలాహలుఁ డెదు రగుట (98), శుక్తిమతి సౌందర్యము కోలాహలునిలోఁ గొనుట (99), కోలాహలుని మదన వేదన (99), చేరవచ్చిన కోలాహలుని శుక్తిమతి యతిథిఁ బూజించుట (100), శుక్తిమతి తన భక్తిని తెలియఁ జేయుట (101), కోలాహలుడు శుక్తిమతికి తన వలపు నెరిఁగించుట (102), శుక్తిమతి యసమాసుల

4

కట్టు పొసంగు నసుట (103), కోలాహలుండు శుక్తిమతి కొంగున బట్టుకొనుట (104), శుక్తిమతి కలవరము (105), కోలాహలును బలాత్కారము (105), శుక్తిమతి ఘోషము (106), కొండ నదిని నిరోధించిన విషయము ప్రజలు మహారాజునకు దెల్పుట (106), వసురాజు కోలాహలుని జిమ్మివేయుట (108). ఆశ్వాసాంతము (109)

తృతీయా శ్వాసము **111-152**

ఇంద్రుడు పచ్చుట (112), వసురాజునకు విమానము బహుమానమిచ్చుట (113), సర్వసమయ సౌఖ్యజనకము (114), ఉపరిచర వసువగుట (115), శుక్తిమతికి గర్భము తేటపడుట - స్త్రీ పరముగను, నది పరముగను శ్లేష (115), వసుపద గిరికల జననము (116), గిరికా బాల్యము క్రీడలు (117), గిరిక సాహిత్య సంగీత విద్యలు నేర్చుట (118), మాయామాని గిరిక యొక్క భవిష్యమును చెప్పుట (119), సమయము గనిపెట్టి వసురాజు గిరిక యెదుట నిలుచుట (120), గిరికా హృదయమున అనురాగోదయము (121), మంజువాణి స్వాగత వచనములు (122), రాజసచివుడు వేషము మార్చి వచ్చుట (124), చెలులు గిరికను పరిహాస మాడుట (124), గిరిక తెరచాటున కేగుట (125), హంసాంగన గిరికను వెంటబెట్టుకొనిపోవుట (126) వసురాజు విరహము (127), ఇష్టసఖునితో రాజు నగరి కరుగుట (129), గిరికా విరహము (131), గిరిక యుపవనికేగుట (135) గిరిక శరీరము విడువ నాలోచించుట (135), చెలులు గిరిక నోదార్చుట (136), చెలులు వనవర్ధనము చేయుట (139), పుష్పాపచయము (142), జలక్రీడ (146), గిరికకు శిశిరోపచారములు (151). ఆశ్వాసాంతము (152).

చతుర్థా శ్వాసము **154-186**

సూర్యాస్తమయ వర్ణనము (155), సాయంసంధ్య (156), చక్రవాక వర్ణన (156), రాత్రి వర్ణనము (156), నక్షత్రశోభ (158), చంద్రోదయము (158), వెన్నెల వచనము (160), మంజువాణి వసురాజు కడకు బోవుట (162), చంద్రోపాలంభము (163), మన్మథోపాలంభము (165), మలయాని లోపాలంభము (167), గిరికా విలాపము (168), మంజువాణి వసురాజు ముద్రికతో మగిడి వచ్చుట (168), ఆకాశగమన వర్ధనము (169), వసురాజు రాజధాని గనుగొన్న విధము (170), మంజువాణి ఒక మేడపై దిగుట (171), వేశవాటి వర్ధన (171),

మంజువాణి రాజభవనమును గుర్తించుట (172), విభ్రాంతిని గొలుపు కేళీసిద్ధము (173), వలవంతన జిక్కిన వసురాజు (174), చిత్తరువులోని గిరికనుగూర్చి నిష్ఠురముగా బలుకుట (175), మంజువాణి తిరస్కరిణీస్థితి (176), మంజువాణి గిరికా మౌక్తిక హారమును రాజు మెడల^ వేయుట (178), మంజువాణి ధైర్యముతో దూత్యము వెఱపుట (180), రాజుచిత్తముగా నుత్తరమిచ్చుట (181), చల్లని తియ్యని శుభవార్త జెప్ప మంజువాణిని వీడ్కొలుపుట (182), గిరిక ప్రియుని ముద్రికను జూచికొని మురియుట (183), వేకువ (183), సూర్యోదయము. (184). ఆశ్వాసాంతము (186)

పంచమా శ్వాసము   **187-213**

ఇంద్రుడు సపరివారముగ గోలాహలు నొద్ద కరుదెంచుట (188), ఇంద్రుని బర్వతరాజు పూజించుట (189), గిరికచే దేవతలకు [మ్రొక్కించుట (190), ఆకాశ గంగ గిరిక నాశీర్వదించుట (191), ఇంద్రుడు వసురాజునకు గిరికనిచ్చి వివాహము జేయమనుట (192), కోలాహలుని యంగీకృతి (193), నదులు, కొండలు పెండ్లి పెద్దలుగా వచ్చుట (194), ఇంద్రుడు కోలాహలున కొక దివ్యపురమును నిర్మించుట (196), బృహస్పతి శుభలగ్నము నిశ్చయించుట (198), ఇంద్రుడు వసురాజు నొద్దకు వచ్చుట (199), నగరాలంకరణము (200). గిరికా వసురాజల వివాహ మునకు రాజులు మున్నగువారు వచ్చుట (201), సురంగనలు వసురాజును బెండ్లి కుమారునిన్ జేయుట (202), దేవతలు రాజనకు బహువిధాభరణము లొసంగుట (205), వసురాజు ఇంద్రుడిచ్చిన అమ్లాన పద్మ మాలికను ధరించుట (207), చెలులు గిరిక నలంకరించుట (208). ఆశ్వాసాంతము (212)

షష్ఠా శ్వాసము   **214-238**

సూర్యాస్తమయ వర్ణన (215), వసురాజు కోలాహలపురమున్ జేరుట (216), పురస్త్రీలు రాజును జూడవచ్చుట (218), లాజలు చల్లుట (219), కోలాహలు డెదురేగుట (219), గిరికా వసురాజల వివాహమహోత్సవము (220), కన్యాదానము (221), ఆశీర్వచనములు, కట్నములు (222), సూర్యోదయ వర్ణన (224), ఇంద్రుడు వసురాజునకు వేణుయష్టి నిచ్చుట (225), గిరికకు దండి బుద్ధులు చెప్పుట (227), శుక్తిమతి ధైర్యము సెప్పుట (228), వసురాజు గిరికతో నధిస్థానపురము సేరుట (229), గృహప్రవేశము (231), గిరిక కేళీగృహము చేరుట (232), సరసాలాపములు (234), గిరికా వసురాజల శృంగారకేళి (?235), సర్వర్తు సముచిత విహారములు (237), లోకహిత రాజ్యపాలనము (238), ఆశ్వాసాంతము (238).

తెలుగు విందు మరొక్కమారు

వెయ్యేళ్ల తెలుగు సాహిత్యంలో స్వర్ణయుగంగా కీర్తించబడ్డ ప్రబంధయుగానికి చెందిన అపూర్వ కావ్యాలను, ఆ యుగానికి ముందు వెనకలుగా వచ్చిన మరికొన్ని మేలిమి కావ్యాలతో కలిపి ఎమెస్కో సంప్రదాయ సాహితి పేరిట గతంలో రసజలోకానికొక తెలుగు విందుని అందించటం సుప్రసిద్ధమే. ఏళ్లు గడిచినా తీపి తరగని ఆ విందుని తెలుగువారికి ఎమెస్కో మరొక్కమారు వడ్డిస్తోంది. శ్రీనాథునితో మొదలుకుని సారంగు తమ్మయదాకా ఇందులో చోటు చేసుకున్న కవులు పదిహేను, పదహారు శతాబ్దాల్లో ఆంధ్ర సాహిత్యాన్ని సుసంపన్నం చేసిన సాంస్కృతిక నిర్మాతలు.

ఈనాడు కొత్తగా సాహిత్యక్షేత్రంలో అడుగుపెట్టే యువతీయువకులకు ప్రాచీన సాహిత్య ద్వారాలు దాదాపుగా మూసుకుపోయాయనే చెప్పాలి. ప్రాచీన తెలుగు సాహిత్యాన్ని ఒక అధ్యయనాంశంగా విశ్వవిద్యాలయాల్లో చదువుకునే కొద్దిమంది విద్యార్థులు మినహా కొత్తతరం సాహిత్యపిపాసులకి ప్రాచీన సాహిత్యంవైపు దివిటీ పట్టే చూపే మార్గదర్శీ లేదు, ఆ సాహిత్య జ్యోతుల కాంతులవైపు విప్పుకునే నేత్రాలూ లేవు.

నాకు తెలిసి ఇటువంటి అవస్థ ప్రపంచంలో మరే సాహిత్యానికీ లేదు. ప్రాచీన తాంగ్ రాజవంశాల కాలంలో వికసించిన అపూర్వ చీనా కవిత్వానికి ప్రపంచానికి పంచివ్వడానికి కమ్యూనిస్టు చైనాకి ఎటువంటి అభ్యంతరం లేకపోయింది. ప్రాచీన సంగం కాలంనాటి పంచమహాకావ్యాలగురించి చెప్పుకోవడానికి ఏ తమిళుడైనా ఉవ్విళ్లూరుతాడు. షేక్స్పియర్ విషాదాంత నాటకాల్లో ఈర్ష్యా, లోభ, మోహ, మదోన్మత్తులైన రాజకుటుంబీకుల గురించి మాత్రమే ఉంది కనుక, వాటిని చదివి ప్రయోజనం లేదని ఏ సాహిత్య విద్యార్థీ కూడా భావించి ఉండడు. జీవితకాలంపాటు కులీన విలువల్ని అన్వేషిస్తూ, వాటిని పైకెత్తి చూపేరచనలు చేసిన పుష్కిన్ సాహిత్యం 'ఆరంభాలకే ఆరంభం' అని ప్రస్తుతించడానికి మాక్సిమ్ గోర్కీకి ఏ సంకోచమూ లేకపోయింది. కాని ఒక్క తెలుగు సాహిత్య ప్రపంచంలో మాత్రమే ఆధునిక తెలుగు యువతరానికి, ముఖ్యంగా విద్యాధికులకు శ్రీనాథుడెవ్వరో, పెద్దన ఎవ్వరో, పారిజాతాపహరణ కావ్యమేమిటో తెలియకుండానే ఆ కవులపట్ల, ఆ కావ్యాలపట్ల ఎంతో చిన్నచూపు.

ఒక కవి ఆనాటి సాంఘిక పరిస్థితులపట్ల ఎటువంటి సమ్మతిని లేదా అసమ్మతిని కనబరిచాడు అనేదాన్ని బట్టి ఆ కవిని అంచనా వెయ్యడం సాహిత్య విమర్శనలో రెండవరకం అనుశీలన. అంతకన్నా శ్రేష్టమైన పరిశీలన, ఆ కవి అభివ్యక్తి పరిశీలన. ఆ కవి తన జీవలక్షణాన్ని మనకు ఎంత 'అపూర్వంగా, హృద్యంగా' తెలియపర్చాడన్నది.

అంతమాత్రాన ప్రాచీన తెలుగుసాహిత్యం ప్రాచీన సమాజాన్ని ప్రతిబింబించలేదని కాదు. ఆయా కాలాల్లో సంభవించిన సాంఘిక - రాజకీయ - సాంస్కృతిక పరిణామాల్ని

ప్రతిబింబించడంలో ప్రాచీన తెలుగు సాహిత్యం ఎంతో చలనశీలంగా, సంస్పందనశీలంగా, సజీవంతంగా గోచరిస్తుంది.

ఇంకా చెప్పాలంటే ప్రాచీన తెలుగు సాహిత్యం అర్థంకాకుండా ప్రాచీన ఆంధ్రదేశ చరిత్ర మనకి బోధపడదని కూడా అనాలి. పదిహేనో శతాబ్ది ప్రారంభంలో సంస్కృత నైషధాన్ని అనుసృజిస్తూ శ్రీనాథుడు దానికి శృంగార నైషధం అని ఎందుకు పేరు పెట్టాడో, పదహారవ శతాబ్దిలో శ్రీకృష్ణదేవరాయలు తన ఆముక్తమాల్యదలో 'తృణీకృతదేహుడైన' మాలదాసరి కథని ఎందుకంత ఉత్కృష్టంగా చెప్పాడో అర్థం కావాలంటే ప్రాచీన చరిత్ర, తాత్త్విక భావధోరణులపట్ల అవగాహన తప్పనిసరి. చరిత్ర, సాహిత్యం, తత్త్వశాస్త్రాల సమగ్రమైన మేళవింపుతో చక్కని తెలుగు సాహిత్యానుశీలన కూడా ఇంకా రావలసే వుంది.

యూరోప్‌లో సాంస్కృతిక పునరుజ్జీవన నిర్మాతల్లో ఒకడూ, సుప్రసిద్ధ చిత్రకారుడూ అయిన లియోనార్డో డావిన్సీ చిత్రకళ గురించి రాస్తూ ఒక రసజ్ఞుడు డావిన్సీ సమస్య కేవలం మానవత్వ మహిమను చిత్రించడమే కాక, ఆ చిత్రాలు కాలంతాకిడికి చెడిపోకుండా భద్రపరచడమెలా అన్నదికూడా అని అన్నాడు. ప్రబంధయుగపు ప్రతి కవీశ్వరుడికీ కూడా ఆ మాట వర్తిస్తుంది. ప్రతి ఒక్క కవీ తన కావ్యానికీ శాశ్వతత్త్వం సిద్ధింపచేయడమెట్లా అన్న అన్వేషణతోనే కావ్యసృజనకి పూనుకున్నాడని మనకి తెలుస్తూనే వుంటుంది. తన సృజనకి కేంద్రబిందువు ఏదన్న అన్వేషణ కవిదైతే, తన రాజ్యానికి ఆధారప్రాతిపదిక ఏదన్న అన్వేషణ రాజుది.

దేహాన్ని నిరాకరించిన ధర్మాలు ఒకవైపూ, దేహమే ఆలంబనగా వికసించిన వివిధ జీవితవృత్తులు మరొకవైపూ ఆనాటి ప్రజానీకాన్ని సంక్షుభితమొనర్చాయి. తమ కావ్యాలకీ, రాజ్యాలకీ కూడా - ధర్మమా, దైవమా, దేహమా- ఏది ప్రాతిపదిక అన్న మీమాంసలో పూర్ణభక్తి ఒక పక్కా, పూర్ణ శృంగారం మరొకపక్కా రెండు తలుపులు తెరిచి నిలబడ్డాయి. ఈ కల్లోలాన్ని ప్రతి ఒక్క కవీ ముందు తనకైతాను, తనకోసం తాను సమన్వయించుకునేందుకు చాలా సంగ్రామమే చేసాడు. యుగధర్మానికి అద్దం పడుతూనే శృంగారాన్నీ, నిర్వేదాన్నీ సమన్వయించుకోవడంలో అసమాన ప్రతిభను చూపినందువల్లనే అల్లసాని పెద్దన ఆంధ్ర కవితా పితామహుడయ్యాడు.

దేహానికీ, దైవానికీ మధ్య జరిగిన సంగ్రామాన్ని ఒకప్పుడు ప్రాచీన గ్రీకు నాటకకర్తలు సొఫొక్లిజ్, యురిపిడిస్ వంటివారు అజరామరంగా చిత్రించారు. సాహిత్యకౌశల్యంలో, వస్తువివేచనలో, అభివ్యక్తి గాఢతలో ఆ సాహిత్యానికి దీటుగా ప్రపంచ సాహిత్యంలో నిలబడజాలింది మన ప్రబంధ సాహిత్యం.

ఆలోచించండి, ఆస్వాదించండి.

హైదరాబాద్ — వాడ్రేవు చినవీరభద్రుడు

8, నవంబరు, 2005

ప్రకాశిక

మన ప్రాచీన సాహిత్యంపట్ల ఆధునిక సాహిత్య రసజ్ఞుల ఆసక్తిని, అభిరుచిని పునరుజ్జీవింప జేయటం అవసరమనీ, 'దేశ భాష లందు తెలుగు లెస్స' అన్న అనుపమ ఖ్యాతికి ప్రధాన హేతువులైన ప్రాచీన కావ్యాల పరిచయం నవ సాహిత్యకులకు ఆవశ్యకమనీ, దాని వల్ల వారి సాహితీ రసజ్ఞత పరిపుష్టమై తెలుగు పలుకుబడుల ఒడుపులు, ఒయ్యారాలు వారు చక్కగా గ్రహించి ఆనందించగలరనీ విద్వన్మిత్రులు చేసిన సూచనలను దృష్టిలో ఉంచుకొని తెలుగు సాహిత్యంలో సువిఖ్యాతాలైన 21 కావ్యాలను ఇదివరలో ఎమెస్కో సంప్రదాయ సాహితిలో వెలువరించడం జరిగింది.

వివిధ పత్రికలలో వెలువడిన సమీక్షలు,సాహితీ ప్రియులెందరో పంపిన అభినందన లేఖలు, అన్నింటికన్నా ఈ పుస్తకాలు చురుకుగా పంపకం అవటంలో పాఠకులు, పుస్తక విక్రేతలు చూపించిన ఉత్సాహం ఈ ప్రచురణల అగత్యాన్ని, ఆదిలో సాహితీ హితైషులైన విద్వాంసులుచేసిన సూచనలోని ఔచితిని నిస్సంశయంగా నిరూపించినది.

సంప్రదాయ సాహితీ ప్రచురణలను అభినందించిన కొందరు మిత్రులు మాకు కొన్ని సూచనలు కూడ చేశారు. ఈ కావ్యాలు టీకా తాత్పర్యాలతో ప్రచురిస్తే చాలినంత భాషాజ్ఞానం లేని పాఠకులకు కూడ ఉపయోగకరంగా ఉంటాయని కొందరూ, కనీసం కొన్ని కఠిన పదాలకైనా అర్థాలు (లఘుటీక) ఇవ్వటం మంచిదని మరికొందరూ సలహాలిచ్చారు. పీఠికలు ఆయా కవుల్నిగురించి ప్రత్యేక కృషి చేసిన పలువురు విద్వాంసులచేత వ్రాయించటం మంచిదన్నది మరొక సలహా.

ఈ ప్రచురణల యందు ఆదరభావంతో చేసిన ఈ సూచనలకు కృతజ్ఞులం. అయితే ఈ ప్రచురణల ఆశయం సాధ్యమైనంత తక్కువ వెలకు, సులభంగా చేతబట్టి చదువుకొనటానికి వీలయిన, ముచ్చటైన చిన్ని సంపుటాలుగా, ముఖ్యంగా నవ సాహిత్యకులకు అనువుగా, విస్తృతంగా పంపకం చేయటం అని ఆదిలో మేము చేసిన వివరణ దృష్ట్యా ఈ సూచనల ఆచరణీయతను పరిశీలించవలసి వుంది.

ఇంతవరకు 'సంప్రదాయ సాహితి' పరంపరలో వెలువరించిన ప్రముఖ కావ్యాలు : 1. మనుచరిత్రము 2.వసుచరిత్రము 3. ఆముక్తమాల్యద 4. పాండురంగ మాహాత్మ్యము 5. శృంగార నైషధము 6. పారిజాతాపహరణము 7. శ్రీకాళహస్తి మాహాత్మ్యము 8. ప్రభావతీ ప్రద్యుమ్నము 9. విజయవిలాసము 10. హరవిలాసము 11. శృంగార శాకుంతము 12. మొల్ల రామాయణము 13. వైజయంతీ విలాసము 14+15. కళాపూర్ణోదయం (రెండు భాగములు) 16. బిల్హణీయము 17.అహల్యా సంక్రందనము 18. రాధికా సాంత్వనము 19. శశాంక విజయము 20. క్రీడాభిరామము 21. అనిరుద్ధ చరిత్ర.

ఈ ప్రచురణలకు సదా మీ సహకారం ఆశిస్తూన్న,

భవదీయుడు,

దూపాటి విజయకుమార్.

పీఠిక

విశ్వనాథ సత్యనారాయణ

ఇది ఎమెస్కో సంప్రదాయ సాహితిలో రెండవ గ్రంథము. చూడండి. దీని పేరు వసు చరిత్రము. మొదటిదాని పేరు మనుచరిత్రము. రెండు పేర్లూ దగ్గఱగా వినిపించుచున్నవి. ఈ గ్రంథాలు రెండూ అందఱికీ తెలియుటకు సులభమైన ఈ గ్రంథాల పేర్లు కొంత కారణము కావచ్చును. చప్పున నోటికి మను చరిత్రము వసుచరిత్రము అని వచ్చును. పాండురంగ మాహాత్మ్యము, ఆముక్తమాల్యద శృంగార నైషధము- ఈ పేర్లు ఉచ్చరించుట కష్టము. మనుచరిత్ర, వసుచరిత్ర యనుట తేలిక. అంతే తేలికగా నోటికి వచ్చెడి పేర్లు కలిగిన పుస్తకాలు మన భాషలో నుండగా, అవి గొప్ప గ్రంథాలగుచుండగా వానిని మనము చదువకపోవుట తప్పు కదా ! మొదటి గ్రంథము చదివినాము. తెలిసినంత తెలిసినది.

అన్నియు నందఱకు దెలియునని లేదు. పెద్ద పెద్ద పండితులున్నారు. కావ్యములు శాస్త్రములవంటివి కావు. ఒక శాస్త్రము చదివినచో నందులో తెలియనిది లేదు అన్నట్లుగా చదివిన పండితులున్నారు. కావ్యములను గూర్చి యట్లు చెప్పుటకు వీలు లేదు. ఎంత చదివినను, ఎంత తెలిసికొన్నను, కావ్యములలో నెంతవారికైనను తెలియనిది మిగిలియే యుండును.

అసలీ కావ్యము లిట్లు ప్రచురించుటకు గల మొదటి కారణమే యిది. అందఱకు నన్నియు దెలిసినవా? మనకు గొన్ని తెలియును- అన్న ధైర్యమే.

కాదయ్యా ! మనకు కథ మాత్రమే తెలియును. అది తెలియుటయా యన్నచో, మనకు కథ మాత్రమే తెలియలేదు. పీఠిక చదివినంతనే కథ తెలిసినది. మరల

మనము పుస్తకమంతయూ చదివితిమికదా! నిస్సందేహముగా కథ కంటె నెక్కువ తెలిసినది.

ఇందులో నొక రహస్య మున్నది. భగవంతుని దయయున్నచో ఆ పెద్ద పండితులున్నారే! వారికి తెలియని యందములు మనకు తెలియవచ్చును.

లోకోత్తర చమత్కారములు

మన భాష యున్నది. మన భాష గొప్పదన మిట్టిదని చెప్పుటకు వీలు లేదు. ఏ భాషకు లేని గొప్పదనము మన భాషకున్నది. ఇతర భాషలు వృద్ధిపొందినవనగా వాని కనేక కారణములున్నవి.

ఒక జాతి రాజకీయముగా గొప్పదనమును సంపాదించినది. వారి భాషకు ప్రాధాన్యము వచ్చినది.

ఇంకొక జాతి తమ భాషయే గొప్పది యన్న దురహంకారముతో ప్రవర్తించినది. దానికి ప్రాధాన్యము వచ్చినది.

ఇట్లు లోకములో చాల భాషలు గాలి గుమ్మటములవలె బూరటిల్ల జేయబడినవి.

మన భాష యట్లు కాదు. సహజముగా దానికున్న శక్తితో వృద్ధిపొందినది. మన భాషను జూచి వ్యామోహపడి శ్రీకృష్ణదేవ రాయలవారు - ఆయన కర్ణాట కుఁడు-దేశభాషలందు తెలుగు లెస్సయని తన రాజ్యాంగమంతయు తెలుగులో చేసి తెలుగు కవులను పోషించినాడు.

ఇంక మన తెలుగు కవు లొకరికంటె నొక రధికులు.

ఒకానొక భాష తీసికొన్నచో దానిలో నెన్నియో యందములుండును. పలుమాట లుండును. కొన్ని మాటలు నాలుగైదర్థములిచ్చును. కొన్ని యర్థములు నిఘంటువులలో ననే యుండును. కవి వాడెడు నేర్పు వలన మరికొన్ని యర్థములు వచ్చును.

ఈ యర్థము లెన్నో విధములుగా నుండును. ఒక మాటను రెండుగా చీల్చినచో రెండు మాట లగును. ఒకొకప్పుడు రెండు మాటలను గలిపినచో నొకమాటవలె నుండును. మరి యొకప్పు డొక వాక్యమును దీసికొన్నచో దానికి రెండు మూడర్థములు వచ్చును.

భాషలో నిట్టి చమత్కారములు వేనవే లుండును.

మనుచరిత్రలో నిట్టి చమత్కారములు తక్కువ.

వసుచరిత్ర యిట్టి చమత్కారములకు పుట్టినిల్లు.

ఈ విషయములో వసు చరిత్రను మించిన గ్రంథము తెలుగులో లేదని చెప్పవచ్చును. సంస్కృతములో కూడ నొకటియో రెండో యున్నవి.

ఈ గ్రంథము వ్రాసిన యాయన పేరు రామరాజభూషణుడు. ఆయన యింకొక పేరు భట్టుమూర్తి.

అద్భుత శ్లేషలు

ఇట్లు రెండు మూడర్థములు వచ్చెడి పద్ధతికి శ్లేష యందురు. ఈ శ్లేషలో నింత గొప్ప కావ్యము సంస్కృతములో గూడ లేదని దీనిని సంస్కృత భాషలోనికి మార్చుకొనిరి.

ఇట్లనేకార్థములతో పద్యము చెప్పుట యొక గొప్ప, మన యాంధ్ర భాషలోనే మరికొంత మంది యిట్టి గ్రంథములు వ్రాసిరి. ఆ గ్రంథములకు పిల్ల వసుచరిత్రలు అను పేరు వచ్చినది.

అనగా వసుచరిత్రకు దాని కదియే సాటి యని యర్థము.

అబ్బో! ఇన్ని యర్థములున్నచో మాకు తెలియునా? అని యధైర్యవడ నక్కఱలేదు. మన మెంత తెలివి తక్కువ వాండ్రమైనను మనము మాటాడునపుడు మన మాటలనుండియే యనేకార్థములు వచ్చును. వినెడివానికి తెలియును. మన మేదో యందుము. వాడు వేఱే యర్థము తీయును. ఆ యుద్దేశ్యము నాకు లేదని మనమందుము. ఉన్నదో లేదో రెండవ యర్థము వచ్చినది కదా ! ఇది మానవులు మాటాడెడు భాషకు స్వభావమన్న మాట ! ఇతరులు మాటాడుచుండగా మన మెన్నో యర్థములు తీయుదుము. మనము చేయవలసిన దేమియును లేదు. ఇతరుల మాటలలో మనము క్రొత్త యర్థములు చెప్పినప్పుడు మనమెంత తెలివిగా నూహింతుమో కావ్యమును చదువునప్పుడు మన కా తెలివి యున్నదని మఱచిపోరాదు.

మానవజాతిలో నదియొక యవివేకము. ప్రతివాడును తనకేమియు తెలియదనుకొనును. ఆ యనుకొనుట మానివేసినచో మన కావ్యములు కూడ చాలవఱకు మనకు తెలియగలవు.

నాల్గు మాటలు చదివిన తరువాత నైదవమాట కర్థము తెలియదు. నాకు తెలియుటె లేదని యా పుస్తకము నవతల పారవేయును.

ఆ మాట యర్థము కానిచో తక్కిన మాటల యర్థమేమి? పద్యమంతయు చదివినచో నేదో కొంత తెలియదా? ఒక పద్యము తెలియలేదు. రెండవ పద్యము తెలియదా?

సంగీతము స్రవించు పద్యాలు

మన యజాగ్రత్త, యశ్రద్ధ, మన జాగు, మన యోపిక లేనితనము, వీనిమీద నాధారాపడి యున్నది. మనము పుస్తకము చదువలేని తనము. జీవితములో నీవు చేసెడి పనుల నిట్లు మానివేయవు కదా! నీ బ్రతుకు సాగవలయునన్నచో నెట్లో యొకట్లు చేసి తీరవలయును.

అట్లే మన గ్రంథాలు కూడ చదువుము. జీవితములో నీవు చేసిన ప్రయత్నము వలన కొంత ఫలించును. ఇచ్చట కూడ కొంతయే తెలియును. నష్టమేమి? అందులో వసు చరిత్రవంటి గ్రంథములోనే కొంచెము తెలిసినను చాలును. తప్పకుండ చదువుము.

ఇంకొకటి చెప్పెదను. మనము సంగీతమును వినుచున్నాము. పాటలను సంగీతమును తెలిసియే వినుచున్నారా? ఏదియో చెవికింపుగా నున్నదని వినుచున్నాము.

సంగీతము విన్నట్లుగా వసు చరిత్రము చదువచ్చును. అందులో అనేక పద్యాలు సంగీతము పాడినట్లే యుండును.

కథా సారము

వసురాజు

నైమిశ మను నొక యడవి యున్నది. అందులో శుకుడు శౌనకుడు మొదలైన పేర్లుగల ఋషు లున్నారు. వారి కేమియు తోచనప్పుడు వా రెవ్వరిదగ్గఱకో

పోయి మాకేదైన కథ చెప్పుమని యడుగుదురు. ఆ దినములలో కొందఱు ఋషులు కథలు చెప్పుటలో నఖండులు. అందులో నొకాయన పేరు సౌతి.

రాజు లనేకులు కలరు. అందఱు సామాన్యులే. మనవంటివారే. అట్లు కాదు దేవతా చిహ్నములు ధరించి ధాత్రిని పాలించిన రాజు లెవరైన నున్నారా? అని శుకశౌనకులు సౌతి నడిగిరి.

సౌతియనఁగా సూతమహర్షి కుమారుడు. ఆయన యిట్లన్నాడు : "ఒకాయన ఉన్నాడు. ఆయన గొప్ప రాజు. ఆయన పేరు వసువు. ఆయనకు శక్రుడు అనగా ఇంద్రుడు దివ్య చిహ్నము లిచ్చినాడు. ఆయన యెప్పుడును విమానము నెక్కి తిరుగును."

ఆయన రాజధాని పేరు అధిష్ఠానపురము.. ఈ పట్టణమును రామరాజ భూషణుడు తెగవర్ణించెను. వర్ణనలు వచ్చినచో చాలును రామరాజభూషణుడు, శ్లేషలు, చమత్కారములైన తెలుగు మాటలు రకరకాలుగా కుప్పించి వదిలిపెట్టును. ఆ యూరిలోని రథములు, పూలమ్మెడు స్త్రీలు, ఆ యూరి గాలులు, ధాన్యములు-ఒక టేమిటి? ఎన్నిటినో వర్ణించెను. ఇరువది పద్యములు వర్ణించెను. తరువాత నారాజును వర్ణించెను.

ఆయన యొక రోజున ఒక మహాకార్యమును చేసెను. కోలాహలమన్న పర్వతము కలదు. ఆ పర్వతము హిమవంతుని కొడుకు. శుక్తిమతియని యొక నది యున్నది. శుక్తమతి స్త్రీ. కోలాహలమన్న పురుషుడు. వీ డామెను బలవంతము చేసి యామెను పాడుచేసెను. అప్పుడు వసురాజు కోపించి లేత గవ్వను కాలితో మీటినట్లు కోలాహలు నెగ మీటెను.

ఈ మహాకార్యము నింద్రుడు చూచెను. ఇంద్రుడు పూర్వము పర్వతముల ఱెక్కలు ఛేదించిన వాడు కదా! ఆయన యీ వసురాజు చేసిన పని చూచి యాశ్చర్యపోయెను. ఇతనితో స్నేహము చేసెను. అతని కాలిగో రెట్లున్నది? పూర్వము ప్రళయ సముద్రములో మునిగిపోయిన భూమిని పైకెత్తిన విష్ణుమూర్తి యవతారమైన యాదివరాహపు కోరవలె నున్నది.

తే. ప్రబల కోలాహ లాహార్య పతన రుద్ధ
విపుల శుక్తిమతీ మగ్న విపుల కతవి
చరణనఖరేఖ సంవర్త సమయ జలధి
నుద్ధరించిన కిటి దంష్ట్ర యొఱపుఁ దెలిపె. (ఆ.1,ప.120)

పాప మా కొండ యేమి చేయును? దిక్కులేక ఆయన కాళ్ళ వద్దనే పడియుండెను. పాప మాయనకు జాలి పుట్టెను. ఆయన యన్నాడు కదా 'ఓయి! భయపడకు. నేను నిన్ను క్రీడాశైలముగ చేసికొందునులే!' అంతట నా పర్వతము రాజునకు క్రీడా పర్వతమాయెను.

వసంతశోభా వర్ణనము

అంతట వసంతకాలము వచ్చెను.

ఇచ్చట నొక సీసపద్యమున్నది. రామరాజ భూషణుడు సీసపద్యములు వ్రాయుటలో నఖండుడు. శ్రీనాథుడు వ్రాసెడి సీస పద్యములు వేఱు.ఇతని సీస పద్యముల రచన వేఱు. ఈయన సీస పద్యములు కదను త్రొక్కును. వృత్త్యను ప్రాసము, యమకము, పాండిత్యము సమృద్ధిగా నుండును. వృత్త్యను ప్రాస మన్నగా వచ్చిన యక్షరమే పలుసార్లు వచ్చుట. యమక మనగా రెండుగాని రెండు కంటె మించిన యక్షరములుగాని మాటిమాటికి వచ్చుట.

సీ. లలనా జనాపాంగ వలనా వసదనంగ
    తులనాభికాభంగ దోః ప్రసంగ
మలసానిల విలోల దళసాసవ రసాల
    ఫలసాదర శుకాల పన విశాల
మలినీగరు దనీక మలినీకృత ధునీ క
    మలినీ సుఖితకోక కుల వధూక
మతికాంత సలతాంత లతికాంత రనితాంత
    రతికాంత రణతాంత సుతనుకాంత

తే. మకృత కామోద కురవకా వికల వకుల
ముకుల సకలవనాంత ప్రమోద చలిత
కలిత కలకంఠ కులకంఠ కాకలీ వి
భాసురము వొల్చు మధుమాసవాసరంబు. (ఆ.1, ప.126)

ఆ వసంత కాలములో కోకిలలు కూసినవి. చిత్ర విచిత్రములుగా కూసినవి. పుప్పొళ్లు రాలినవి. పూలలో తేనెలు జాలు వాఱినవి. (ఆ. 1, ప. 134).

అపుడుద్యాన పాలురు వచ్చి 'స్వామీ! మన ఉద్యానవనమెంత రమ్యముగా నున్నది. తమరు వచ్చి చూడవలయును. చివురులు, మొగ్గలు, పూలు, పూపలు, పిందెలు, పచ్చి కాయలు, చిలుకల కూతలు, నెమళ్ళ కేకలు, నీళ్ళ బోదెలు, కప్పురపు తిప్పలు, పన్నీరు తీగల కేళా కూళులు చూచి తీరవలయును. నీ యుద్యానము చైత్ర రథమువలె నున్నది.' చైత్ర రథమనగా కుబేరుని పూదోట. తోటయంతయు చైత్రరథమేకాదు. ఒక్కొక్క చెట్టే చైత్రరథమువలె నున్నదట! అనగా చైత్ర మాసమను దేవతకు రథమువలె నున్నదని యర్థము. "ఆ చైత్రుడే ఓ రాజా! నీ వన పాలకుడు."

ఇట్లు వనపాలకులు చెప్పగా రాజున కా యుద్యానమును చూడవలయునను కోరికపుట్టినది. అచ్చటికి వెళ్లుటకు రథము తెమ్మని యాజ్ఞాపించెను. ఆ రథ మెట్టిది? మణులతో, కెంపులతో, పచ్చలతో, పుష్యరాగములతో, మాణిక్యములతో చేయబడినది. రా జారథము నెక్కెను. ఆ రథ మెట్లున్నది? కుబేరుడు పంపించిన విమానమువలె నున్నది. వందిమాగధులు స్తోత్రములు చేయుచుండగా వెండి బెత్తాల వారు హుంకారములు చేయుచుండగా రా జారథ మెక్కెను.

సామాన్యముగా నా రాజు యొక్క దర్శన మబ్బదు. ఆ రాజు రథ మెక్కినప్పుడు తేలికగా నాయన దర్శనము చేసికొనవచ్చును కదా! అందుచేత పలుమంది రాజులు ఆయన దర్శనము చేసికొనుటకు వేచియున్నవారు వచ్చి దర్శనము చేసికొనిరి. వారందరు రాజుగారి వెంట నడచిరి. చివర కుద్యానవనము దగ్గఱకు బోయిరి. అందరు నొత్తిగిలిరి, వేత్రధరులు, అనగా వెండి బెత్తాలవారు చాంగు భళాయనగా రాజు రథము దిగెను. ఈ చాంగు భళా యన్న మాటలు పూర్వకాలము రాజుల దగ్గఱ వెండి బెత్తాలు పూనెడి వా రనెడి మాటలు.

శుభ సూచనము

రాజుద్యానవనములో ప్రవేశించెను. ఆ రాజుగారిమీద అక్కడి చెట్లు పుప్పొడి రాల్చెను. అచటనున్న పక్షులు ద్విజులు, ద్విజులనగా రెండర్థములు. ఒకటి పక్షి, రెండు బ్రాహ్మణుడు, అవి శ్రుతిహితముగా పలికెను. శ్రుతిహితమనగా చెవుల కింపుగా, బ్రాహ్మణులన్న యర్థ మైనచో శ్రుతియనగా వేదము-వేదమున కనుకూలముగా.

అన్ని వృక్షములు ఆయనను గౌరవించినవి. బహు విధములుగా గౌరవించినవి. పూర్వకాలమున రాజోద్యానములయందు వేళకానివేళ పూచుటకు కాయుటకు కొన్ని ప్రక్రియలు చేసెడివారు. వానికి దోహదములని పేరు. స్త్రీలు నవ్వినచో నొక చెట్టు పూచును. పల్కినచో నొకటి పూచును. తన్నినచో నొకటి పూచును. ఇట్టివి దోహదములు. ఆ చెట్లీరీతిగా స్త్రీలచేత చాల బాధలు పడినవి. ఆ చెట్లు వచ్చి పూదేనియలులను కన్నీటితో రాజునకు మ్రొక్కినవి.

ఈ యుద్యానవన మెక్కడనున్నది? అన్నియు దగ్గర దగ్గరగానే యున్నవి. శుక్తిమతీ నది, యీ యుద్యానము, కొంత దూరాన కోలాహల పర్వతము. అన్నియు రాజునకు క్రీడా దేశములు.

ఒక చెట్టు నదిలోనికి వ్రాలి పూర్వము రాజు గోటమీటిన కోలాహల పర్వతమును జ్ఞాపకము దెచ్చెను.

ఆ చెట్టుమీద నొక కిన్నర దంపతులున్నారు. ఆ భార్యాభర్తలు రాజు దగ్గఱకు వచ్చి, 'ఓ రాజా! నీకు కొద్దిలో గొప్ప శుభము జరుగబోవుచున్న' దని చెప్పి వెళ్ళిపోయినారు.

ఆ రాజునకు కోలాహల పర్వతమును జూడవలయునన్న కోర్కె కలిగెను.

ఆంధ్ర సరస్వతికి క్రొత్త మిసిమి

ఈ గ్రంథములో పెద్ద కథ యేమియులేదు. మను చరిత్రలో కొంత కథ కలదు. ఇచట కథ లేదనియే చెప్పవలయును. ఉన్నకథ యంతయు పిడికెడులేదు. ఈ గ్రంథము కథకోసము చదువరాదు. వర్ణనల చమత్కారము కోసము చదువవలయును. శ్లేషలకోసము చదువవలయును. యమకములకోసము చదువవలయును. తెలుగు పద్యాలు వ్రాయుటలో సంగీతము పాడినట్లు వ్రాయుట యెట్లుండుననగా నిట్లుండునని తెలిసికొనుటకు చదువవలయును.

ఈ గ్రంథము చదువనిచో నాంధ్ర సారస్వతములో నున్న యొక మహా గ్రంథమును చదువనట్లు- ఆ ంధర్ర సరారసర్వత మరొక మహాపర్వతమైనచో ఆ పర్వతములోనున్న పది పండ్రెండు యెత్తైన కొండకొమ్ములలోనొక కొండ కొమ్మును చూడనట్లు. అన్ని కొండ కొమ్ములొకటే పద్ధతిగా నుండవు. ఈ కొండకొమ్మలో ననేక గుహలున్నవి. ఒక గుహలోనుండి యింకొక గుహలోనికి ద్వారముండును.

ఇంకొక గుహలోనికి వచ్చి యింకొక గుహలోనికి వచ్చితిమా? లేక మొదటి గుహలోనే యుంటిమా? యన్నట్లుండును.

ఇది యొక ప్రబంధము. ప్రబంధమనగా వర్ణనాత్మకము. ఇందులో ప్రధానమైనవి వర్ణనలు. వర్ణనములే ప్రధానముగా గలగ్రంథమును దీసికొని కవియొక్క ఆ కల్పనలు, ఆ పాండిత్యము, ఆ శబ్ద ప్రయోగచాతుర్యము, ఆ కవి తన ప్రతిభచేత నా కావ్యములో నాంధ్ర సరస్వతికి కల్పించిన క్రొత్త మేలిమిని గ్రహించలేక, యాస్వాదించలేక, శాంతమైన ప్రకృతిలేక, యనుభవించలేక, ఇందులో కథలేదు. పాత్రపోషణలేదు. సమాసము లెక్కువ-ఈ మొదలైన మాటలు కొందఱు పల్కుదురు. ఇట్లు మాటాడెడివారికిని పండితులకును భేదము కలదు. ఇట్లు మాటాడెడి వారికి మాటాడుట సహజ లక్షణము. వెక్కిరించుట సహజ లక్షణము. తమకు తెలసినదే తెలియుట. తక్కినవారికి తెలిసినది తెలియుటగాదు అను దురహంకార లక్షణము పండితులున్నారే! వారాస్వాదింతురు. ఆనందింతురు. ఏవియు పలుకరు. ఒక ధూర్త కాలమున ఈ శాంతులైన పండితులెందుకు పనికిరానివారు. పండితులు కానివారు పండితులు.

వసు చరిత్రమును వారికివలె చదువరాదు.

క్రీడా పర్వతము

అట్లు కోలాహల పర్వతమును రాజు చూడనెంచుచుండగా నొక నర్మ సచివు డిట్లనెను : నర్మ సచివుడనగా సగము మంత్రి సగము స్నేహితుడు, ఎక్కువ రాజునకు శృంగార రసములో సాహాయ్యము చేసెడివాడు. శృంగార సఖుడని యర్థము. అతడన్నాడు కదా! "నా చేతి చాయను చూడుము. దూరముగా నల్ల మబ్బు కనిపించుచున్నదే! అందులో చెట్లు కనిపించుచున్నవి చూడు. అదియే నందనోద్యానము." అనగా రాజు నవ్వి "అది మన క్రీడాపర్వతము ఆ చెట్లు దాని మీద చెట్లు." అని యిద్దఱును పర్వతము చూచుటకు పోయిరి. పోయి కోలాహల పర్వతమును చూచిరి.

ఆ పర్వతము మిక్కిలి రమ్యముగా నుండెను. వారిద్దరు నా పర్వతముమీది కెక్కిరి. అచట వారికొక సంగీతము వినవచ్చెను. ఆ గానము వీనులవిందు, అమృత ప్రవాహముల పొందు. తుమ్మెదల సంగీతమునకు క్రందుగా నుండెను. రాజు దానిని మెచ్చుకొనెను. నర్మసఖుడిట్లనెను : 'ఎవరో వీణమీద వాయించుచు

పాడుచున్నారు. 'రాజునకా సంగీతములో నొక యనురాగము కలిగెను. ఈ యనురాగము సంగీతమును మించిన యనురాగము. అనగా ఆ పాడుచున్న స్త్రీ యెవరో తెలియకుండ నా స్త్రీ మీద తనకు తెలియకుండ ప్రేమ కలిగిన దన్నమాట.

అంతట రాజు తన స్నేహితుని ఆ పాడెడి వారెవ్వరో చూచి రమ్మని పంపెను.

అతడు ఆ అందమైన దారిలో ఆ కొండమీద ఆ పొదరిండ్లలో పోయి పోయి యొక గొప్ప సౌధమును చూచెను. అతడా పొంత పొంచి యొకానొక స్త్రీని చూచెను. అక్కడనున్న కథయంతయు కనుగొనెను. ఈమె యింత యందకత్తె, ఈమెను మా రాజు చూచి తీరవలయును అనుకొని పోయి వసురాజుతో నిట్లు చెప్పెను. ఓ యయ్యా! అక్కడ నొక అందగత్తియ యున్నది. దాని యందము నేమి చెప్పుదును!' అని యామె యందమును వర్ణింప నారంభించెను.

ఈ వర్ణన పెద్ద వర్ణన (ఆ. 2, ప. 31-53.)

కవి సమయములు

ఇట్లు మన పూర్వ కావ్యములలో కొన్నింటిలో-కరావర్యములలో ననుటకంటె ప్రబంధములలో ననుటమేలు-నరాయరికనయ గూర్చి చాలమంది కవులు ముప్పది నలుబది పద్యములు వ్రాయుదురు. ఆమె కన్నులు, మొగము, దంతములు, కంఠము, నఖశిఖ పర్యంతము వర్ణింతురు. ఒక్కొక్క యవయవమున కొక్కొక్క పద్యమును వ్రాయుదురు. ఈ పద్యములు ఉపమలు, ఉత్ప్రేక్షలు, అతిశయోక్తులు మొదలైనవానితో నిండియుండును. కవి సమయములతో నిండియుండును.

కవి సమయములనగా కవులు కొన్ని ప్రసిద్ధములైన యుపమానములను దెత్తురు. కన్నులు, మొగము, తామరపూ లందురు. కంఠము శంఖ మందురు. కాలిపిక్కలు పరివెన్ను లందురు. తొడలరటి కంబములందురు. అందరు కవు లిట్లేయందురు. ఒక్కొక్కకవి దానిపైన తన కల్పన చేయును.

నేటివారు కొందఱు ఇది యసభ్యమందురు.

ప్రబంధము వర్ణనాత్మకమని వారు మరచిపోదురేమో తెలియదు.

లోకములో నొక యందమైన వస్తువును వర్ణించుటయెట్లు? చిత్రకారుడైనచో బొమ్మగీసి చూపించును. లేనిచో పోలికలు తెచ్చి చెప్పును. ఆ పోలికలు ప్రసిద్ధమైనవి.

కవి వానిమీద తన యూహ పెంచి వ్రాయును. మరియు ఈ కావ్యములలోని నాయికలు పద్మినీ జాతి స్త్రీలు. వారిని వర్ణించుట యిట్లే. ఈ వర్ణనల యొక్క తాత్పర్యమేమనగా నామె పద్మినీజాతి స్త్రీ యని చెప్పుట. పద్మినీ జాతి స్త్రీ స్త్రీలలో నుత్తమ జాతి స్త్రీ యని కామశాస్త్రము చెప్పుచున్నది. ఇవి శృంగార కావ్యములు.

ఇట్లుండగా కుచకచాది వర్ణనము చేయుట యసభ్యమని. కావ్యము మొదట చదువుకొనునది. పాఠకుడు తనలో తాను చదువుకొనును. ఎవనికి వాడు చదువుకొనును. ఇం దసభ్యత లేదు. న్యాయశాస్త్రములో కూడ నొక డొకనిని తిట్టుచు నుత్తరము వ్రాసినచో నభియోగము లేదు. అది నలుగురికి తెలిసినప్పుడు వాని ప్రతిష్ఠ పోవును. సభలో చదివినచో నసభ్యము కావచ్చును. సభలో నా కవియొక్క కల్పనాశక్తిని చూపించుటకు చదువవచ్చును. అప్పుడు శ్రోత కవి కల్పనాశక్తిని చూడవలెనుగాని స్త్రీయొక్క యవయవములను గూర్చి యూహించుట యెందులకు? స్త్రీ పురుషులకు వారలను స్త్రీ పురుషులను చేసెడి యవయవము లున్నవని యెవరికి తెలియదు? కాముకులును చిత్తనైశ్చల్యము లేనివారును కల్పనాశక్తియందు బుద్ధిచాలనివారును నిరూపించెడి దోషములు చిత్రములుగా నుండును.

ముక్కు పద్యము

వీనిలో కొన్ని పద్యములు మరియును ప్రసిద్ధములు. ఈ రామరాజభూషణు డొక పద్యమున ఆమె ముక్కును గురించి వర్ణించెను. ఈ పద్యమును పారిజాతాపహరణ గ్రంథకర్తయైన నంది తిమ్మన వ్రాసెననియు, నాయనవద్ద వసుచరిత్ర కవి దానిని వెలయిచ్చి కొన్నాడనియు, ఈ పద్యములవలన నంది తిమ్మన్నకు ముక్కు తిమ్మన్నయన్న పేరు వచ్చెననియు చెప్పుదురు.

శా. నానాసూనవితానవాసనల నానందించు సారంగ మే
లా న న్నొల్ల దటంచు. గంధఫలి బల్కాఁకం దపం బంది యో
షానాసాకృతిఁ బూని సర్వసుమనస్సౌరభ్యసంవాసి యై
పూనెం బ్రేక్షణమాలికామధుకరీపుంజంబు లిర్వంకలన్ (2-47)

ఆ నర్మ సచివుడిట్లు వర్ణించి వర్ణించి, చివర కిట్లు చెప్పెను. 'నేను వారివద్దకు పోలేదు. ఆ చాటునుండి చూచి వచ్చితిని. నేనెందుకు వెళ్లలేదనగా వారు

సారసలోచనులు. వారిలోవారు చనువుగా నున్నారు. నేను పోయినచో రసభంగమగును' అని సారసలోచనలు అన్నమాటలో 'గస' అన్న రెండక్షరములు భంగమైనచో అనగా తీసివేసినచో సాలోచనలు అని మిగులును. ఎవడురా వాడు? సిగ్గులేకుండ మనమున్న చోటికి వచ్చినాడు అని అనుకొందురట. ఇది రసభంగము.

ఉ. స్వైరవిహారధీరలగు సారసలోచన లున్నచోటికిన్
బోరన లాతివారు చొరఁబూనినచో రసభంగ మంచు, నేఁ
జేరక పువ్వుఁదీవియలచెంతనె నిల్చి లతాంగిరూపు క
న్నారఁగఁ జూచి వచ్చితి, నవాంబురుహాంబక! నీకుఁ దెల్పఁగన్. (2-55)

ఇట్లు నర్మసఖుడు చెప్పగా రాజున కీ మాటలు ఆమె సంగీతము విన్నదానికన్న నెక్కువ ప్రియముగా నుండెను.

అంత నిద్దఱు నచ్చోటికి బోయిరి. ఆ బంగారపు మేడ జూచిరి. తీగల వెనుక దాగియుండి యా రా జామెవంక జూచెను. అతని కన్నులు చరితార్థము లయ్యెను. వాని కోరిక నిండెను. కన్నుల కన్నమనస్సు చిత్రమైన లక్షణము కలది యయ్యెను. మనస్సున కంటె నతని శరీరము తన్మయత్వము పొందెను. ఆ శరీరము కంటె నతని కోరిక రసోత్తరంగమయ్యెను. అతని యొడ లతనికి తెలియదు. ఆ రాజామెను జూచి యామె సౌందర్యము మనసులో భావించి భావించి, తలయూచును, నవ్వును, బ్రహ్మసృష్టిని మెచ్చును.

యోగి వేషము

అప్పుడు నర్మసచివుడు పలుకరించెను. రాజున కప్పు డొడలు తెలిసెను. నర్మసఖుడన్నాడు కదా! "నేనొక యోగివేషమును వేసికొని యామె పుట్టుక మొదలైనవి కనుగొని వత్తును. నన్ను పంపు" మనెను.

ఈ మాటలతో రాజున కొక యాశ పుట్టెను. "వెళ్ళి రమ్ము. ఎట్లు నిర్వహించికొని వచ్చెదవొ చూచెదను" అనెను.

సీ. కనకవల్లి మతల్లి కలపెంపు జడగుంపు,
పుష్పవరాగసంభూతి భూతి,
కమనీయశాఖాప్రకాండంబు దండంబు,
తరుణపల్లవకోటి ధాతుశాటి,

వల్కలధట్టంబు వరయోగపట్టంబు,
జాలకవిసరంబు జపసరంబు,
ఫల రసాసారంబు పాత్రాంబుపూరంబు,
కింజల్క ములచాలు మౌంజినూలు,

తే. సేయఁజాలిన యమ్మహాశిఖరిశిఖర
రుచిరసురభూజరాజిచే నుచితవేష
మెనసి నరపాలనిరపాయహిత విహార
హారి గడిదేరి యొకజడదారి యయ్యె. (2-79)

ఆ నర్మసఖు డా యడవిలోని వస్తువులతోడనే తాను యతి వేషమును వేసికొనెను. ఇతడా స్త్రీ జనము వద్దకు పోవుచున్నాడు. వారిలో నొకతె అన్నది కదా! ఓసీ! దీని సంగీతమునకు సంతోషించి, గీతమున "యతి లియ్యమైవచ్చు" ననెను. యతి (గణాదియైన విశ్రమాక్షరము) కూడఁ గలసి వచ్చుననుట. లియ్యనగా లీనము.

తే. గంధగజయానగీత ప్రబంధకలన
నలరి యతి లియ్య మై వచ్చు నరిది మగువ
లార! కనుఁగొంటిరే యను నాళివాక్య
మొకటి విన నైన నిదె వేళ యొదవె ననుచు. (2-81)

పాటతోఁ గలపి యతీశ్వరుడు వచ్చునని చెలికత్తె పలికినట్లు భావించి, రాజు యొక్క చెలికాడు యతివేషముతో వచ్చెను. వారు లేచి నిలుచుండిరి. అతనిని గౌరవము చేసిరి. 'అయ్యా! మీ రెచ్చట వారని యడిగిరి. అతడు తాను వసురాజు నాశ్రయించినవాడనని చెప్పెను. 'ఆ రాజునకు నాకును మిక్కిలి స్నేహము. నేను నా రాజును అందందు తిరుగుచు నే నిచ్చటికి వచ్చితిని. ఈ కన్నియను చూచితిని. ఈమె చాల యదృష్టవంతురాలు. ఈమె సింధునందన, అచలేంద్రనందనలవలె నున్నది.'

అనగా లక్ష్మీ పార్వతులవలెనున్నదని యర్థము. సింధువనగా రెండర్థములు. ఒకటి నది, రెండు సముద్రము. లక్ష్మీదేవి సముద్రము కూతురు. ఈ కన్య శుక్తిమతి యన్న నది కూతురు. అచలేంద్రమనగా కొండలరాజు. పార్వతి హిమవంతుని కూతురు. ఈ పిల్ల కోలాహలుని కూతురు. ఇట్లు సరిపోయినది.

చ. అనుపమభాగ్యలక్షణసమన్విత యీరమణీలలామ, యీ
మనసిజరాజరాజ్యరమ, మానసవీథిఁ దలంపఁ సింధునం
దన యచలేంద్రనందన యనం గన నయ్యెడి నీలతాంగిపా
వనకులగోత్రభూతి చెలువా! చెలువారఁగఁ దెల్పవే యనన్. (2-97)

కోలాహల ప్రణయము

ఆ చెలికత్తెలలో మంజువాణి యని యొకర్తుక యున్నది. అమె యిట్లు చెప్పెను. 'నీవు చెప్పినది నిజమే. ఈమె కోలాహల పర్వతము కూతురు. శుక్తిమతికి పుట్టిన బిడ్డ. పూర్వ మొక కథ జరిగినది. శుక్తిమతి నిత్యమును ఇతర నదులతో కలసి బ్రహ్మ కొలువునకు పోయివచ్చుచుండెడిది. ఒకనా డామెకు కోలాహలుడెదు రయ్యెను. ఈమె దారి తొలగివచ్చెను. అతడామె సౌందర్యమును చూచి తాను మిక్కిలి ప్రేమించెను. అతని ధైర్యము సన్నగిల్లెను. అతడు నిత్య శుక్తిమతీ ధ్యానుడయ్యెను. అతడు శుక్తిమతి ఇంటికి వచ్చెను. ఈమె యతిథికి మర్యాదచేసెను. ఇతడు తన ప్రేమను చెప్పెను. ఆమె అంగీకరించలేదు.

'ఇచ్చట నొక చమత్కారమున్నది. నాయకుడు పర్వతము. నాయిక నది. ఈ రెంటి మీద కవి శ్లేషలు పుట్టలు పుట్టలుగా నిర్మించెను. నది స్త్రీ. కొండ పురుషుడు. తెలిసినచో సరే! తెలియకపోయినచో నెవరిచేతనైన చెప్పించి కొనిియైనను ఆ శ్లేషలలోని సౌందర్యమును తెలిసికొనవలెను. కథలోననే యందమున్నదికదా! నది, తరంగములు, కలువలు, తామరపూలు, హంసలు, పర్వతము అడ్డము రాగా నది చెదరిపోవుటలు, పొంగుటలు, కెరటము లెత్తుగా లేచుటలు- లగోకములో నొక పురుషుడు ఒక స్త్రీని బలాత్కారముచేసినచో నా స్త్రీ పొందుగగ్గోలంతయు నీ శ్లేషలయందిమిడ్చి చమత్కారముగా వ్రాయుట.

ఇట్టి ప్రబంధ మింక యే భాషయందును లేదు. ఆ కథను భావించి దానియందు తన్మయత్వము పొంది చదివినచో నిదియెంతయో రమణీయముగా నుండును.

అప్పుడా శుక్తిమతి పెద్ద యరచినది. 'ఓ వసుమహారాజా నన్ను రక్షింపుము రక్షింపుము' అన్నది. ఒక నదికి పర్వత మడ్డు వచ్చినచో నేమగును? నది పొంగును. ఊళ్లమీద పడును. ప్రజలు వచ్చి రాజుతో చెప్పుకొనిరి. గ్రామములు నీళ్లతో నిండినవి. జనులు ఇండ్లు వదిలిపెట్టి వెళ్లిరి. చెట్లు పడిపోయెను. జనులు గొంతులోతు నీళ్లలో

నడువ జొచ్చిరి. పంటలన్నియు పాడైపోయెను. అప్పుడు రాజు వారి కభయ మిచ్చెను.

గిరి భంజనము

అప్పుడు రాజు వచ్చి యా పర్వతమును గోటితో మీటెను. ఆ కోలాహలము నేల పడిపోయెను. ఆ పర్వతునకు వసురాజనగా భయము వేసెను. వాని రెక్కలు విరిగిపోయెను.

పూర్వము పర్వతములకు రెక్కలుండెడివి కదా! వానిని తరువాత నింద్రుడు నఱకెను. వసురాజు కాలితో మీటినప్పుడు కోలాహల పర్వతుని రెక్కలు విరిగిపోయెను.

ఇక్కడ నొక సందేహము. ఈ కథ యెప్పుడు జరిగినది? ఇంద్రుడు పర్వతముల రెక్కలు పూర్వము ఖండించెనా? తరువాత ఖండించెనా? ఇట్టి ప్రశ్న లాధునికుల కనంతములు. ఒక చమత్కార మా చమత్కారము కొఱకే. అచ్చట తక్కినవి పట్టవు. ఇది కవిత్వము. చెప్పిన భావము యొక్క రమ్యత నాస్వాదించవలయును. ఇది శాస్త్రము కాదు. లెక్కలు కావు. వేదాంతము కాదు. తర్కము కాదు. పురాణ కథలను వెనుక త్రిప్పుట కాదు. అచ్చటికి పోయినచో లక్షవాదములున్నవి. ఈ కాల మనంతము. కల్పములు మహాయుగములున్నవి. ఎప్పటికప్పుడు సృష్టి మరల జరుగుచుండును. తత్పూర్వ కథలే మరల వచ్చు చుండును. అది వేఱే పెద్ద విషయము.

ఇచ్చట పూర్వము కోలాహలునకు రెక్కలు కలవు. వచ్చి శుక్తిమతి కడ్డము పడినాడు అప్పుడు రెక్కలు విరిగినవి. తరువాత కదలలేదు. రాజతనిని క్రీడాశైలముగా చేసికొన్నాడు.

ఈ కథ యెప్పుడు జరిగినదో యెవరికి తెలియును? అనంత కాలమాయెను. ఏ యుగములో జరిగెనో! మనకు కావలసినది ఈ కవి ఈ కథ నెంతరమ్యముగా వ్రాసెనన్నది. ఆ నదీ పర్వతములయందు స్త్రీ పురుషుల నారోపించి స్త్రీ బలాత్కారమును వర్ణించి లోకము మొదలైనవి చెప్పుట. మానవస్వభావమును నదీ పర్వతముల మీద నారోపించి చెప్పుట. వందలు శ్లేషలు చెప్పుట. లోకమును చెప్పుట. వీనియందు రమించగలిగినచో రమించిన వాని కానందము కలుగును. శుష్కతర్క బుద్ధికిని కవితాస్వాదనపరునకును సంబంధము లేదు.

దివ్య విమాన బహుమానము

సీ. మానవీయానంతమణికాంతధామ మై
యిది హిమానీవేళ నింపు నింపు
శోణప్రవాళమంజులతానిశాంత మై
యలరించు నిది వసంతాగమమునఁ,
దరళముక్తాదీప్తిధారాధివాస మై
వేసవి నిది మహోల్లాస మొసఁగుఁ,
బ్రబలవ జ్రోపలప్రాసాదభాస మై
తొలకరి నిది కుతూహలము నిలుపు.

తే. జనవరో త్తమ! యిది సర్వసమయసౌఖ్య
జనక మిందలియాలేఖ్యసాధ్యసిద్ధ
కిన్నరాంగన లవిగీతగీతనృత్య
వాద్యములు సూపి నిలుతురు వలయు నెడల. (315)

అప్పు డింద్రుడు వచ్చి ఈ వసురాజు చేసిన మహాకార్యమును మెచ్చికొని యతనికొక దివ్య విమానము నిచ్చెను. ఆ విమానము నెక్కుటకు బ్రహ్మ విష్ణు మహేశ్వరులు తప్ప తక్కినవా రనర్హులు. ఆ విమానము సర్వ సౌఖ్యములను గూర్చును. అంత నా రాజునకు శుక్తిమతీ నది విహారదీర్ఘికగా, అనగా తానెప్పుడు పడిన నప్పుడు పోయి స్త్రీలతో స్నానము చేయుటకు, విహరించుటకు యోగ్యమైన దిగుడు బావిగా నుండెను. కోలాహలము క్రీడా పర్వతముగా నుండెను.

అంత నామె గర్భవతి యయ్యెను. ఆమెకొక కుమారుడును కుమార్తెయు కలిగిరి. కోలాహలుడు తనకు పుట్టిన యిద్దరు బిడ్డలను చూచి సంతోషించెను. ఆ కూతురు పేరు గిరిక. అచ్చటి ఋషులామె కా పేరు పెట్టిరి. ఆమె పెంపకము, ఆమె బాల్యక్రీడలు, ఆ స్థలమునం దెంత యందముగా నుండెను.!

సీ. మందయానము నేర్పు నిందిందిరాజీవ
రాజీవరాజ న్మరాళరాజి,
కలికిపల్కులు నేర్పు లలితనానావాస
నావాసనికట కానన శుకాళి,

గొనబుపాటలు నేర్పుఁ గుముదర సామోద
సామోదమధుప శుద్ధాంతసమితి,
నటనలీలలు నేర్పుఁ దటరూఢకల్పాగ
కల్పాగచర నీలకంఠవితతి,
తే. యన్నదీకన్య కఖిలభాగ్యములు గలుగ
మునిపురంధ్రిజనంబు దీవన లొసంగు
నతివ సైరంధ్రు లై, దాదు లై, వయస్య
లై విపినదేవతలు ప్రోతు రనుదినంబు. (3-28)

కోలాహలుడు సుకవులను పిలిపించి, పిల్లకు చదువులు చెప్పించెను. సుకవులనగా పక్షులనికూడ నర్థము. కిన్నరులచేతనామెకు సంగీతము నేర్పించెను.

ఇట్లు మంజువాణి యా కన్యయొక్క కథ చెప్పగా తీవలచాటు నున్న రాజు ఈ పిల్ల తన సొమ్మే యనుకొనెను.

గిరికా వసురాజుల ప్రథమ సందర్శనము

ఆ దొంగముని యామె భవిష్యత్తును చెప్పెను. 'ఈమెది గొప్ప జాతకము. ఈమె వసురాజునకు భార్య యగును.' అని ఈ మాట విన్నంతనే యామె చెలికత్తెలకు తహతహ యెక్కువయైనది. 'ఆ రాజెప్పుడు వచ్చును? ఈమె నెప్పుడు చేపట్టును?' ఆ దొంగముని తన తపశ్శక్తిచేత నారాజు నచటకు దెత్తుననెను. ఇదే సమయమనిరాజు వారివద్దకు పోయెను. దొంగ ముని యాశీర్వదించెను. వారు తత్తఱపడిరి. గిరికయు రాజును నొకరినొకరు చూచుకొనుట సిగ్గుపడుట, తత్తరపడుట, తహతహలాడుట, చెప్పుటకు వీలు లేకుండెను.

అప్పుడు మంజువాణి రాజునకు గౌరవము చేసెను. ఈ గిరిక కథ రాజుతో చెప్పెను. అనగా రాజు ఆ మునిని ప్రశంసించెను. అతడు తన కాప్తుడనెను. ఆ ముని వెడలిపోయి వేషమును మార్చి రాజును వెదకుచున్నట్లు అచ్చటికి వచ్చెను. అచ్చటనున్న చెలికత్తెలందఱు నతనిని చూచుటతోడనే యా ముని యితడేనని గుర్తుపట్టిరి.

చ. సొలసి తటిల్ల తాంగి జిగిసూపు వెలుంగులచేఁ, గలధ్వను
ల్గలకలకంఠులం గదిమి, గాటపునెమ్మి నటింప, హంసకం

బులు జడియం. బయోధరసమున్నతి భంగురమధ్యపుష్కరాం
చల మరదోఁపఁగా నరిగెఁ, జారుఘనప్రతిసీర చెంతకున్. (3-67)

అంతలో గిరిక సిగ్గుపడి తెరచాటునకు బోయెను. తెరచాటునకు బోవుట యెట్లున్నదనగా నదియే పెండ్లియన్నట్లున్నది. పెళ్లిలో తెర యడ్డము కట్టుదురుకదా! ఇట్లుండగా శుక్తిమతి చెలికత్తె యొకతె యున్నది. ఆమె పేరు కలహంసి. ఆమె వచ్చి యామె తల్లి యామెను పిలుచుచున్నదని చెప్పెను. ఆమె పోబోయెను. మంజువాణి యభ్యంతర పెట్టెను. రాజు వచ్చెనుగదా! ఆయన యాజ్ఞ లేకుండ పోవుట మంచిదా? యని చమత్కరించెను. గిరిక సిగ్గొలికిపోవునట్లు రాజును చూచుచు వెడలిపోయెను.

ఆమె వెడలిపోయిన తరువాత రాజుయొక్క స్థితి మరియు నధ్వాన్నమయ్యెను. ఎట్లైననేమి? అతడు తన రాజధాని కేగెను. అతడు మన్మధతాప మనుభవించు చుండెను.

ఇచ్చట గిరికయొక్క స్థితియు నట్లే యుండెను. ఆ తల్లి యెంతో బాధపడుచుండెను.

అంత మంజువాణి వచ్చి యామెయు చెలికత్తెలు పూలతోటలో తిరిగిరి. చెఱువులలో స్నానము చేసిరి. ఈ రచనయొక శయ్యామాధుర్యము. స్నానము చేయుచుండగా ఒకతె మరియొకర్తెతో నిట్లనెను.

శా. ఓలోలాంబక! యోల యోల యన నో లో లంచు మేలంబునన్
లోలంబాలక యోర్తు గ్రుంకి బిసవల్లు ల్దున్మి తూఁటాడి కెం
గేలం బట్టి తటాలునన్ నెగసె, నక్షీణాంబునాథాంబుజా
క్షీలోకంబు జయించి వారల యశశ్శ్రీఁ దెచ్చు చందంబునన్. (3-162)

రచన యిట్లుండును.

అద్వితీయ పద్యము

తరువాత మన్మథపూజ చేసినారు.

ఎట్లైనను గిరికయొక్క మదనతాపము తగ్గలేదు.

సీ. మోహోపదేశ తమోముద్రితము లైన
కనుఁదమ్మల హిమంబు లునుప రాదు,
శ్రమబిందుతారకాగమభిన్నకుచకోక
ములఁ జంద్ర నామంబుఁ దలఁప రాదు,
శీర్యదాశావృంత శిథిలితాసులతాంత
మసియాడ వీవన ల్విసర రాదు,
పటుతాప పుటపాకపరిహీణతను హేమ
మింకఁ బల్లవపుటా ర్చిడఁగ రాదు,

తే. లలన కానంగకీలికీలాకలాప
సంతతాలీఢహృదయపాత్రాంతరాళ
పూరిత స్నేహపూరంబు పొంగిపొరలఁ
జల్లని పటీరసలిలంబుఁ జల్ల రాదు. (3-180)

అని చెలులు చెప్పిరి.

ఈ పద్యమువంటి పద్యము తెలుగు సారస్వతములో మరి యొకటి లేదు. ఆ నడక, ఆ యక్షర సన్నివేశము, ఆ చారుత్వము, సారస్వతవేత్తలు మనసా గ్రహింపదగినవే కాని చెప్పెడివి కావు.

ఆమె నెట్లైననేమి! చెలికత్తెలింటికి దెచ్చిరి.

చతుర్థాశ్వాసమంతయు నా యొక్క విరహతాపమే! సామాన్యముగా మన కావ్యములలో చల్ల గాలి, చంద్రుడు, మన్మథుడు, వీరిని ఉద్దీపన విభావములందురు. కొందఱాధునికులు వీనిని ద్వేషించుచున్నారు. వీని వెనుక నొక రహస్యమున్నది. మనకిష్టమైనవారుదూరముగా నుండగా కొందరు సుఖవస్తువుల ననుభవించుచు తమకు ప్రియమైనవారు దగ్గఱలేరని యతృప్తిపడుటయున్నది. ప్రియమైనవారు మరణించగా భోగవస్తువులను పరిహరించుటయున్నది. ఇది యొక లక్షణము మానవస్వభావము నందున్నది. శృంగార రసములో నీ లక్షణమునే కొంచెము పెద్దగాచేసి వానిని దూషించుటగా వ్రాయుట జరుగును.

ఇందులో చంద్రదూషణము మరియు నాశ్చర్యము.

ఉ. ఇంతుల నేఁచు పాతక మదింతట నంతటఁబోదు, పాంథలో
కాంతక! నిన్ను ఘోరతమ మై, ఘన మై యజహత్కళంక మై,
వంతలఁ బెట్టి యాఱుపది ప్రక్కలు సేయక, పూర్వపక్షపుం
గంతుల కేమి చూచెదవు గా, తుది నీ బహుళా ర్తి ఖేదముల్ (4-28)

ఆమె యాబాధ కోర్వలేక యేడ్చినది. అదియొక ప్రసిద్ధమైన పద్యము.

శా. ఆజాబిల్లి వెలుంగువెల్లికల డాయన్ లేక, రాకానిశా
రాజశ్రీసఖ మైన మోమునఁ బటాగ్రం బొత్తి, యెల్గెత్తి, యా
రాజీవానన యేడ్చెఁ, గిన్నరవధూరాజత్కరాంభోజకాం
భోజీమేళవిపంచికారవ సుధాపూరంబు తోరంబుగాన్. (4-52)

మంజువాణి దూత్యము

అంతకు పూర్వమే తక్కిన చెలికత్తెలు మంజువాణిని పంపిరి.

'సరేనమ్మా? ఆ రాజును గూర్చి మన యమ్మాయి యిట్లున్నది, మన యమ్మాయిని గూర్చి యా రాజెట్లున్నాడో తెలియక మనమేమి ప్రయత్నము చేయగలము? కనుగొనిర'మ్మని పంపిరి.

ఆ మంజువాణి తిరిగివచ్చినది. రాజుగారు కూడ ఈ స్థితిలోనే యున్నారు. మంజువాణి రాజుగారి యుంగరమును దెచ్చినది.

ఈ మంజువాణి తాను చేసిన ప్రయాణమును వర్ణించినది. ఈమె తన యునికి యచ్చట తెలియకుండ ప్రవర్తించినది. అచ్చటి పరిచారికలు రాజు గిరికను తలంచికొని నిద్రాహారములు కూడ మానినాడని చెప్పుకొనగా విన్నది. మంజువాణి యచ్చటనున్న రత్నపు బొమ్మలలో నొక బొమ్మగా నిలుచుండి యొక బొమ్మ మాటాడినట్లుగా రాజుతో మాటాడినది. తాను తెచ్చిన హారమును రాజుపై విసరినది. ఆ రాజాహారమును గుర్తుపట్టినాడు. చివర కీమె తన్ను తాను తెలిపికొన్నది. తన చెలికత్తె పడు బాధను చెప్పినది. అపుడు రాజిట్లు చెప్పినాడు 'ఆమె పరాధీన. అనగా తల్లి దండ్రు లిచ్చినగాని నేను పొందుటకు వీలులేదు. నా యెత్తునకు నే నామెను లేవదీసి కొనివచ్చుట తప్పుగదా! ఇంద్రుడు నాకు వార్త పంపినాడు. ఆయనయే ఈ కోలాహల పర్వతుని వద్దకుబోయి నీ కుమార్తెయైన గిరికను మా వసురాజున కిమ్మని యడుగునట!

"ఇదిగో యీ యుంగరమిచ్చినా" డని మంజువాణి యీ యుంగరమును గిరిక కీయగా ఆ గిరిక రాజును చూచినట్లే సంతోషించెను.

గిరిక వసురాజుల పెండ్లి

అంత నింద్రుడు గంగాదేవిని వెంటదీసికొని వచ్చెను. వచ్చిన యింద్రుని కోలాహలుడు గౌరవించెను.

ఇంద్రుడు వచ్చినా డన్న వార్త తెలిసికొని వసురాజు మిక్కిలి సంతోషించెను. వసురాజు ఇంద్రుని కాళ్ళ మీద పడెను. ఇంద్రుడుపెళ్ళి కొడుకువు కమ్మని యాశీర్వదించెను. 'ఓయి! వసురాజా! నిన్న నేను పెద్ద సభ చేసితిని. ఆ సభలో నీవు లేవు. నా స్నేహితుడేల రాలేదా? యని విచారించగా (ఆ. 5, ప. 58) నీ సంగతి తెలిసినది. వెంటనే నేను కోలాహలునకొక పట్టణము సృష్టించితిని. నీ కొరకాతని కూతురు నడిగితిని. నేడే సుముహూర్తము.

అంత రెండు నగరములు బ్రహ్మాండముగా నలంకరింపబడినవి. అందఱు కట్నములు తీసికొని వచ్చిరి. ఈయనను పెండ్లి కొడుకును జేసిరి. ఆమెను పెండ్లి కూతురు జేసిరి.

ఊరిలోని ముత్తైదువలందరును వచ్చిరి. మధుపర్కములు కట్టబెట్టిరి. సుముహూర్తము సమీపించెను. వివాహము జరిగెను. కోలాహలుడు లగ్నసమయము నందు అల్లునకు నిచ్చిన వస్తువులు మిక్కిలి యందమైనవి వానిలో కస్తూరి మెకములున్నవి. జవ్వాది పిల్లులున్నవి. వివాహము బ్రహ్మాండముగా జరిగినది.

అప్పగింతలు

వివాహమైన తరువాత నప్పగింతలవేళ పిల్లను పంపించువేళ మనదేశములో పిల్లలు ఏడ్తురు. తల్లులు దుఃఖింతురు!

శుక్తిమతి కూతు ననేక విధముల నోదార్చెను. 'ఏమియు భయపడకమ్మా! నేను వచ్చుచునే యుందును. పోవుచునేయుందును. నీ కవి పంపింతు, నివి పంపింతు' నని చెప్పెను.

'తమ్ముల(బంపుదు న్మణిశతమ్ముల(బంపుదు, రాజహంస పో

తమ్ముల(బంపుదున బరిచితమ్ముల(గానన దేవతాలి జా

తమ్ముల(బంపుదున్, ద్రుతగతమ్ముల నేనును సారణి ప్రపా

తమ్ముల వత్తు, విశ్వవిదితా, ముదితా మది తాప మేటికిన్' (ఆ. 6, ప.60)

ఈ పుస్తకములోనున్న యనేకములైన ప్రసిద్ధములైన పద్యములలో నిది యొకటి.

చివరకు దంపతులిద్దఱు వసురాజు మందిరమునకు వచ్చిరి. వారు రతీమన్మథుల వలె, సరస్వతీ బ్రహ్మలవలె, శచీంద్రులవలె, లక్ష్మీనారాయణులవలె చిరకాలము సుఖించిరి.

ఆ రాజు రాజ్యముచేయుచుండగా జారచోర భయము తగ్గెను. వానలు చక్కగా కురిసెను.

చెట్లు పండెను.

ప్రజలందఱు ధనవంతులైరి.

పాండిత్య ప్రకర్ష

ఈ కావ్యమున మరియు చివరి యాశ్వాసములలో కథ యేమున్నది? అన్నియు వర్ణనలే! అంతయు పెంచుటయే! అంతయు నూహయే. అన్నియు చమత్కారములే! శ్లేషలే! ఆచారములు, సంప్రదాయములు వానిలోని యనేక విషయముల నొక్కొక్కదానిని తీసికొని యెంతో గొప్పగా పాండిత్యముతో భాషా ప్రభుత్వముతో బుద్ధికి చమత్కారము కలుగునట్లు వర్ణించుట తప్ప మరేమియు లేదు.

కథ నాశ్రయించి కవులు బహు చమత్కారములు చేయవచ్చును. అది యొక రీతియైన కవిత్వము.

కథ లేకుండ కొందఱు కవులు గ్రంథమును వర్ణనలతో విచిత్రముగా పెంచుదురు.

ఆ కవులు సమకూర్చు నానందము వేఱు. ఈ కవులు సమకూర్చు నానందము వేఱు. ఈరెండవరకపు కవి కల్పనా దృష్టితో చూచినచో మిక్కిలి యధికుడు. గొప్ప యూహాశాలి. గొప్ప పండితుడు.

లోకము మొదటి లక్షణము గల కవి నుండి యెక్కువ యానందము పొందునేమో తెలియదు. ఒక విలక్షణమైన భావుకుడు తన మనసులోని లోతులు త్రవ్వుకొనువాడు రెండవదాని యందు తక్కువ రమించడు.

కవితా రసాస్వాదనమనునది చాలవఱకు వ్యక్తి ధర్మముల మీద నాధారపడి యుండును.

ఓం శాంతి శ్శాంతి శ్శాంతిః

పరిష్కర్త నివేదిక

రాపూరి దొరసామి శర్మ, ఎం.ఏ.,బి.ఒ.ఎల్.,

ఆంధ్ర పంచ మహాకావ్యములలో ద్వితీయమయ్యు నద్వితీయ కవితా శిల్పముచే రాణించి మించినది వసు చరిత్రము. దీని కర్త బట్టుమూర్తియను నామాంతరము గల రామరాజ భూషణుఁడు. ఆంధ్ర కవితా పితామహుని మను చరిత్రను పేరిలోనే కాక యన్ని విధముల ననుకరించి యతిశయించిన దీ వసుచరిత్ర.

గిరికా వసురాజుల ప్రణయ వృత్తాంత మితివృత్తముగ వర్ణన చాతుర్యము చేతను శ్లేషధ్వని చాతుర్యముచేతను అలంకార విన్యాసముచేతను భాషా ప్రౌఢిమ చేతను కవితాపాటవముచేతను వసుచరిత్ర ఆరాశ్వాసముల మహాప్రబంధముగ నిబంధింపఁబడినది. ఇందలి ప్రతి పద్యము రసవంతము : ప్రతి శబ్దము అర్థవంతము. ఆ మూలాగ్ర మనల్ప కవితా శిల్పము పొల్పారుచున్నది. వసుచరిత్ర ఆంధ్ర వాఙ్మయమున నొక యపూర్వ కవితా సృష్టి.

వసుచరిత్ర పఠన పాఠనములలో అత్యంత ప్రచారము గల దగుటచేఁ గాలక్రమమున లేఖక పాఠకులవలనఁ బాఠ భేదము లేర్పడెను. మఱి లాక్షణికులు కొందఱు స్వమతానుకూలముగఁ బాఠముల మార్చి లక్షణ గ్రంథములలో లక్ష్యములుగా నుదాహరించిరి. మన కావ్య వాఙ్మయమున నిట్టి పాఠ భేదముల కూర్పు చేర్పుల విషయము విజ్ఞులకు విదితమైనదే. మీఁదు మిక్కిలి యీ నాఁటి ముద్రిత ప్రతులలో పరిష్కర్తలు కొందఱు స్వీయాభిప్రాయముగ నర్వాచీన లక్షణ ప్రకారముగ సవరణలు చేసియున్నారు.

ఈ వసుచరిత్ర లిఖిత ప్రతులు ముద్రిత ప్రతులు పెక్కులున్నవి. ప్రాచీనార్వాచీన వ్యాఖ్యలు గలవు. లక్షణ గ్రంథములలోను నిఘంటువులలోను ఇందలి పద్యములు పద్య పాదములు పెక్కులు దాహృదతములై యున్నవి. ప్రకృతము ఎమెస్కో వారి సంప్రదాయ సాహితీ ప్రచురణ పరంపరలో రెండవదియగు వసుచరిత్రకు లభించెడు వివిధ లిఖిత ముద్రిత ప్రతుల పాఠములను పరిశీలించి భేదములున్నచోటఁ బఠన పాఠములందు నతి ప్రచారములో నున్న పాఠములనే సంగ్రహించి శుద్ధ ప్రతి సిద్ధము చేయఁబడినది. మఱియు ఛందో వ్యాకరణ లక్షణగ్రంథములందును నిఘంటువులందు నుదాహరిఁపఁబడిన కొన్ని పాఠములు ప్రామాణికములుగాన నయ్యవిగూడఁ బరిశీలింపబడి వలసినవి కైకొనఁబడినవి. ఇందు భిన్న ప్రతులను బట్టియు విద్వజ్జనుల వాడుకనుబట్టియు యుక్తమని తోఁచిన యొక పాఠమే పరిగ్రహింపబడినది. కాని పాఠాంతరములుగూడ అనేకులచేఁ బరిగ్రహింపబడియు లక్షణ గ్రంథాదుల నుదాహరింపబడియు నున్న, అట్టివి కొన్ని ఆయా పట్టుల నధస్సూచిలోఁ జూపఁబడినవి. పాఠాంతరములఁ గూర్చి యించుక వివరణము-

లోలంబాలక యొర్తు గ్రుంకి బిస వ+ల్లు ల్దున్మితూఁటాడి (3 ఆ-162ప)-

ఇందు'రోలంబాలక' యను పాఠాంతరము గలదు. రోలంబ+అలక తుమ్మెదలవంటి ముంగురులు కలది. రోలంబ శబ్దము ప్రసిద్ధము. 'రోలంబ' యను పాఠము సరసము. ఈ పాఠమును అప్రసిద్ధమగు 'ర-ల' యతి సిద్ధమగుచున్నది. అప్పకవ్యాది లాక్షణికులు 'ర-ల' యతి నంగీకరింపమిచే లోలంబాలక' పాఠమును బఠించి లో-లంబాలక అనగా లోపల వ్రేలుచున్న ముంగురులు కలదియను నర్థమును గూర్చి, సమయతిగా సరిపెట్టిరి. అహోబల పత్యాది లాక్షణికులు 'ర-ల' యతిని సమ్మతించి రోలంబ శబ్దమును నిల్పిరి. కూచిమంచి తిమ్మకవి మున్నగువారు రోలంబ లోలంబ శబ్దములు రెండు గలవని పేర్కొనిరి. ఇట్టి మత భేదములు కలిమిచే నిందు మాత్రము పాఠాంతరము ప్రదర్శింపఁబడెను.

ఇట్టిదే యీ క్రిందిది మఱొకటి-

కలహంస కాళ్ళఁ ద+పులకమున్న (4 ఆ-25 ప)

దీనికి 'రాయంచకాళ్ళఁ దే+లకయుమున్న' అను పాఠాంతరమున్నది.

ఇందు 'ర-ల' యతి మైత్రి సిద్ధమగుచున్నది.

పతికృత ధర్మకౌశలము పట్టునఁదోడగు నారి నారి....శా

శ్వతముగ నిట్లుగా మనిన వాను యె వామగదమ్మ కోమలీ (6-57)

ఇచ్చోట 'మనిన వామయె' అను పాఠాంతరము కొన్ని ప్రతులలో నున్నది. ఇట్లు బ్రతికిన స్త్రీయే (వామ) యోగ్యురాలని మూల పాఠార్థము. ఇట్లు వర్తింపని వామ (స్త్రీ) వామ (వక్రురాలు, ప్రతికూల) అని పాఠాంతరమున కర్థము. ఈ రెండు పాఠములు కొన్ని ప్రతులలో నొసఁగఁబడియున్నవి.

మఱికొన్ని పాఠముల కించుక సూచన-

తరువుల పొంతఁ బొంచి............కాంచె నచ్చటం

దరుణిఁ దమోవినీలకచ....నొ క దన్విఁ దరంగవళిం దలోదరిన్ (2-25)

ఇందు 'తన్వి' యను శబ్దమునకు విశేషణములన్నియు తకారాదిగఁ గూర్పఁబడినవి. ద్రుతము మీఁదివిగాన నిందలి తకారములు దకారములైనవి. కాన 'ఒక దన్వి' అను పాఠమును గొందఱు గ్రహించిరి. 'ఒక+తన్వి' అనుచోఁ దెనుఁగుమీద సాంస్కృతిక పరుషములకు గ స డ వ లు రావని 'ఒక దన్వి' అనురూపము సాధువు గాదని కొందఱిమతము. కాని 'ఇట్లు దపంబు, వీరల్లోపించు, ఎవ్వండు వరించు' ఇత్యాది మహాకవి ప్రయోగములుంట చేతను, మీఁదు మిక్కిలి యా వసుచరిత్రలోనే 'పెంపు వరీక్షించు' (3-6) అను నిట్టి సంధి రూపము ప్రయుక్తమగుటచేతను 'ఒక దన్వి' రూపము కవి హృదయముని మతాంతరము.

ఘన శౌర్యుండు.... శ్రీరంగ ప,ట్టన లంకానగరంబు (1-77)

'పట్టణ' అని కొన్ని ప్రతుల పాఠము. సంస్కృతములో 'పట్టన' అను రూపమే కాని 'పట్టణ' అని యుండదు. పట్టణము తెనుఁగు తద్భవమగును. ఇది సిద్ధ సమాసస్థలముగాన 'పట్టన' అనియే యుండఁదగును.

ఇట్టిదే మండప శబ్దము. మంటపమని తెనుఁగు వాడుక. సంస్కృతములోనిది మండపము. దాని వైకృతము మంటపము. ఆ మహామండపము దాఁటి యవలఁ జనుచు (4-71)

తరల. ద్రమిళలాట కురవరాట దహాళ కోట కుంభినీ

రమణజూట తటకిరీట రత్న పాటలప్రభా (5-129)

ఇది తరల వృత్తముగాదు. తరలమునకు 'న భ ర స జ జ గ' అను గణము లుండును. ఇందు 'నభసనజర' అను గణములున్నవి.

ఛందో గ్రంథములం దిట్టి వృత్తము పేర్కొనఁబడలేదు. ఇందు రెండవ పాదమున గణవ్యతిక్రమము గలదు. అన్ని ప్రతులందీ పాఠమే యున్నది. నగణహగణ సమ్మేళనము గలదై యున్నది. గాన దీనిని 'ఉత్సాహ' అని పేర్కొనుట యుక్తము.

పరిశీలించిన వసుచరిత్ర ప్రతులు, తత్సంబంధి గ్రంథములు :

1. బ్రౌను దొరవారి ప్రతి (జూలూరి అయ్యప్ప పండితుల ప్రతిపద టీకతో ముద్రితము)
2. సోమనాథ కవి వ్యాఖ్యతో ముద్రితమైన ప్రతి (ప్రాచీనము)
3. ములుపాక బుచ్చయ్యశాస్త్రి టీకగల లిఖిత ప్రతి
4. వావిళ్ళ ప్రతి
5. ఆనందముద్రణాలయ ప్రతి
6. అకాడెమీ ప్రతి
7. సంస్కృత వసుచరిత్రము
8. అప్పకవీయాది లక్షణ గ్రంథములు
9. సూర్యరాయ నిఘంటువు - మొ॥
10. వసుచరిత్ర విమర్శనము (వజ్ఝల వారిది)

ఎమెస్కో వారి సంప్రదాయ సాహితీ ప్రచురణలలోఁ బ్రాథమికమైన మనుచరిత్రను పఠించిన ఆంధ్ర పాఠకలోకము ఇప్పుడీ వసుచరిత్ర ప్రబంధరాజమును జదివి కావ్యామృత రసాస్వాదము గావించి లోఁక మందు వెలువడనున్న కావ్య రత్నములకై నిరీక్షింతురుగాక.

నాకీ ప్రబంధ పరంపరా పరిష్కార కార్య సదవకాశమును గలిగించినందులకు ఎమెస్కో యజమానులకు నా ధన్యవాదములు.

శ్రీ

వసు చరిత్రము

ప్రథమాశ్వాసము

(అవతారిక : ఇష్టదేవతాస్తుత్యాదికము- కథప్రారంభము - అధిష్ఠానపుర వర్ణనము- వసురాజు ప్రశంస - వసంత ఋతు వర్ణనము - వనపాలు రుద్యానమును వర్ణించుట-వసురాజుద్యానమున కేగుఁట.)

అవతారిక

ఇష్టదేవతా స్తుతి

శ్రీ భూపుత్రి వివాహవేళ, నిజమంజీరాగ్రరత్న స్వలీ
లాభివ్య క్తి వరాంఘ్రిరేణుభవకన్యాలీల యంచున్ మదిం
దా భావింప, శుభక్రమాకలనచేఁ దద్రత్నముం గప్పు సీ
తాభామాపతి ప్రోవుతన్ దిరుమలేంద్ర శ్రీమహారాయనిన్. 1

సీ. సకలలోకాభినంద్యకలా కలాపంబు
దొరయు నెమ్మోము చందురునితోడ,
బహుదివ్యఫల పరిపాక సౌభాగ్యంబు
నెరపు కెమ్మోవి మానికముతోడ,
నవ వయశ్శ్రీనిధానంబులై తగు నురో
భవ సుధాపూర్ణ కుంభములతోడ,
నమ్లాన సుమమాలికాభిరూప్యముఁ దాల్చు
లలిత భుజాకల్పలతల తోడ,

తే. నదరి జనకాబ్ధిసీమ, రామాభిధాన
హరి, కహీనగుణప్రోత హరిశరాస
గిరిమథనయత్నమునఁ దోఁచు సిరి, యశేష
రాజ్యము లొసంగుఁ దిరుమలరాయమణికి. 2

మ. సకలామోదక తాళవృత్తగతులన్ సంగీత సాహిత్యనా
మకవిద్యా యుగళంబు పల్కుఁ జెలికిం బాలిండ్లజోడై సిరుల్
ప్రకటింపన్, నఖరేఖలందు నలఘుప్రస్తారముల్ సేయు స
ర్వకలాకాంతుఁడు దిర్మలమహారాయక్ష్మావల్లభున్. 3

మ. రమణీయాక్షసరాకృతిం బొలుచు వర్ణ శ్రేణి, వీణానులా
పము చేతం గరఁగించి యందు నిజబింబం బొప్పనచ్ఛామృత
త్వము నాత్మప్రతిపాదకత్వమును దద్వర్ణాలియం దెల్లఁ బూ
ర్ణము గావించిన వాణి తిర్మలమహారాయోక్తిఁ బొల్చుం గృపన్ 4

శా. 'ఆ మందాకిని మౌళిఁ బూని నను నర్ధాంగీకృతం జేసి తా
నౌ మేల్మే' లని యార్య యల్గఁ, బ్రణతుండై, తత్పదాంభోజ యో
గామర్షంబున గంగయు న్మొరయఁ, జూడాభోగ సమ్యక్క్రియా
సామర్థ్యంబున వేఁడు శంభుఁడు కృతిస్వామిం గృపం బ్రోవుతన్. 5

సీ. ఘనఘనాఘనలక్ష్మి నెనయు కొప్పిరుగడ,
నిరుగడఁ దరుణాబ్జకృతవతంస,
మురుచిత్రకాగ్ని శిఖోన్మేష మిరువంక,
నిరువంకఁ గుండలి స్ఫురితకర్ణ,
ముడివోని మిన్కు లీనెడు పేరు లిరుదెస,
నిరుదెసఁ గమల బంధుర కరంబు,
నెఱి మించు చిఱుత వన్నియచేల మిరుమేన,
నిరుమేన రతి మనోహర విభూతి

తే. యమర, నన్యోన్యవేష భేదాసహిష్ణు
భావవిభవంబుఁ దెలుపుచుఁ బరమమైత్రి
మగని సామేన నిలిచిన యగతనూజ
ప్రథనజయ మిచ్చుఁ దిరుమలరాయమణికి. 6

శా. దంతాఘట్టిత రాజతాచల చలద్గౌరీస్వయంగ్రాహముం
గంతుద్వేషికిఁ గూర్చి, శైలజకుఁ దద్గంగార్భురాచాంతి న
త్యంతామోదము మున్నుగా నిడి, కుమారాగ్రేసరుండై పిత్రు
స్వాంతంబుల్ వెలయింపఁజాలు నిభరాడ్వక్త్రుం బ్రశంసించెదన్. 7

సీ. తరుణార్కకబళనోద్ధతిఁ జూపె నెవ్వాడు
రుచులచే, ఫలమోహ రుచుల చేత,
నకలంక రామముద్రికఁ బూనె నెవ్వాఁడు
శయముచే, హృత్కుశేశయముచేత,
మున్నీరుఁ బల్వలంబుగ దాఁటె నెవ్వాఁడు
జవముచే, గుణగణార్జవము చేత,
నక్షశిక్షాప్రౌఢి నలరారె నెవ్వాఁడు
రణముచే, నియమధారణము చేత,

తే. ధరణి నెవ్వాఁడు దానవద్విరదదళన
విహృతిఁ దనకేసరికిశోరవృత్తిఁ దెలిపె,
నతని మత్కావ్య భవ్యనాగమృతఘటన
మంజులస్వాంతు హనుమంతు మదిఁ దలంతు. 8

సుకవి స్తుత్యాదులు

సీ. భువి కవితాకన్యఁ బుట్టించె నెవ్వాఁడు,
బడి నాగమము లెల్ల నడపె నెవ్వఁ,
'డేను నీ' వనుమాట నెలయించె నెవ్వాఁడు,
కోమలపదలీలఁ గూర్చె నెవ్వఁ,
డనఘతులాకోటి నలరించె నెవ్వాఁడు,
నిఖిలగుణంబులు నేర్పె నెవ్వఁ,
డినకరసంప్రాప్తి నెసఁగించె నెవ్వాఁడు
రహి నించె నర్థగౌరవము నెవ్వఁ,

తే. డట్టి వాణీ గురుత్వ మహత్త్వ ఖనుల
ఘనులఁ, బ్రాచేతస వ్యాస కాళిదాస

దండి భవభూతి మాఘసత్కవి మయూర
భారవుల, భారవుల, నాత్మ(బ్రస్తుతింతు. 9

మ. మహి మున్ వాగనుశాసనుండు సృజియింపన్, గుండలీంద్రుడు ద
న్మహనీయస్థితిమూలమై నిలువ : శ్రీనాథుండు ప్రోవన్, మహా
మహులై సోముఁడు భాస్కరుండు వెలయింపన్, సొంపు వాటించు నీ
బహుళాంధ్రోక్తిమయప్రపంచమునఁ దత్ప్రాగల్భ్యమూహించెదన్. 10

శా. భావం బెక్కడ లేక, వృత్తినియమాపాయంబుఁ జింతింప, కెం
దే వర్తించి, పరార్థ వంచనలచే దీపించి, మూర్ఖాళి సం
భావింపం గుకవిప్రణీతకృతి సామాన్యాకృతిం బూని పై
పై వన్నెల్ పచరింప, దానిఁ దిలకింపంబోరు ధీరోత్తముల్. 11

వ. అని యిష్టదేవతా వందనంబును, సుకవి కవితాభినందనంబును, గుకవి నిందనంబును గావించి సనాతనాధునాతనఖిల మహాకవిజనానుగ్రహంబునఁ బురాతన పుణ్యశ్లోక రాజర్షి వర్ణనా కర్ణనోత్కంఠిత సకలజన సేవ్యంబగు నొక్క మహాకావ్యంబు, రసోచిత చమత్క్రియాకల్పనాకల్పభవ్యంబుగా నొనరింపం బూని యున్న సమయంబున. 12

కృతిపతి వర్ణనము

సీ. వసుమతీభార ధూర్వహత నెవ్వని యుర్వ
రావరాహాంక మర్థము వహించుఁ,
గరగతచక్రవిక్రమశక్తి నెవ్వాని
రామానుజత్వంబు రమణ కెక్కు,
జీర్ణకర్ణాటలక్ష్మీ పునస్సృష్టి నె
వ్వాని లోకేశ్వరత్వము పొసంగుఁ
జటులశార్వర మగ్న సర్వవర్ణోద్ధార
పటిమ నెవ్వని రాజభావ మెసఁగు,

తే. నతఁడు వీరప్రతాప రాజాధిరాజ
రాజపరమేశ్వ రాష్టదిగ్రాజకుల మ
నోభయంకర బిరుదసన్నుత జయాభి
రామగుణహారి, తిరుమలరాయశౌరి. 13

వ. వెండియుం బ్రచండరుచిపిచండిల మార్తాండమండల పాండిత్య భూషిత భుజార్గళ నిరర్గళప్రతాప దీపిత ప్రకాశకౌశికీభూత కదన భూతల భీతాభీత విమతక్ష్మాధీశ్వరుండును, విశ్వవిశ్వంభరా వినుత శాశ్వతైశ్వర్య ధుర్యతా మహేశ్వరుండును, నంభోధివసన సంభాసమాన కుంభిరనీవలయ సంభరణ దీక్షా శుభారంభాసుభగంభావుక గంభీరభేరీభాంకరణదంభ శుంభదంభోదర గర్జాసముజ్జృంభణ సంభావి తాత్మీయ పట్టాభిషేక సమయ సముత్తంభిత శాతకుంభినిగుంభితాంభో వర్ష విద్రావితక్షుద్రనృపోపద్రవతాప భద్రవద్రసానిత్య రసార్ద్రతాను సంధాయక దైనందిన దానధారా ప్రవాహుండును, నసమ సమర సముత్సాహ సాహసహసిత సితవాహుండును, నభంగభువనమంగళ సర్వస్వ మరకతదండ పుండరీకాగ్రవర్ణనీయ సువర్ణకలశకర్ణికాధిష్ఠిత రాజ్యలక్ష్మీరత్నోపధానాడంబర సంబోధకాంబురుహబంధు బింబానుబింబవైభవుండును, త్రైలోక్యవినుత చాళుక్య నారాయణాంక సంకల్పితాశేష పోషణ ప్రాభవుండును, గృపాణకృష్ణ నిర్మథ్యమాన రణార్ణవసముత్పన్న విజయలక్ష్మీ నిక్షిప్త నిరుపమ నిరీక్షణనర్మ కరమకర పతాకాలోకనమాత్ర సంపాదిత కంపస్వేద భీరూభవన్నానావజీర సేనామానభేదనుండును. శ్రీరామచంద్ర చరణకమలయుగళాభివాదనుండును, నాత్రేయగోత్రపావనుండును, నఖిలకర్ణాటరాజ్య పునరుజ్జీవనుం శ్రీరంగరాజరత్న రత్నాకర పూర్ణచంద్రుడును నగు తిరుమల రాయదేవేంద్రుండు నిస్తంద్రవిభవసాంద్రుండై యొక్కనాడు, వజ్ర కీలితద్వారబంధబంధురలక్ష్మీ విలాసంబు జననసమయ జలాంతర్లక్ష్యమాణ జలజసదనాసమాగమనసంపదసొంపు సంపాదింప, సాభోగ యవనికాభ్యంతర సద్యస్సముద్యతయంత్రపాంచాలికాసంచారంబులు జిలుఁగు తరంగల మఱుంగు దొఱంగి వచ్చు నచ్చెర మెఱుంగుఁబోండ్ల తెఱంగు లెఱుంగింపఁ, జంద్రకాంతభిత్తి బింబిత చంద్రాననావదనంబులు తరంగభక్తి బహూకృత నవేందుబింబంబుల యందంబు పొందు పఱుప, నభినవస్ఫటికోపలసంస్థాపితసోపానపార్శ్వకరికరాకారరేఖా విశేషంబులు సప్రతిచ్ఛాయ సంజాయమానసంక్రందనవేదండశుండా దండ ప్రచారంబులం బచరింపఁ గలశవారాశి చెలువునం బొలుపలరు విమల పట్టాంబరవితాన విద్యోతమాన మహాస్థాన భవనరాజంబునం, దెలిదీవి తీవి నలరు నమూల్య ముక్తామయ సింహాసనంబున సుఖాసీనుండై సామంతమకుటనబాతబాత రూపరేఖపరంపరఁ

బీతాంబరత్వంబు వహించిన మిత్రవర్గంబుతో సారూప్యదేదీప్యమాన భక్తోవ
లాలన పరాయణుండగు నాదినారాయణు కరణి సిరుల నిరవొందుచు. 14

సీ. కటకేంద్రుఁ డంపిన గంధసింధురము లా
త్మస్వామిమారు హస్తములు మొగువ,
హయనాథుఁ డంపిన హరులు కైజామోర
లార్పుచుఁ బతికి జోహారు సేయ,
నావాడపతి పంపిన యమూల్యకటకముల్
కర్త పేరుగఁ బదాగ్రములఁ బెనఁగఁ,
బాండ్యేశుఁ డంపిన భర్మంబు లధిపతి
ప్రతిగా నిజాంకముద్రలు వహింప,

తే. శౌర్య కీర్తులతో వచ్చు సకలదిఙ్న
రేంద్ర రాజ్యేందిరలమాడ్కి నిగురుఁబోండ్లు
చటులమాణిక్యమయదండచారుచామ
రములు వీవంగఁ బేరోలగమున నుండి 15.

కవిని కృతి చేయమని కోరుట

మ. నను, శ్రీరామపదారవిందభజనానందున్, జగత్ప్రాణనం
దనకారుణ్యకటాక్షలబ్ధకవితాధారాసుధారాశి సం
జనితైకైకదినప్రబంధఘటనాసద్యశ్శ్రుతగ్రంథక
ల్పను, సంగీతకళారహస్యనిధిఁ బిల్వంబంచి పల్కెంగృపన్. 16

శా. శ్రీరామక్షితిపున్, మదగ్రజు, జయ శ్రీలోలు,నానాకళా
పారీణున్, బహు సంస్కృతాంధ్రకృతులన్‌బల్మాఱు మెప్పించి త
త్కారుణ్యంబున రత్నహారహయ వేదండాగ్రహారాది స
త్కారం బందితి, రామభూషణకవీ! ధన్యుండ వీ వన్నిటన్. 17

కృతి ప్రశంస

తే. తరుతటాకాది సంతతుల్ ధరణి నెచట
నిలిపి రచటనె యుండు : వానికిని గృతి ము
ఖంబుననె విశ్వవిఖ్యాతి, గానఁ గృతియె
సంతతి వతంస, మది మాకు సంఘటింపు. 18

ఉ. కేవలకల్పనాకథలు కృత్రిమరత్నము, లాద్యసత్కథల్
వానిరి పుట్టురత్నము, లవారిత సత్కవికల్పనావిభూ
షావహ పూర్వ వృత్తములు సానలఁ దీరిన జాతిరత్నముల్,
గావున నిట్టి మిశ్రకథగా నొనరింపుము నేర్పు పెంపునన్. 19

కృతిపతి వంశావతారము

వ. అని సబహుమానంబుగాఁ దాంబూలజాంబూనదాంబరాగ్రహారాది ప్రదానంబుల నాదరించుటయు నేను నానందకందళితాంతరం గుండనై కృతిపతి వంశావతారం బభివర్ణించెద. 20

సీ. జనకనేత్రఫలం బయిన పాలపాపఁడు,
వరవృద్ధిఁ గాంచు జైవాతృకుండు,
శ్యామాభిరాముఁడై యలరు రేఖాశాలి,
రహిఁ గళల్వూను సర్వజ్ఞు మౌళి,
కువలయానందంబుఁ గూర్చు చల్లనిరాజు,
తమ మెల్ల నడఁచు సత్పథవిహారి
వసువులు గురియు దివ్య వదాన్య తిలకుండు,
లచ్చితోఁ బుట్టిన లక్ష్మణాఢ్యుఁ

తే. డంబుజాసనుఁ డన, విధుఁ డనఁగ సోముఁ
డన నెగడి, హంస సంగతి నడర, సురలఁ
బ్రోవ దాక్షాయణీ ప్రేమఁ బూన నేర్చు
జాణ చంద్రుండు, కాంతినిస్తంద్రుఁ డలరు. 21

చ. అతనికిఁ గల్గె సౌమ్యుఁడు గుణార్ణవ రమ్యుఁ, డతండవార్యదో
ర్యుతదివిజారివైభవుఁ బురూరవుఁ గాంచెఁ, జిరాయు వాయు వా
కృతికి జనించె, నాసుకృతికిం గలిగె న్నహుషుం డకల్మషుం,
డతనికిఁబుట్టె శామ్యదభియాతి యయాతి తదన్వయంబునన్. 22

శా. ద్వీపప్రోద్భవ సూక్త పంచమ మహావేదంబు దీపించె నే
భూపాలోత్తము పేర, భారతియు నేపుణ్యాత్ము వంశ స్తవం
బాపాదించి కృతార్థ యయ్యె, నతఁ డాశాంతక్షమాపాలన
వ్యాపారాభిరతుండు వొల్చు భరతుం డాత్రేయగోత్రేయుఁడై. 23

ఉ. ఆభరతాన్వయంబున రణాధ్వరయూపభుజుల్, మహాధరి
త్రీభుజు లుద్భవించిరి యుధిష్ఠిరముఖ్యులు,విశ్రుతాఖ్యు, లు
ర్వీభరణప్రవీణులు, వివేకధురీణులు, దాసదీక్షితా
గ్రాభిహితుల్, సుధీయుతు, లుదారదయాహృదయుల్, శుభోదయుల్. 24

క. ఆసంతతి, వైభవజిత
వాసవుఁడగు తాతపిన్న నసుధాధిపుఁడు
ద్భాసిల్లెఁ, గీర్తిమయము
క్తాసౌధ సువర్ణకలశితవిభావసుఁ డై. 25

ఉ. ఆ సుగుణాబ్ధికిం బ్రశమితాఖిలదోషుఁడు, చక్రపాలనా
భ్యాసుఁడు, సోమదేవుఁడను నద్భుతశీలుఁడు గల్గె, నాకళా
భ్యాసికి నుద్భవించె దురహంకృతిమత్పరవాహినీశ సం
త్రాసద బాణలాఘవుఁడు రాఘవుఁడాజి కృతప్రమోదుఁడై. 26

క. ఆ విభునకు నర్జునపరి
భావకుఁడై పిన్న శౌరి పగిదిఁ బొడమె వం
శావహుఁడు పిన్న శౌరి, ర
మావల్లభుఁడతఁడు బుక్కమహిధవుఁ గాంచెన్. 27

సీ. తన భవ్యధామంబు తన భవ్యధామంబు
కరణి మిత్రోన్మేష కరము గాఁగఁ,
దన ధర్మగుణములు దన ధర్మగుణము ల
ట్లతులిత శ్రుతిమార్గగతుల నెసఁగఁ,
దన మహాహవదీక్ష దనమహాహవదీక్ష
పగిది నానావనీపకులఁ బెంపఁ,
దన యంబకంబులు దనయంబకములట్ల
పరభీరువిముఖతఁ బరిఢవిల్లఁ,

తే. బరఁగుఁ గరినాద్రి జడలుతజ్జరతకమఠ
కూటకిటి గూఢ చరణదిక్కోటికరటి
కుటిలతాసహభూసౌఖ్యఘటన భూరి
భుజబలవిహారి, యార్వీటి బుక్క శౌరి. 28

క. ఆ బుక్కనృపతి కతుల భు
జాబందీకృత మదాంధ శత్రు గనూవే
ణీబంధ విలస దసిధా
రాబంధురుఁడైన రామరాజు జనించెన్. 29

సీ. ఏరాజుభూరితేజోరుణాలోకంబు
లోకంబు తమము నిరాకరించు
నేధన్యుబాహాధరాధరాభోగంబు
భోగంబు సవరించు భూమిసతికి,
నేపుణ్యునభిరూప రూపానుభావంబు
భావంబు గరఁగించు భామినులకు,
నేభవ్యుశుభకీర్తి శోభానిహారంబు
హారంబు దశదిశాయౌవతమున,

తే. కతఁడు మతిమంతు డతిశాంతుఁ డరికృతాంతుఁ
డనుపమస్వాంతుఁ డాశ్రితవనవసంతుఁ
డనఘతర కందనోలి మహాపురీ ని
శాంతుఁడగు రామమేదినీకాంతుఁడలరు. 30

శా. ఆ రామక్షితిభర్తకుం బ్రథితసత్యాలాపధర్మోద్భవ
శ్రీరమ్యుండగు తిమ్మరాజు, బలలక్ష్మీధామభీమప్రథా
పారీణుండగు కొండశౌరి, విజయ ప్రఖ్యాతచారిత్రుఁడౌ
శ్రీరంగేంద్రుఁడు గల్గి రైందవకులక్షేమంకరాకారులై. 31

శా. ఆరాజత్రితయంబులో నసమబాణారాతి విజ్ఞాతదో
స్సారుం,డాత్తసుభద్రుఁ, డర్జునగుణశ్లాఘ్యుండు నై పొల్చు నా
శ్రీరంగేంద్రుఁ డశేషరాజ్యపదవీసింహాసనాక్షీణల
క్ష్మీరాజన్నిజసంతతిప్రథితుఁడై మించెన్ ధరామండలిన్. 32

శా. క్షోణీవిశ్రుతనిత్యదాననిధియై సొంపొందు శ్రీరంగ రా
ట్పాణిం బాయని సత్కృపాణి యదనం బ్రత్యర్థిదానైక పా
రీణం బౌటరుదే? తదీయకరతాదృక్ఖడ్గ విద్ధాహిత
శ్రేణు ల్మున్నుగఁ గర్ణఖేచర నితీర్ణిప్రాప్తి వాటింపఁగ న్. 33

సీ. వెస విభీషణరాజ్యవిముఖుఁడై సహ్యాభూ
వలయంబు చేకొని నిలువఁడేని,
సప్తసాలాంతరస్థాయియై నిదురించు
తఱిని జాగరణంబుఁ దాల్పఁడేని,
శ్రుతిదూరభోగసక్తత విఱ్ఱవీఁగి తాఁ
జరణ మగ్రజు దెసఁ జాఁపఁడేని,
నలరారు సిరి దన యడుగునఁ గూర్చి గ
ట్టిగ నీగిచేయి మాటికొనఁడేని,
తే. రమణఁ, బ్రతి సేయ వచ్చు శ్రీరంగ శౌరి
భయద రిపుపుర హారి నిర్భయవిహారి
యార్యసత్కారకారి యౌదార్య విభవ
ధారియై మించు శ్రీరంగశౌరి కెపుడు. 34

క. ఆ మనుజేంద్రునకుఁ బురం
ధ్రీమణియై తిమ్మమాంబ, శ్రీరామునకున్
భూమిజ, సుత్రామునకుఁబు
లోమజయునుబలె, జగంబులో నుతి కెక్కున్. 35

సీ. ధర యే యపాంసుల? తల చూప రాకుండఁ
దన కూర్మి ఱేని నప్పునవె ముంచెఁ,
గమల యే నిశ్చల? రమణు పే రెదకు మో
పై నిల్చి యతనిపే రడుగు పఱిచె,
సతి యే యచండిక? పతిఁ జట్టుకూఁతురై
జగడాలు పచరించి సగము చేసెఁ,
వాణి యే మితసూక్తి? వదలదు తలవాకి
లి నిజేశు మాట మోచె ననఁజేసె
తే. ననుచు భూకాంత, శ్రీకాంత, హరునికాంత
నజునికాంతను నిరసించి యా సిరంగ
పార్థి పునికాంత తిమ్మాంబ పతికిఁ గుశల
కీర్తిబలవృద్ధి నిర్మలస్ఫూర్తి లొసఁగు. 36

శా. చేతోజాతసమానమూర్తి యగు నా శ్రీరంగ ధాత్రీధవుం
డాతిమ్మాంబికయందుఁ గోనవిభుఁ, దిమ్మాధీశు, రామప్రభు న్
ధూతాశేషవిపక్షు శ్రీ తిరుమలేంద్రున్, వేంకటాఖ్యానవి
ఖ్యాతున్ గాంచె,సుర ద్రుపంచకమునయ్యంభోధిరాజుంబలెన్. 37

క. అందగ్రజుండు రాజపు
రందరుఁడన వెలసెఁగోనరాజు, నిజభుజా
సందీపితాసి భిదుర
స్పంద నిపాతిత మహావిపక్షోత్కరుఁడై. 38

శా. శ్రీరంగాధిపు కోనభూవిభుని కీర్తి స్వచ్ఛతుండాంక తే
జోరాజద్విజరాజు, తీవ్రగతిచే సూర్యాతిగుండై, నభం
బారోహించి, పవిన్ హసించుచు, నహీనారాతులం జించి, త
త్సారాహర్నిశగుప్తవాసవసుధ న్ సాధించుఁ జిత్రంబుగ న్. 39

క. ఆతని తమ్ముఁడు తిమ్మ
క్ష్మాతలపతి వొగడుఁగనియె ఘనుఁ డనఁగీర్తి
వ్రాత వినూతన కైతక
జాతద్యోతనకృపాణచపలాన్వితుఁడై. 40

సీ. ధాత్రీశ్వరులు గాని ధాత్రీశ్వరులు గారు
పురుడువాగనుభూతి భూతిగతుల,
మానవేంద్రులు గాని మానవేంద్రులు గారు
పోల్కి నయాభోగ భోగ కళల
రాజహంసులు గాని రాజహంసులు గారు
సరి సత్కళాసార సారరుచుల,
నరపుంగవులు గాని నరపుంగవులు గారు
తరమెన్న వరధర్మ ధర్మ భృతుల,

తే. జగతి నీమేటి కని నృపుల్ వొగడ నెగడె
నే బిరుదు రాయరాహుతాహితవధూభు
జంగ బిరుదాంకపుంఖిత సమరవిజయ
కాహళుఁడు, తిమ్మవిభుఁ డాజిదోహలుండు. 41

వ. తత్క్రమంబున.

తే. రవికులం బలరింప శ్రీ రాముఁడైన
శౌరి, తన రెండు కన్నులు సరియె కాఁగఁ
దలఁచి ,సోమాన్వయము పవిత్రంబు సేయ
నవని శ్రీరంగవిభురాముఁడై జనించె. 43

సీ. పట్టాభిషేక విపర్యయంబునఁ బ్రోలు
వడలి ప్రియానుజు ల్వెంటఁ గెలువఁ,
జిత్రకూటాభిఖ్యఁజలఁగు పెన్గొండ సాం
ద్రహరిద్విపేంద్రనాదవనిఁ జెంది,
ఖలజనస్థానవాసులఁ బల్వుర వధించి,
మహిమ సలక ఖరస్మయ మడంచి,
హరివీరభటమహోద్ధతి నబ్ధి గంపింప
దురమునఁ గదిసి తద్ద్రోహిఁ దునిమి

తే. యనఘతర పార్థి వేందిర నధిగమించి,.
సాధుకర్ణాటవిభవసంస్థాపనంబు
పూని, శరణాగతుల నెల్లఁబ్రోచె రాముఁ,
డతఁడు నిజ చరితంబు రామాయణముగ. 44

మ. హరిశౌర్యుండగు రామభూవిభుని తీవ్రాటోపవద్వాహినీ
శరవేగంబున, నాత్మమూలబలముల్ జాఱి న్, దళాడంబరం
బరుగం,గొమ్మ లు వోవ, లావరి నిజామాదుల్ వజీరుల్ భజిం
తురు నమ్రత్వముఁగానలో,ముసలిమానుల్గా వితర్కింపఁగ న్. 45

సీ. ఎదలపైఁ బొదలు పయ్యెదలు జాఱఁగఁ బాఱు
బిబ్బీలకు ముసుంగు లబ్బఁజేసె,
ఘనభేరికాధ్వనుల్ విని గుండియలు వ్రీల
వ్రాలు మల్కలకు గోలీలు సేసె,
నుడుగని విభ్రాంతి దడగాళ్లు వడనిల్చు
ఖానులు డాఁగఁ జీఁకటులు సేసెఁ,
గడలేని కాందిశీకత నేఁగు దమ కుర్వి
జదధు లెల్లను గాలి నడలు సేసెఁ

తే. ననుచు, శిరములఁదాల్తు రెవ్వని సమగ్ర
సైన్యధుతధూళిఁ జకితులై చను సపాద
కుతుపశాహి నిజామాది కుతలపతు,ల
తండు నృపమాత్రుఁడే రామధరణివిభుఁడు. 46

శా. విశ్వామిత్రునిఁగొల్చి రాముఁడతఁ డుర్విం జెందెఁగల్యాణము న్,
విశ్వామిత్రులు గొల్వ రాముఁడాతఁడుర్విం జెందెఁగల్యాణమున్,
శశ్వత్కీర్తులు రాము లయ్యిరువురున్ సాధించు కల్యాణ లా
భైశ్వర్యంబులు, ధర్మ నిర్మథన ధర్మాలంబన వ్యక్తముల్. 47

సీ. ప్రబలావలేప విగ్రహజాయమానాగ్ర
హము డించి బహుధావనాప్తిఁగాంచుఁ,
బురమెల్లఁ బ్రత్యగ్రభూతిపాలుగఁజేసి
యచలాసనాభ్యాసియై కృశించు,
రతినిభ రామానుగతమైత్రిపై రోసి
కలనైనఁ గల్యాణ కాంక్ష యిడఁడు,
సరవిఁబ్రాణాయామ సంసిద్ధికై సారె
సారెకుఁ గుండలి స్థాన మంటు,

తే. మానక, నిజాముఁ డపవర్గ మార్గవృత్తి
బెరయుఁ బరబుద్ధి నెవ్వాని పేరు దలఁచి,
యతఁడు శ్రీరాముఁ డఖిలసన్నుతికిఁ దగఁడె!
సేతుకాశీతలాంతరఖ్యాతయశుఁడు. 48

చ. అరిజయకీర్తిసాంద్రుఁడగు నయ్యభిరామనరేంద్ర సోదరుం
దిరుమలదేవరాయల నుతింపఁ దరంబె? తదీయ హేతిశాం
కరి, యతిలోహితావయవఁగా, దను నాత్మహృదంతరంబులం
దరలక దాల్చువారలకుఁ దార్చు సురీవరణీయ వైఖరుల్. 49

క. ఆ రాయమణికి, జగతీ
హారాయితకీర్తిఘృణికి ననుసంభవుఁడై
నారాయణాంశభవుఁడితఁ
డౌరా, యన వేంకటక్షమాధిపుఁ డలరున్. 50

సీ. నిరతంబు దుర్మార్గనిరతులౌ తురకల
నతులసన్మార్గసంగతులఁ జేసె,
ననియతమోహాంధులౌ పారశీకుల
స్వస్త్రీసుఖైక నిశ్చలులఁ జేసె,
నతినిర్దయాత్ములౌ యవనుల భూతసం
తానతృప్తిప్రదాత్మకులఁ జేసె,
ద్విజపక్షపాతంబు దెగడు పాశ్చాత్యుల
ద్విజపక్షపాతభావితులఁ జేసె

తే. ననుచుఁ, గడుమెచ్చి జయలక్ష్మి యాజిరంగ
కాతరబరీద కేతనఘటితభద్ర
కలశ మెదురుగఁ బూని యేఘనునిఁ జెందె,
నతఁడు సామాన్యుడే వేంకటాద్రివిభుఁడు. 51

మ. కడిమిన్ వేంకటరాయశౌరి నెదురంగా లేక, యత్యాహితం
బడర న్ గౌతమి గాఁటువేళ నిజకాంతాశ్రుప్రవాహాప్తిఁగా
ల్నడ దప్ప న్, జడుఁడై నిజాముఁడుడుపాలంబంబునం దాఁటి,యె
క్కడఁగన్నన్ భజియించు నయ్యుడుపరేఖన్ నామమోహంబునన్. 52

ఉ. ఏక సపాదలక్షమిత మింద్రజుదోశ్చరిత ప్రబంధమ
స్తోకమె యంచుఁ, జాపజితధూర్జటి వేంకటశౌరి శౌర్యదీ
క్షాకృతి కర్ణ భీష్మ జయశక్తి, ననేక సపాదలక్షసం
ఖ్యాకమనీయ భూరి విభవాప్తి వహించు నుదంచితోన్నతిన్. 53

ఉ. ఆయనుజుల్ విశుద్ధహరిదంత మహాకరిదంత కాంతిరే
ఖాయతకీర్తులై కొలువ, గౌతమినీట వరాతిఘాతికా
క్షేయక రక్తముల్ గడిగి, శ్రీరమణీవరమూర్తి రామభూ
నాయకుఁడుర్వి నేలె భువన స్తవనీయ జయాభిరాముఁడై. 54

తిరుమలరాయల ప్రతాపాది వర్ణన

క. ఆరామశౌరి పిమ్మట,
దీరామరశాఖి, వీరతిరుమల రాయం,

డారామసేతు హిమవత్
క్ష్మారమణీ రమణుఁడై యుగంబు భరించెన్. 55

సీ. కావుకా వను వారిఁ గదిసి తుంగపయోధ
రవదాంతరంబు చేరంగనీదు;
వివృతాగ్రరదనులై వ్రేళ్ళు చీఁకెడు వారి
మోముఁజేర్చి శిరంబు మూరుకొనదు;
పదములు దొట్రిలఁ బరువు లెత్తెడివారి
నమరక్తవృత్తి వెన్నాడి చనదు;
పలుచాపలములఁ బుట్టలు మెట్టఁజనువారిఁ
దత్తఱంబున గ్రుచ్చి యెత్తుకొనదు;

తే. కాంచదో విజయశ్రీలఁ, బెంచదో ప్ర
తాపబాలార్కులను శుభోదయము మీఱ,
నౌర! తిరుమలరాయ బాహాసిపుత్రి
యఖిలలోకాద్భుతక్రీడ నతిశయిల్లు. 56

చ. కిరి కసహాయజీవనము, కేనల గండము లద్రికోటికిం,
గరులకు దుస్సహప్రకటఖర్జువు, శ్వేతపుమేను చక్రి, కీ
విరసులఁబొంద నొల్లనని వేడ్క భజించె ధరాపురంధ్రి శ్రీ
తిరుమలరాయదేవజగతీరమణున్ రమణీమనోభవున్. 57

సీ. బహుమహీధరకూటపటలిపాలుగఁ జేసె
గంధాంధసింధురఘటల నెల్ల;
శాఖిశాఖాశిఖాచయములఁ దగిలించె
నమితకోదండ దండముల నెల్ల;
శరధికుటుంబినీ ఝురుల వెంబడిఁ బంచె
రామాకుచాగ్రహారముల నెల్ల;
దుర్దమకర్దమస్తోమంబులో వైచె
విజయమంగళశంఖవితతి నెల్లఁ;

తే. దగవరి గదా, నిజాముఁ డుద్దండ జయ ప
టిష్ఠ తిరుమలరాయధాటికిఁ జలించి

పఱచునెడ, శక్తిమఱచియు మఱవఁడయ్యెఁ
దత్తదుచిత ప్రవేశ సంధానయుక్తి. 58

చ. తిరుమలరాయశేఖరుని ధీరచమూభటరాజి, యాజిభీ
కరయవనేశ్వర ప్రహితఖానబలంబులఁ జక్కు సేయ, ని
ద్దరఁ బెనుగొండ కొండలు మదద్విపచర్మ కపాలమాలికా
పరికర భూషితంబులయి బల్విడిఁగాంచె గిరీశభావమున్. 59

సీ. కప్పు వాటింపదు గగనమధ్యంబుపై
నుప్పొంగు పృథులపయోధరముల;
నలఁత నొందదు వినిర్మల సుధాధామకో
పరి సమారోహ వైభవమునందుఁ;
దడఁబాటుఁ బూన దుత్తమరసజ్ఞా స్థాన
వాటిఁ బాటిలు నాట్యపాటవమున;
శ్రమము నొంద దశేషకమలాకరాభోగ
తరుణకేశీ మహోద్యమమునందు;

తే. ననుపమాకల్ప పరిపూర్తి నతిశయిల్లు
ననిశనిస్తంద్ర గతిఁ బొల్చు నఖిలభువన
గర్భగౌరవ మేరీతిఁ గాంచెనొక్కొ
వీరతిరుమలరాయభూవిభుని కీర్తి. 60

మ. ధరనెవ్వానికి వ్రాయుఁ బద్మజుఁడు వ్రాఁతల్ వానితో నేఁగు న
స్థిరముల్ శాశ్వతకీర్తియౌ తిరుమల శ్రీరాయనారాయణుం
డు రహిన్ వ్రాసిన శాసనాక్షరము లుండుం బుత్రపౌత్రాన్వయ
స్థిరవృత్తిం బృథుకాక్షరంబులు గురుశ్రీవర్ణతుల్యంబులే. 61

సీ. ఘనశీధురక్తలోచనయుక్తిఁ గడ నుండు
మాతంగతతి నంటుమలిన మెల్ల,
గరదుఁడై వెస నధోగతిఁ బడ్డ యమ్మహా,
హీనుని వెనసినయేవ మెల్ల,
నరకహేతుహిరణ్యహరణవృత్తిఁ జరించు
కొమ్ముకాని భజించు కొదువ లెల్ల,

రౌరవాధార ఘోరప్రపాతకు లైన
విషమగోత్రుల నంటు వృజినమల్లఁ,

తే. గడిగికొనియె వసుంధరా కమలనయన
యౌర! వీరప్రతాపరాజాధిరాజ
రాజదేవేంద్ర తిరుమలరాయచంద్ర
సాంద్రపట్టాభిషేకాంబుసముదయమున. 62

తే. ఆవిభునిదేవి శ్రీవేంగళాంబ పుట్టి
నిల్లు మెట్టినయిల్లు వర్ధిల్లఁ జేసె,
బుట్టినింటికి మథనంబు మెట్టినింటి
కమితదోషాహతయుఁ గూర్చు కమలఁ దెగడి. 63

ఉ. ఉంచిన యగ్రహారముల, నున్నతవైఖరివిద్య లెల్లర
ప్పించిన విప్రవక్త్రములఁ బెంచిన నవ్యవనోత్కరంబులన్,
నించిన బల్తటాకముల నెమ్మిఁ గనందగు వెంగళాంబ య
భ్యంచితకీర్తి సౌధవిశదాక్షారసూనమరాళరాజియై. 64

సీ. వసుమతి దా నయ్యు వరుని వారింపదు
కందమూలంబుఁ గడుపు పెంప,
శ్రీకాంత దా నయ్యుఁ బ్రియు నిరోధింపదు
క్రిందై విరోధికిఁ గేలుసాఁపఁ
దాను రుక్మిణి యయ్యుఁ దగ దన దాత్మనా
యకుఁ దొకనరుక్రింద హరులఁ బట్టఁ,
దా నన్నపూర్ణాభిధాన యయ్యును మాన్ప
దొకనాఁడి దనఱేఁడు బికిర మెత్త

తే. ననుచు, ధర, నిందిరను, భోజతనయ, నార్య,
నార్యనుత నార్యమేయచర్యల హసించి,
పతికి నభిమతభోగసౌభాగ్య మొసఁగు,
విమలసద్గుణ నికురుంబ వెంగళాంబ. 65

శా. రారాజద్గుణశాలి తిర్మలమహారాయండు శ్రీవేంగళాం
బారామామణియందుఁ గాంచె సుతులం బ్రఖ్యాతసత్కీర్తిల

క్ష్మీరాముఁ రఘునాథభూమిరమణున్ శ్రీరంగరాయాగ్రణిన్
శ్రీరామావనినాథుఁ, బ్రాభవనిధిన్ శ్రీవేంకటక్ష్మావరున్. 66

క. ఆజగదభినుతసుగుణస
మాజులలో నగ్రజుండు, మహనీయయశో
రాజీవాసనుఁడు, సుధీ
రాజీవాసనుఁడు, వెలసె రఘునాథుఁ డిలన్. 67

సీ. బలునాహినుల మించుమలకల ఘననామ
కంబులు దూల మూలంబు లెత్తుఁ,
బ్రతిరోధివరణవర్గము ద్రోచి తన్మహా
భోగశాలి క్షేత్రములు హరించు,
వలగొన్న బహురాజవంశగుల్మంబులఁ
బలుదెఱంగుల గ్రుచ్చి పాఱవైచు,
వడిఁ జొచ్చి కలఁచి యౌవనరాసులసమగ్ర
జీవనం బెల్ల దుష్కీర్తి గలుపు,

తే. నవని, ససహాయశూరత నధిగమించు
ననఘ తిరుమలరాయనందనసమిద్ధ
భీరరఘునాథభుజపీఠిఁ బీఁట వెట్టు
సాహసోదగ్రబిరుదవరాహమూర్తి. 68

శా. యాదోరాశిగభీరమూర్తి రఘునాథాధీశుఁ డుద్దండ బా
హాదర్పాంధసపాదమల్కికనిజామానీకముల్ ద్రుంప జ
న్యాదూరక్షితిఁ బాఱుకృష్ణకును గృష్ణాంకంబు నాఁ డబ్బె, బి
బ్బీదీవ్యన్నయనాబ్జకజ్జలజలాభీల ప్రవాహంబులన్. 69

మ. హరిమై సాదిరంబు సాదిమెయి జాత్యశ్వోత్తమాంగంబు గూ
డ రణోర్విన్ రఘునాథశౌరి యసిఁ జెండన్, దివ్యమందార వృ
ష్టి రహిం బ్రాణయుతంబులై గగనవాటిం బర్వ, గంధర్వకి
న్నరరూపంబులు దాల్చి సారె కవి యానందించుఁ దచ్చౌర్యమున్. 70

చ. హరిపదభక్తిశీలుఁ డగు నా రఘునాథనృపాలు కూర్మి సో
దరుఁడు సిరంగరాయవసుధావరుఁ డాత్మగుణప్రమోదవ

త్తిరుమలరాయశేఖర వితీర్ణమహాయువరాజపట్టబం
ధురుఁడయి, సర్వభూభువనధూర్వహశక్తి వహించు నెంతయున్. 71

చ. ఉరమున నేఁగుఁ గుండలి పయోధరధారల నాను నెప్పుడుం
గిరులు, గరుల్ రజోవిహృతికిం జను, వెళ్లఁడు నేల కూర్మశే
ఖరుఁ డిది యేల బాలజనకల్పితసౌఖ్య మటంచు ధారుణీ
తరుణి సిరంగరాయవసుధావరుఁ జేరెఁ గుమారమన్మథున్. 72

సీ. కుంతలస్థలికి నేగుణగరిష్ఠునిచీటి
కమనీయ కేతకీగర్భదళము,
మంజులలాటసీమకు నేమహాభాగు
తేజంబు కాశ్మీరతిలకరేఖ,
వత్స భాగమున కేవైభవాధికుని య
పారకీర్తిమతల్లి హారవల్లి,
కాంచిదేశమున కేఘనునిసంతతదాన
వారి నిర్ఝరదార హీరరశన,

తే. యంగమున కెవ్వనిచమూతురంగకోటి
దాటికాధుతధూళి మాందాళిపట్టు,
సమధికాకల్పరుచిఁ బూను జగతి కతఁడు
రాజమాత్రుండె శ్రీరంగరాయశౌరి. 73

మ. జలధిన్ దానపయోధునీర్ఝరులచేఁ, జంద్రుస్ యశోలక్ష్మిచే,
జలదవ్రాతము నాత్మ కారితమహాసత్రాగ్నిధూమంబుచేఁ,
జెలు వొప్పన్ వెలయింపఁజాలు భళిరే శ్రీరంగరాయక్షమా
లలనావల్లభుఁ డెల్ల దాతలకు నెల్లం దాత యూహింపఁగన్. 74

శా. తుంగక్ష్మాధరకోటు లెక్కి కమలాప్తున్ మ్రింగి, వీరారిశౌ
ర్యాంగారంబుల నొక్కగ్రుక్కఁగొని, సద్యశ్శాంతి మానంగ నా
సుం గల్లోలవతీభుజంగజలసందోహంబు లెల్లన్, సమి
ద్రంగప్రౌఢ సిరంగరాయ పృతనారంగద్రజోజాలముల్. 75

సీ. భూరిభుజంగికాభుక్త నిర్ముక్తుఁడై
వారక బుసకొట్టువానిఁ దెగడి,

పంకనిశ్శంకుఁడై పారదారికవృత్తి
వదలక పల్లొత్తువాని నెడసి,
మధుపాంగనాసంగమప్రౌఢి నెపుడు వో
వనిచెక్కు చెమరులవాని రోసి
బింకంపుసానుల నంకరాపడి నెల
వంక పైఁబూనినవాని మాని,

తే. పుడమిచెలి చెందె నకలంకభోగభాస
మాను నక్షయసౌకర్యమానితాను
భావు నమలినదానవైభవు నకూట
రాగనిస్తంద్రు శ్రీరంగరాయచంద్రు. 76

మ. ఘనశౌర్యుండు సిరంగరాయనరలోకస్వామితోఁబుట్టు రా
మనృపాలాగ్రణీ సహ్యజాంబుధిపయోమధ్యోర్వి శ్రీరంగప
ట్టున లంకానగరంబు పుణ్యజనపీడావార్త లేకుండఁగై
కొనియెన్ మిత్రభవోపకారనిరపేక్షుం డై విచిత్రంబుగన్. 77

శా. రామక్ష్మావరు దానతోయతటినీవ్రాతంబు కల్లోలినీ
స్వామిం జెంద యశంబు మేఘముల బర్వం గల్గు వర్షాశరత్
సామానాధికరణ్యలబ్ధి కచటం జక్రాయుధుం డొందు ని
ద్రాముద్రానుగత ప్రబోధములఁ జిత్రం బేక కాలంబునన్. 78

క. ఆ రఘునాథప్రభృతిధ
రారమణేంద్రులకు ముప్వురకు సోదరుఁడై
సారమతి వేంకటపతి
క్ష్మారమణీప్రియుఁడు వెలయు శత్రుఘ్నుఁ డనన్. 79

సీ. చెక్కు నొక్కదె యంచు దిక్కరిగ్రామణి,
యక్కుఁ జేరదె యంచు రిక్కరాయఁ,
డలుత నొందదె యంచు హాలాహలాహారి
కంటి కబ్బదె యంచు దంటచిలువ,
యంక మొందదె యంచు యదుకులశ్రేష్ఠుండు,
మోముఁ జూడదె యంచు మొదటిగిబ్బ,

యడుగు ద్రొక్కదె యంచు నమృతంపుమున్నీరు,
చాయ నుండదె యంచు సౌరశాఖి,

తే. తన చెలిమి కాసపడ నొచ్చె మునికి వారిఁ
దెగడి యాత్మసవర్ణలబ్ధికిఁ జరాచ
రంబునఁ జరించుఁ దిరుమలరాయతనయ
ధీరవేంకటరాయసత్కీర్తి కన్య 80

మ. హరుండాతారకశైలదుర్గమున నధ్యాసీనుఁడై రాజశే
ఖరవిఖ్యాతివహించుఁ జంద్రగిరిదుర్గంబందు శ్రీ వేంకటే
శ్వరుఁ డొప్పెన్ బహురాజశేఖరసదాసంసేవ్యుఁడై యౌర యి
ద్ధర బంటేలిక వాసి తద్గిరులకుం దద్వల్లభశ్రీలకున్. 81

సీ. చుట్టచుట్టుకొని శేషుఁడు నిద్రవోవును
ముదిపన్నగములలో మొదటివాఁడు,
మొనయ కాదిమకూర్మము ముడుంగు మేను మో
పినఁ బెద్దవారిలోఁ బెద్దవాఁడు,
సమధికాశాప్తి హస్తము చాఁచు పద్మినీ
వైరి దిక్కరి తలవడఁకువాఁడు,
తన యొంటిపంటిచేతనె యంటునాదికా
లముఘోణి పాండురోమములవాఁడు,

తే. కదలలేఁడద్రి బహువయఃక్రమము వాఁడ
టంచు వరల నిరసించు యవనికాంత
తన భుజాదండమున నుండఁ దనరుచుండు
భావజనిభుండు వేంకటక్ష్మావిభుండు. 82

మ. అతిధీరుం డతిదానశూరుండతిరమ్యాకారుఁడత్యంతసు
వ్రతుఁ డంచుందను సన్నుతించు కవివాగ్వ్యాపార మెల్లన్ యధా
ర్థతమం బై విలసిల్లఁ, దిర్మలమహారాయేంద్రు శ్రీ వేంకట
క్షితినాధోత్తముఁడంచు నిందు గతి గల్పించెన్ గవిశ్రేణికిన్. 83

క. ఆ తనయులు జగతీవి
ఖ్యాతనయులు గొలువ శాశ్వతైశ్వర్యకళా

న్వీతుఁడు, దిర్మలరాయో
ర్వీతలనాయకుఁడు వెలయు విభవోన్నతుఁడై. 84

సి. ఎంతకాలము మహాశాంతసంగతి దివ్య
దంతావళంబులు దరల కుండు.
నెంతకాలము వరాహేంద్రుఁడద్వంద్వుఁడై
కల్పముల్ వనరాశిఁ గడుపు చండు,
నెంతకాలము భుజంగేశు డాదిమభిక్షు
పదనిషేవణనిష్ఠఁ బాయ కుండు,
నెంతకాలము గిరుల్ సంతతాభ్యున్నతి
నలహంసపద్ధతి నంటి యుండు

తే. నంతకాలము దనయంద యచలయై, య
నంతయై, రత్నగర్భయై యవని యలర
నలరుఁ గర్ణాటరాజ్యసింహాసనాధి
రాజ్యశుభశాలి దిరుమలరాయమౌళి. 85

షష్ఠ్యంతములు

క. ఏవంవిధవివిధగుణ
శ్రీవారిధి, కఖిలసుజన సేవధికి, ధనుః
ప్రావీణ్యశరధిశరధికి,
ధావద్రిపుసంఘలంఘితదిశావధికిన్. 86

క. ఉన్నతజయజన్యబిరుద
మన్నెవిభాళాది బిరుదమాన్యునకు, మహో
ద్యన్నిబిడజన్యపటహజ
ధ్వాన్నినదక్షరదరిచ్ఛటా సైన్యునకున్. 87

క. క్ష్వేళారుతశీలాహిత
ఫాలాహృతలిపినిభాసిభాసిచ్ఛాయా
పాళికిఁ బరిపాలితనర
పాళీదత్తద్విపాద్యపాద్యపాయనతతికిన్. 88

క. ఉద్ధతరిపువిద్ధతపన
పద్ధతి కరిభవనదవనిపటదంబుధిసం
పద్ధరణసముద్ధరణస
మిద్ధిరణరజోవ్రజోద్యదిభమదసృతికిన్. 89

క. ధీరవిధారిగిరిపవి
ధారికిఁ గర్ణాటకాంధ్రధరణీపునరు
ద్ధారికిఁ దిరుమలదేవమ
హారాయాగ్రణికి, వితరణామరమణికిన్. 90

కథా ప్రారంభము

వ. అభ్యుదయపరంపరాభివృద్ధిగా నా యొనర్పం బూనిన వసుచరిత్రంబను మహా
ప్రబంధంబునకుఁ గథాక్రమం బెట్టి దనిన : 91

శా. శ్రీరమ్యం బగు నైమిశంబునఁ దపశ్శ్రీరాజితావ్యాజతే
జోరాజుల్, శుకశౌనకాదిమునిరాజుల్ సూతజుం జూచి, ము
న్నేరాజేంద్రుఁడు దివ్యచిహ్నధరుఁడై యేలెన్ మహీమండలం,
బారాజేంద్రునిఁ దెల్పుమా కన, నతం డత్యంతహర్షంబునన్. 92

శా. శక్రాపాదితదివ్యచిహ్నధరుఁడై, చంచద్విమానాధిరా
జక్రీడాపరుఁ డై, యమానుషమహాసత్త్వాఢ్యుఁ డై, చేదిభూ
చక్రేశుండు ధరిత్రి యేలె వసుసంజ్ఞం, దచ్చరిత్రంబు ని
ర్వక్రప్రౌఢిమ విన్నవింతు, నని వాగ్వైచిత్రితో నిట్లనున్. 93

అధిష్ఠానపుర వర్ణనము

సీ. వరసుమనోభవ్యతరుల కావల, మ
త్యలఘుకలాపాలికలకు భరణి,
సరి లేని తెలిముత్తెసరులకొటారు, క
ల్యాణపరంపరల తొలుదీవి,
సురుచిరమణుల కాకరసీమ, శ్రుతిహిత
భాషితద్విజకోటి పట్టుఁగొమ్మ,

సరసుల కారామసరణి, శ్రీరంగగే
హక్రోడవాసిని కాటపట్టు.

తే. వెలయు నావరణాంబుసంవీతహాట
కాండమోహదపరిఖావృతాంఘ్రివజ్ర
దంతురప్రాంతగంగా నిరంతరాగ్ర
భూరివరణం, బధిష్ఠానపురవరంబు. 94

చ. అలఘుతరగ్రహాంశుగుణితాభినుతాగ్రరత్నకం
దళరుచిఁ బొల్చువీటివరణంబు గతావరణం బొనర్ప, ని
చ్చలు నలకోటకొమ్మబలుసందుల పొందుల పొందులనేఁగఁగాఁజుమీ
యలవఱిచెం బతంగుఁ డసహాయరథాంగముగా శతాంగమున్. 95

చ. పురిపరిఖామహాంబునిధిభూరిగభీరతరాంబుపూరముల్
సరభసవృత్తిఁ జొచ్చి బలిసద్మతలం బొనర్పఁగాఁ
చరణకృత ప్రచారములు సాగవు వీరికి నంచు నబ్జజుం
డురగులఁ జేసెఁ బన్నగకులోద్భవులన్ వడిఁ దేలియాడఁగన్. 96

మ. చతురాస్యుల్, పురుషోత్తముల్, బుధగురుల్, సర్వజ్ఞమూర్తుల్, మహా
శతమన్యుల్, శుచిధర్మపుణ్యజనతాశ్లాఘ్యుల్, ప్రచేతుల్, సదా
గతు, లక్షీణనవార్థకర్తలు, కళాకాంతుల్, జగద్బంధు, లా
క్షితిదేవుల్ పురి దేవతామహిమలం జెన్నొందుటల్ చిత్తమే. 97

సీ. పగలైనఁ దెల్విఁ గోల్పడని రాజులు, శరం
బులు చన్న వెలవెలఁబోని ఘనులు,
ధనదాశఁ గేలుమోడ్పని సార్వభౌమాంకు,
లని వెన్కముందుఁ జూడని కుమారు,
లరి మెచ్చఁగరములు నెరపనియిను, లాల
మున వాలు మఱవని పురుషసింహు,
లనయంబు నడక తప్పని గోత్రపతు, లెప్పు
డును సీదరములేని యనఘభోగు,

తే. లౌర వీ రన, వీరనయైకపరులు
పఱలుదురు వీట, పుష్పవద్వంశ్యు లగుట

కువలయాధార కమలానుగుణవిహార
సారసౌజన్యధరులు, రాజన్యవరులు. 98

చ. చెలిపులిగూడు మానిపని శ్రీదునిఁగా దని, మిత్రు నక్షయో
జ్జ్వలవసుఁ జేయ మిత్రవసుసంపదకైన ఘనాపరోధమున్
వెలివడఁ జేయనేర్తురు మణీనిపణీతపనీయరాశి పే
శలరుచిఁ గోటికోటివిలసద్ధ్వజకోటిఁ బురీకిరాటకుల్. 99

మ. బలిచూడామణు లందు విష్ణుపదజుల్ పాటించుధాన్యంపుఁది
ప్పలు చంద్రామృతసాంద్ర సేకమునఁబైపై మోసు లెత్తంగఁ, ద
త్కలమాంకూరపుఁబంపు మేయు నెలజింకన్ సారె వారించు,వా
రలతోఁబుట్టువు గంగ, పద్మముఖనిర్యద్ భృంగనాదార్భటిన్. 100

చ. పరబలభంగచంగము, లభంగురతుంగమతంగజంబు ల
ప్పురిఁ బరికీర్ణ కర్ణపుటపూరితభూరితరానిలాహతిన్
విరియఁగఁదోల, మేఘములు నింగిఁదొలంగి, తదంఘ్రిమూలముల్
శరణము నందఁబోలు, ననిశంబు పదంబు మదంబు పేరిటన్. 101

మహాస్రగ్ధర

పరభూభృత్ప్రాప్తి నబ్ధిం బడు రవిహరులం బ్రౌఢిఁ బాటింప వెందున్
సరిగాఁ దద్దిక్కృతుల్ సైఁచక రవి హరి యై చాయకున్ రా నడంచుం,
జరణోద్యద్ధూళి దద్వాసతఁ దగుహరియన్ సప్తిగాఁ, బాదధారా
స్ఫురణం బేవింత యంచుం బురిహరులు నగుం బూర్ణధారాసమృద్ధిన్. 102

మ. అలఘుస్యందనకోటి వీటిమణిరథ్యావాటికాహాటకా
కలితక్షోణుల నేఁగుచోఁ జటులచక్రక్షుణ్ణత్క్షదముల్
కలయం బర్వి సుపర్వలోకనదిలో గాంగేయపంకంబు జొ
బ్బిలఁ జేయం,దఱుచై జనించి యచటం బెంపొందుఁ బొందామరల్. 103

క. అన్నగరినాట్యశాలలఁ
జెన్నగు మురజములరవళిచే నటియించున్
గన్నియలకన్న మున్నుగఁ
బన్నగభుక్తతులు దృష్టిపాత్రము లగుచున్. 104

ఉ. చందనగంధు లిందుమణిసౌధతలంబుల గొండ్లి సల్పఁగా
నందలిదివ్యచిత్రములయం దొక రై యనిమేషభామినుల్
కందళితా ద్భుతస్ఫురణఁ గన్గొని, తన్నటనాంతగీతని
ష్యంద సజీవ చిత్రములసందడి నేఁగుదు రప్పురంబునన్. 105

చ. ఒనరుఁబురాధిరాజమున నుజ్జ్వలవజ్రకలాపగోపురా
గ్రనిహిత హేమకుంభములు, గాంగహిరణ్మయ కంజమంజిమం
దనరఁగ నిక్కి, దిక్కరులతండము తుండము సాఁచు నంచు నుం
చినవెఱబొమ్మలో యనఁగఁ, జిత్రిత సాంద్రమృగేంద్రరూపముల్ 106

సీ. ఘనులఁ గొండల పాలుగాఁ జేసిన, కొఱంత
ద్విజరాజు నెప్పుడు గుందించుకొదవ,
కువలయంబు దినంబుఁ గూల్చునాడిక, బంధు
జీవ మా మోదిగాఁ జేయనిసడి,
కల్యాణగోత్రంబుగరిమ వంచిన దూఱు
సరసుల నింకించు పరుసఁదనము,
దానికే ల్యసులక్ష్మిఁ బూనఁ జేయనిరట్టు,
తమ్ములఁ బంకాప్తి దార్చునగడు,

తే. నలువ వారించుకొనియె, తన్నగరసతుల
నెఱికురులు, ముద్దుమోములు, నిడుదకన్ను,
లలతిమోవులు, బిగిగుబ్బ, లరిదినాభు,
లలరుఁదొడలును, మృదుపదంబులు నొనర్చి. 107

మ. పురిపూఁదోటలతావి మిన్నలమ, వేల్పుల్ మెచ్చి, తద్భూజభా
స్వరసంతానములన్ దివిం బెనుప, నాసంతానముల్ దివ్యని
ర్ఝరణీనిర్మలవారిపూరపరిపోషం బందియుం, దన్మహా
తరులక్ష్మీపరిపూర్తి గాన కెసఁగెం దత్కల్పశాఖిప్రథన్. 108

సీ. పొన్నపూ వొడి నేల పొదివితే, చెలి! యది
పొదమె బల్దీవిపైఁ బొదువ వలదె
చెలువ! మాటితి వేల కలువచాలదియుఁగ
ప్పఁగరాదె మిన్నులబావి కడది

మొగడతమ్ముల నేల మూసితే, సతి! మూయఁ
దగదె మానసభూనిధానము లవి
తరుణి! పూరెమ్మ యెత్త వదేల? యది హేమ
శిఖరిదాపుది బయ ల్సేయఁదగునె!

తే. యనుచు, రసమర్మ సరసోక్తు లాడునట్టి
జట్టికాంఁధ్ర, యథోచితసరసవచన
రచనఁ దేల్చుచు వివిధవిభ్రమము వఱల.
విరులు విలుతురు పుష్పలావికలు వీట. 109

మ. అమరుం తత్పురిచెంత, కాంతకనకాబ్జాలంబరోలంబ శు,
క్తిమతీవాహిని, సారసారణులు తత్కేదారకోదారస
స్యము ముక్కారును బండఁజేయ, దివివార వ్రీటిసత్రాన్నభా
గము లాసింపఁగఁ, దత్పురాలయనదీఖ్యాతిన్ విడంబించుచున్. 110

శా. వీటన్ మీటగుజోటు లేటివరదన్ వేమాఱుఁ గ్రీడింపఁద
త్పాటీరాంక సపంకశంఖగతముక్తాశ్రేణి యవ్వాసనన్
బాటించున్ మృగనాభిపంకయుత భామాకంబుకంఠాప్తి, నే
నాటన్ మిన్కులు గల్గువారి కగు జన్మస్థానసౌఖ్యోన్నతుల్. 111

ఉ. చెన్నగు నన్నదీపులినసీమల దాఁగిలిమూఁత లాడుచున్,
వెన్నెలరేలు కప్పురపువిప్పుటనంటులనీడ నీఁగురా
కన్నెల రోయునన్నులకుఁ గన్నులు మూయుఁ దదీయవాసనల్,
మన్ననఁ గాంచి కప్రపుదుమారము రేఁచు సమీరడింభముల్. 112

చ. వలనగు నమ్మహాతటినివారి నవారితకేళి సల్పు కాం
తలచనుమిట్టలం దొఱఁగు దట్టపుతట్టుపునుంగువాసనల్
చిలుకుచు, వీటిరాజనపుఁ జేలకు దిద్దినకాల్వవెంట రా
దళముగ వాని యప్పునుఁగుతావులె వల్చుఁ దదీయధాన్యముల్. 113

చ. పగడపుఁజిట్టలన్ మనికిపట్టుగఁ గట్టిన పట్టుజీనువుల్
బిగి బిగి మించుచంచువుఁ జించినచో రసపూర మారఁ జె
న్నగు రసదాడిగుంపులు పురాంతికసీమల శాలిపాలికా
జగదభిసంధ్యగానరససంగతిఁ గన్నుల నీరు గ్రన్నతిన్. 114

వసురాజు ప్రశంస

క. ఆ రాజధాని కధిపతి
యై రాజిలు వసునృపాలుఁ, డతఁ డసిధారా
ధారాధరధారాజల
భారాహతరాజహంసపద్మోదయుఁడై 115

సీ. తనయశోవిశదముక్తాసౌధపాళికి
నంబుదాయనము వాతాయనముగఁ,
దనశౌర్యశిఖిశిఖాతతికి జాంబూనద
భూధరం బపరంజిపూదె గాఁగఁ,
దనబలోద్ధతరజోదంభకుంభినికిఁ దా
రాగ్రహంబులు గర్భరత్నములుగఁ,
దనదానధారాఖ్యవనధికి మిన్నేఱు
కల్లోలధుతవారికణము గాఁగఁ,

తే. దనవినూతనసుగుణసంతానవల్లి
సముదయంబున కంభోజసంభవాండ
భాండము లఖండఫలపరంపరలు గాఁగ
వఱలు, భవ్యవిభావిభావసుఁడు వసుఁడు. 116

చ. మసలక యెల్లకాలమును మారుతపారణధార్యమాణ యై
యసమశిలోచ్చయంబుల ననంత యనంతతపం బొనర్చి తా
వసుమతి యై తదీయగుణవాసన గంధవతీ ప్రతీతియుం
బొసఁగఁగఁ దెల్పె రత్నపరిపూర్ణ మహాకటకాభిరూప్యమున్. 117

సీ. మీఱినరాజు బల్మి నడంప, లో నైన
నభినవస్థితిఁ బెంప నతఁడె నేర్చుఁ,
దేఱిచూచినఁ దీవ్రదీప్తిఁ జూప, జనాళి
కక్షిసాఫల్య మీ నతఁడె నేర్చు,
సింధు లింకఁ బ్రతాపశిఖిఁ బూన, విశ్రాణి
తాంబుల నలి నింప నతఁడె నేర్చు,

సమిదుమ్మఖునితేజము మలంపఁ బాదంబు
లంటిన వెలయింప నతఁడె నేర్చు,

తే. మండలము దాల్ప, హరిదెస మైత్రి నిలువ,
నలఘుసన్మార్గగతిఁ, నతఁడె నేర్చు
నాజగద్బంధునకు వసురాజనామ
మిడిన చతురాస్యకౌశలం బెన్న నరిది. 118

మ. జననాథాగ్రణి యొక్కనాఁడు, హిమవజ్జాతుండు కోలాహలా
ఖ్య నగాధీశుఁడు ప్రాలి శుక్తిమతి నాఁగన్, వేగ లేగవ్వ మీ
టినసూటిన్ బొటవ్రేలిగోట నెగమీటెం, గుంఠితాహార్యశా
సన గర్వాగ్రహుఁడై బలారి తనతో సఖ్యంబు వాటింపఁగాన్. 119

తే. ప్రబలకోలాహలాహార్యపతనరుద్ధ
విపులశుక్తిమతీమగ్నవిపుల కతని
చరణనఖరేఖ, సంవర్తసమయజలధి
నుద్ధరించిన కిటిదంష్ట్రయొఱపుఁ దెలిపె. 120

చ. బలరిపుమిత్రుఁ డైన యల పార్థివతల్లజుపాదపల్లవో
జ్జ్వలనఖరేఖదండ, నగషండవిఖండనచండిమంబు తా
వలముగ నభ్యసించెనొకొ వజ్రము రాజశిరోవిభాగభా
గలఘుకిరీటవజ్రకళికాకృతి నిచ్చలు నాశ్రయించుచున్. 121

చ. ఘనుఁ డతఁడేఁగుదెంచి సరిగద్దియ నుండ, నగారి శైలఖం
డనకథ చారణాళి వొగడన్, నిజసన్నుతి కోసరించునే
ర్పునఁ దలవంచి, పీఠతటరూఢమణిన్ బొటవ్రేల మీటు న
య్యనఘుఁడు కొండ మీటిన మహాద్భుతకృత్యము దెల్పుకైవడిన్. 122

మ. అనఘాత్మీయపదోపకంఠమునఁ బ్రాణాచారముం బూనురీ
తి, నితాంతానతశృంగమై, నిభృత మై,దిక్కేది యక్కొండయుం
డినఁ గొన్నాళ్ళకుఁ గేలిశైలముగఁ బాటించెన్ మహీజాని, మ
స్ననఁ దచ్ఛైలశిరంబుపై మృదుపదన్యాసంబు గానించుచున్. 123

ఉ. ఆనరలోకపాలకు మహామహనీయభుజోపగూహన
శ్రీ నిరవొందుచుం, బుడమిచేడియ గోత్రము లూఱడిల్ల, సం
తానసమృద్ధిచే శుభవితానము తానక మయ్యె, నేకసం
తానము గన్న దైవతవతంసపురిన్ బురణించి నవ్వుచున్. 124

వసంత ఋతు వర్ణనము

క. ఆగతి నభిమతభోగ
శ్రీ గలభువి కొసఁగె నుల్లసితపత్త్రలతా
సౌగంధ్యము నవకళికా
సౌగంధ్యము చైత్రలక్ష్మి సైరంధ్రి క్రియన్. 125

సీ. లలనాజనాపాంగ వల నావస దనంగ
తులనాభికాభంగదోఃప్రసంగ,
మలసానిలవిలోలదళ సాసవరసాల
ఫలసాదర శుకాలపన విశాల,
మలినీగరుదనీక మలినీకృతధునీ క
మలినీసుఖిత కోకకులవధూక
మతికాంతసలతాంతలతికాంతర నితాంత
రతికాంతరణ తాంతసుతనుకాంత,

తే. మకృతకామోద కురవకావికలవకుల
ముకులసకలవలాంతప్రమోద చలిత
కలిత కలకంఠకుల కంఠకాకలీ వి
భాసురము, వొల్చు మధుమాసవాసరంబు. 126

చ. ఒలర హిమావకుంఠనము బూలూడ్చి తెనుల్చిన పత్త్రభంగముల్
సన, నసియాడుచున్ మొగడ చన్నులు పల్లవపాణిఁ గప్పుచూ
తనలతికాలతాంగుల సుదారగతిం జలి వాసి, నెయ్యపుం
బెనఁకువ నేర్పె దక్షిణసమీరబుఁడొయ్యనఁదావు లంటుచున్. 127

మ. అలరంగైదుపుజోదుకూర్మిసయిదోడై, మాధవశ్రీతపః
ఫలమైయాడు మరుత్కుమారుఁబ్రియ మొప్పన్‌దేనె నీరార్చి,పెం

దెలిపూజొంపపుఁబొత్తులం బొదిని, ధాత్రీజాతముల్ జోల వా
డె, లసత్పల్లవడోల నుంచి, కలకంఠీనాదగీతంబులన్. 128

సీ. మును సుమనోరాగమున వసంతము సూపెఁ
గానవేందిర యశోకంపుఁగొమ్మ,
కాకొమ్మ నగుచు నెయ్యమునఁ గ్రొన్ననతేనె
మెలఁగెడు సరసాళిమీఁదఁ జల్లె;
నాసరసాళి సోయగపుఁ బాటలతోడఁ
జని మాధవి ప్రవాళశాటిఁ దుడిచె,
నామాధవి పరాగ మక్షిరాగము మించఁ
బఱతెంచు కలకంఠిపై విదిర్చె;

తే. నిట్లు లతికలు హితకోటి నెనసి యపుడు
మదనదేవోత్సవక్రీడఁ బొదలు ననిన,
వరులుఁ దరుములు విరిలయోవరుల వరలు
సిరుల వలరాచజాతరల్ సేయు టరుదె? 129

హిందోళ వసంతరాగము

మ. అరిగాఁ బంచమ మేవగించి నవలా లవ్వేళ హిందోళవై
ఖరిఁ బూనన్, బికజాత మాత్మరవభంగవ్యాకులం బై, వనీ
ధర నాలంబితసల్లవవ్రతవిధుప్ దాల్పన్, దదీయధ్వనిన్
సరిగాఁ గైకొనియెన్ వసంతము మహాసంపూర్ణభావోన్నతిన్. 130

మ. కరఘాతంబుల కోర్వలేక హిమసంఘాతంబు, శీతక్షమా
ధరదుర్గంబు భజింపఁగా, నల జగత్కంపప్రదాస్తోకభీ
కరదోషాయతిశాలిఁ జుట్టుకొని లగ్గ ల్వట్టి ధట్టింతు నం
చరవిందాప్తుఁడుదీచి కేఁగెఁ బ్రబలుం డై మాని దాక్షిణ్యమున్. 131

మ. చివురుంగైదువువేల్పు చైత్రమున నక్షీణధ్వజోతేపవై
భవుఁడై, తెమ్మెరతేరిపైఁ గదలిరాఁ, బ్రత్యగ్రసాలాగ్ర హ
ర్మ్యవిటంకంబులు ప్రాఁకి వల్లివనజాస్యల్ సల్లి, రుత్ఫుల్లప
ల్లవహస్తంబుల భావిభావుకఫలోల్లాసంబుతోఁ గ్రొవ్విరుల్. 132

మ. మహిళామండలమంజులభ్రమరకామర్దంబు, శ్యామాముహు
ర్ముహురున్మీలితపత్రభేదనిపుణంబున్, బద్మినీకంకణ
గ్రహణాపాదియు నై సగంధవిటపప్రాప్తిన్ విజృంభించుచున్
విహరించెన్ మధుమత్తగంధవహ మవ్వేళన్ వనాంతంబునన్. 133

వనపాలు రుద్యానమును వర్ణించుట

సీ. ఏపారు పొదరిండ్ల నాపాటలాశోక
దీపార్చిఁ గనకకలాప మరసె;
సాలావలులు దాఁటి యేలాలతావార
బాలాతతిసరాగపటము లూడ్చె;
నానామధురనవ్యగానామృతము మెచ్చి
సూనాసవము లెల్లఁ జూఱ లిచ్చె;
శంకారహితధీరహుంకారశుకభటా
హంకారముల ఫలాహతి యొనర్చె;

తే. ననుచు, నాగంధవహుని ధౌర్త్యములు దెలుపు
లీల విరిసినవిరులు, రాలిన రజంబు,
లొలికిన రసంబు, లురిలిన ఫలము, లధిపు
మ్రోల నిడి పల్కి రుద్యానపాలు రపుడు. 13

క. 'స్వామీ యేమని పొగడెద,
మామనికిన్ మనికి యైనయారామమునం
గామనిశితాస్త్రములు ద
త్కోమలతర లతలు చిగురుఁగొమ్మలచేవల్. 13

తే. నాథ! చివురులు రంజిల్లె, ననలు మొలిచె,
నలరె విరు లెల్ల, పూపలు దలలు సూపెఁ
బసిమి నిరవొందెఁ, బిందియల్ బలసె, నవశ
లాటువులు సాంద్రరుచుల ఫలంబు లెసఁగె. 13

ఉ. కేళివనాళి నీయెడ శుకీనినదార్భటి చెప్ప నేల భూ
పాలక! నీలకంఠములు పాయక మ్రోయు లతాంతవాసమా
జాలము సోడు ముట్టఁ, సురసాలము వీడ్కొని వచ్చు షట్పదీ
మాలికఁ దోఁచు, నబ్బురపు మబ్బుల యుబ్బులు గుబ్బతిల్లఁగన్. 13

క. మహనీయమధురుఖలీసం
గ్రహమునఁ గాలువలు వఱపి గనిమలుగ రజం
బహరహము నెఱపి మాకున్
సహకారము లయ్యె నచటి సహకారంబుల్. 138

మ. బలుకప్రంపుటనంటికప్పురపుఁ దిప్పల్ గప్పి యుప్పొంగు జాల్
గల గొజ్జంగులనీరు సజ్జకపుఁ గేళాకూళికిన్ డిగ్గి, త
జ్జలసూత్రంబులు వ్రాఁకి, తుంపురులుగా జాఱున్ నిదాఘాంశునా
వళి వీడ్కొన్నతమంబుఁ గాంచి వలిలో వర్తించు మంచో యనన్. 139

శా. ఆయీరమ్ములఁ బోల్చు కొమ్మలబెడం గాపల్లవశ్రేణిరం,
గాయా తావుల మించు పూఁబఱపు లాహా యెన్నఁగా శక్యమే!
యాయుద్యానము సాటి చైత్రరథ మెట్లౌ నాయతశ్రీయుతం
బా యొక్కొక్కనగంబె చైత్రరథ మై యందున్ విజృంభింపఁగన్. 140

సీ. ఇమ్ము లై, మరుహజారమ్ము లై పొద లుండఁ,
బూఁజవికలు వేఱ పూనవలదు,
తెప్పలై, నెత్తావికుప్పలై పు ప్పొళ్లు
రుల గందవొడి త్రోవఁ జిలుకవలదు,
సార మై, హిమజలాసార మై పూఁదేనె
నెఱయఁ గేళాకూళి నింపవలదు,
మొత్తమై, మారుతాయత్తమై గంబూర
మెగయ వితానముల్ బిగియవలదు,

తే. స్వామి యారామశుభవైభవములు సూడ
నెపుడు విచ్చేయుదురొ యంచు నెదురుసూచు
సహజసౌభాగ్యములు గూర్చు చైత్రుఁ డతఁడు;
కూర్మి భవదీయవనపాలకుండు గాఁడె!' 141

క. అని వనపాలురు దెలిపిన,
జన పాలున కనఘపూగ సాలాలీనూ
తనపాళీ ఘనకేళీ
వనపాళీ దర్శనోత్సవం బిగురొత్తెన్. 142

వసురాజుద్యానమున కేఁగుట

తే. నృపుఁడల వనీపకుల నవనీపకుల నొ
నర్చి యచ్చో నిజారామ నవవసంత
సమయసౌభాగ్యములు చూడఁజను మనోర
థంబున, రథంబు దెమ్మనఁ దడయ కపుడు. 143

సీ. జతఁ గూర్చి తారవజ్రాలఁ బమ్మిన కమ్మి
గ్రమ్మిన మణిరథాంగములగములు,
నీలాలదృష్టి పూనిన నక్రముఖములఁ
దగుపచ్చపని నిగనిగనినొగలు,
ముత్యాలబవిరెకెంపులచట్టము తదంశు
ధట్టంబుమాడ్కిఁ గెంబట్టుపఱపు,
పగడాలకంబాలజిగి మించు పుష్యరా
గపులోవ వైడూర్యఘంటికలును,

తే. దశతళనిమానికంబుల కలశమును జ
యాంకకేతనమును గల్గు వరద మొకటి
మనసుతోనన మెలఁగుసామ్రాణికాశ్వ
రత్నముఁ బన్ని తెచ్చె సారథి యొకండు. 144

తే. తెచ్చిన ననేకచక్రసందీప్తమును, న
తీతహరిదశ్వమును, జగద్విశ్రుతోరు
సారథియునైన యమ్మహాసారసహితు
నరద మరు దయ్యె జనలోచనాబ్జములకు. 145

మ. ద్రవిణాధీశ్వరుఁ డాత్మరూఢవసునాథఖ్యాతి భీతిం గరం
బు విమానోత్తమ మంపెనో యన, రుచిం బొల్పారు నాస్యందనం,
బవనీనాయకుఁ డెక్కె, నొక్కమొగి శంఖారావముల్ వందిపుం
గవ వాచావిభవంబు వేత్రధరహుంకారంబు దోరంబుగన్. 146

చ. పొడగన వేళ యబ్బె నని పొంగి కళింగశకాంగముఖ్యు ల
య్యెడ వెడ యీక క్రందుకొని యెల్లెడలన్ వెడలంగ, వారి బల్
తొడవుల రాలు ముత్యములు తోరములై తొరఁగం బురంబు న
ల్గడలఁ బ్రసూనకోరకనికాయము నింపినసొంపు పెంపునన్. 147

రాజపరముగను, ఇంద్రునిపరముగను శ్లేష

వ. అప్పు డప్పురందరవైభవుండు మణిచాపశరకలాపరాజితంబును, మదాంధరాజహంసోద్వేజకకూజితంబును, మంజుతరకంజ రాగపుంజపింజరిత మరీచి మంజరీసంజనితసమంజస సౌదామనీధామంబున, మౌక్తికవితానదంతు రితాంతరభిరామంబున మసారసార కిరణధోరణీసంస్మారితవినీలశరదంబును నగు నరదంబు నధివసించి సముజ్జ్వలితహేతివిభ్రమంబులు, నుద్దండ దండ ధరసంభ్రమంబులు, నున్నిద్రపుణ్యజనవాగ్విశేషంబులు, నుజ్జృంభితవాహినీశ్వర రసోన్మేషంబులు, నుద్ధూతకేతనానిలకోలాహలంబులు, నున్నత రాజరాజ భజన కౌతూహలంబులు, నుగ్రసేనాగణకలకలంబులు నవధరించుచు నానంద నోద్యానంబు జేరం జనుసమయంబున. 148

సీ. నృపమౌళిభవసువర్ణపరాగములు సువ
    ర్ణపరాగములు నభిన్నత వహించెఁ;
గమనీయతపనీయకదళికాపవనంబు
    కదళికాపవనంబు కలసి మెలఁగె;
లలితమాగధలోకకలకంఠగానంబు
    కలకంఠగానంబు నలిమి కొనియె;
దతవాదకసమీరహతకిన్నరీరుతుల్
    కిన్నరీరుతులు నేకీభవించె;
తే. నపుడు సేరంగవచ్చిన యవనిజాని
కవనిజానీక మచట సాష్టాంగ మెరఁగెఁ,
గేళివనబహిరంగణాక్షీణమధుర
మధురసఝరానుబింబసంభావనమున. 149

క. కులపతియు, వేత్రధరు లొ
త్తలి సాంగుభళా యనంగఁ, దేరు డిగి, మహీ
శుల ననిపి, బలము నచటనె
నిలిపి, యుపవనంబు సొచ్చి నిజహితయుతుఁడై. 150

తే. ఘనతరఫలానతాఖండకదళికలును,
గీరరాజీకృతసజీవతోరణములుఁ,

బొంగు నెలమావి కురుజు లభంగనవఫ
లావళులుఁ గాంచె నృపుఁడు వనాగ్రసీమ. 151

మ. అల జైత్రాంచితసత్త్రశాలికల నిష్టాహారతృప్తిం గుతూ
హలము ల్గాంచుద్విజావళుల్ శ్రుతిహితావ్యాజానులాపంబుతో
నలఘుశ్రీకరశాఖికాంచలవినిర్యత్కేసరార్ద్రాక్షతం
బులు రాల్చెన్, నరదేవరత్నమకుటీభూషావిశేషంబుగన్. 152

ఉ. ఆదరణీయరామకథనాంకశుకోక్తులతోడఁ దీవము
త్తైదువచాలు శోభనపుటారతు లెత్త, సదాగతిం గిరి
క్షోదవినోదికిం జిగురుజొంపపుఁ గెంపులపళ్ళెరంబులం
బ్రోది దనర్చు నగ్గలపు మొగ్గలు ముత్తెపుముగ్గు లీనఁగన్. 153

మ. అలరారన్ నెలఱాలఁ గట్టినమహీజావాలముల్ గొన్ని, స
త్ఫల సాంద్రంబులు గొన్ని, పల్లవరుచిప్రాగ్భారపట్టాంబరో
జ్జ్వలము ల్గొన్ని, నమగ్రశారదరజోజాలంబు లై మాధవుం
డులుపా నించిన రౌప్యపాత్రికలు నా నొప్పెన్ నృపాగ్రంబునన్. 154

మ. కలకంఠార్భటి నొండొరుం బిలుచుచున్ గాఢచ్ఛదాచ్ఛాదికల్
వొలయంగా నవగంధబంధురరజంబుల్ సిందఁగా, జాలకం
బులు గాసిం బడఁగా, నికుంజనిలయంబుల్ మీఱి, నాయుత్వరం
దల సూపెన్, బ్రతతీసతీవితతి గోత్రాకాంతుఁ డేతేరఁగన్. 155

చ. జనపతి దారసిల్ల నొక సంపఁగి తావుల కొమ్మ, రాగవ
ద్ఘనసుమనోభిరామ యయి కాఁక వహింపఁగఁ బోలుఁ గానిచో
ననుపమపంచసాయక కరాంచలచంచలచాపశింజినీ
జనితకఠోరఝుంకృతులు సైఁపక యున్నె పరాగపాండు వై. 156

చ. చలితలతాంతకాంతి యను చందురుకావిచెఱంగు దాఁటిస
మ్మిళితవయోవిలాసముల మీటిన విచ్చు ఫల స్తనాగ్రముల్
వెలువడఁ గప్పెఁ దత్క్షణమ వేల్లితదేహదధూపధూమకుం
తలములు విప్పి దాడిమలతా లలితాంగి నృపాలు చెంగటన్. 157

సీ. చిగురుకెంగేలు సాఁచె రసాలవల్లరి,
తేఁటి చూపులఁ జూచె తిలకలతిక,
పికగీతిఁ బాడి చూపెఁ బ్రియాళులత, పల్కెఁ
గీరభాషలఁ గర్ణికారశాఖ,
ముఖరక్తి నింపె నింపుగల సంపఁగి కొమ్మ,
వన్నెగా నగియె లేఁబొన్నతీఁగె,
సురభిళశ్వసనంబు నెరపె సింధుకవల్లి,
గ్రుచ్చెఁ దావులు సోఁకఁ గ్రోవిరెమ్మ,
తే. యాత్మరుచిరోపచారంబు లధిపకల్ప
కంబువకుఁ దత్తదామోదగరిమఁ బెనుప,
నంగనానిత్యకలిత దోహదవిశేష
సన్నుతాచారముల సడి సన్నకతన. 158

మ. చను వొప్పన్ నగి, పల్కి,పాడి,కని,యాశ్వాసంబు నొందించి, చే
కొని,మోమిచ్చి, కవుంగిలించి, తరులం గొన్నింటి మన్నించి యం
గన 'లయ్యో!మము నెంతచేసి' రనుచుం గంకేళియుం గేసరం
బును భూజానికి మ్రొక్కె, గుచ్ఛవినతిం బూఁదేనె కన్నీటితోన్. 159

మ. లలితైణాంకశిలాలవాల మను కేళాకూళిలో, నీరుపైఁ
జెలు వొప్పన్ ధరియించి, తోడనె మిళచ్చిక్రోడదంష్ట్రాదళ
త్ఫలరంధ్రంబులచే వెలార్చి, జలసూత్ర స్తంభముం బోని య
గ్గలపుంజాయలగుజ్జు నారికెడముం గాంచెన్ విభుం డయ్యెడన్. 160

తే. నృపునెదుట తేనెవాఁకలో నిబిడవిచల
దతనుపత్త్రాళి ఫలసాంద్ర మగుచు నొక్క
నగము కైవ్రాలి యేటిలో నాటియున్న
నాఁటి యున్నతనగరాజు నలుపుఁ దెలిపె. 161

ఉ. ఉన్నతి నన్నగాగ్రమున నున్న యొకానొక కిన్నరద్వయం
బన్నిఖిలోక్తివేది కపు డన్నపురాసద మైన యొక్క యా
సన్నశుభంబుఁ దిన్ననిప్రసన్ననిజోక్తులఁ దెల్పి తోవయే
గె, న్నరదేవపాదపవిభిన్నబృహన్నగకూటవాటికిన్. 162

క. ఆలోకాద్భుతవిహగయు
గాలోకప్రీతివలన, నతిలోకనయః
కోలాహలకోలాహల
లీలాహలహలిక చెంగలించెన్ బతికిన్. 163

ఆశ్వాసాంత పద్యగద్యములు

మ. అవితోర్వీనవఖండ! ఖండపరశుజ్యాభోగిసాభోగ భో
గవిభాస్వద్భుజదండ! దండధర వీక్షారూక్షనానావిప
క్షవిభు క్షేపకకాండ! కాండభయకృద్గంభీర భేరీమహా
రవదీర్ణాద్రిపిచండ! చండబలధౌరంధర్యహర్యగ్రజా. 164

క. శ్రీకర్ణాటేశ్వర! వి
శ్వాకర్ణితబిరుదశాసనాంక! వితీర్ణి
శ్రీకర్ణ! దశదిశాలల
నాకర్ణాభరణసుగుణనవరత్నఖనీ! 165

పృథ్వి.

కబంధహరధీరతాక! కరాసికృత్తత్రుటత్
కబంధపరిపంథిసంగ్రథితసూర్య! సూర్యర్పిత
ప్రబంధరసబంధురార్థపదబంధ! బంధుస్వధీ
నిబంధన యబింధనాగ్నినిభనిత్య తేజోనిధీ! 166

గద్యము

ఇది శ్రీరామచంద్రచరణారవిందవందన పవననందన ప్రసాద
సమాసాదిత సంస్కృతాంధ్ర భాషాసామ్రాజ్య
సర్వంకషచతుర్విధ కవితా నిర్వాహక
సాహిత్య రసపోషణ రామరాజ భూషణ ప్రణీతంబైన
వసుచరిత్రంబునందుఁ
బ్రథమాశ్వాసము.

శ్రీ

వసు చరిత్రము

ద్వితీయాశ్వాసము

(వసురాజు క్రీడా శైలమున కరుగుట - గిరికా గానము వినఁబడుట - నర్మసఖుఁడు గిరికయున్న కోన కరుగుట - గిరికా సౌందర్య వర్ణన - వసురాజు గిరికను జూడనేగుట - నర్మసఖుని యతి వేషమునఁ బంపుట - గిరికా జన్మ వృత్తాంతము - బ్రహ్మను సేవించి తిరిగివచ్చు శుక్తిమతికి కోలాహలుఁ డెదురగుట - కోలాహలుఁడు శుక్తిమతి కొంగుఁ బట్టుకొనుట - శుక్తిమతి కలవరము - కొండ నదిని నిరోధించిన విషయము ప్రజలు మహారాజునకుఁ దెల్పుట - వసురాజు కోలాహలుని జిమ్మి వేయుట.)

శ్రీ తిరుమలరాయ! జయ
శ్రీతరుణీరమణ! సుగుణశీతల! యాకా
శీతలసేతుధరాతిధు
రాతతభుజదండ! మూరురాయరగండా! 1

వసురాజు క్రీడా శైలమున కరుగుట

తే. అవధరింపుము శౌనకా ద్యఖిలసన్మ
నీంద్రులకు రౌమహర్షణి యిట్లు వలుకు,
నమ్మహీజాని నిజవిహారాచలేంద్ర
దివ్యసౌభాగ్యములు చూడఁ దివురుటయును. 2

ఉ. ఆయెడ నొక్కనర్మసచివాగ్రణి యిట్లను, 'నోయఖండతే
జోయుత! యద్భుతం బొకటి చూచితిఁ జూపెద నీకు, నాడుచే

చాయనె చూడు మభ్రమునఁ జక్కఁగ నల్లదె నల్ల మబ్బులోఁ
బాయవుకొన్నిమ్రాఁకులునృపా! యవుఁజుమ్మవినాకభూజముల్. 3

చ. అన విని నవ్వి, సూక్ష్మగతి నారసి యారసికావతంసుఁడి
ట్లను 'మనకేళిశైల మది యల్లది తన్మఘనాశ్మకూట మ
మ్మనికిమహీజము ల్చదలుమ్రాఁకు లటంచు భ్రమించి పల్కె దై
నను మృష గాదు నీపలుకు నాకనగంబులె తద్ధ్రుమావ ల్. 4

సీ. అచటిసానులు రత్నరుచిరంబు లన నేల
వానివంశము లెల్ల నీను మణులు,
ద్రుమము లెల్లను సురాగమము లౌ టరుదె ని
త్యసురాగములు తదీయాంకురములు,
లతలు సదజీవను ల్గావె యచ్చట వాని
తావులు నతనుసంజీవనములు,
రసము లెల్లను సిద్ధరసము లౌ టెంత త
త్ప్రసవంబులును సిద్ధరసము లచట,

తే. నచటి మణిచిత్రభూములు, నచట నమరు
నమరతరువులగుమురులు, నచటితీవ,
లచటి పొందమ్మికొలఁకులు, నభవునింట
నైన నాదంటబలువింట నైనఁ గలవె. 5

మ. అది గాదే మనకేళిభూధరము, దవ్వా! చూతమాయద్రిసం
పద లంచుం గయిదండఁ బూని ధరణీపాలుండు లీలాగిరిం
గదియన్, నర్మసఖుండు వల్కు నచటం గల్పద్రుహాలారసో
న్మదవైమానికమానినీమధురగానస్వానసానందుఁ డై. 6

సీ. ఒకచాయ ననపాయపికగేయసముదాయ,
మొకసీమ నానామయూరనినద,
మొకవంక నకలంకమకరాంకహయహేష,
లొకక్రేవ వనదేవయువతిగీత,
మొకచెంత సురకాంతల కరాంతతతనాద,
మొకదారి నవశారికోదితంబు,

లోకయోరఁ బటుదారణకుమారఫణితంబు,
లోకదండ నలిమండలికలగాన,

తే. మొక్క మొగి మ్రోయఁ గదళీగృహోపపన్న
కిన్నరీబృంద బృందసంగీతరీతి,
నమరునతివేలకోలాహలముల కలిమి
నధిప! యొయద్రి కోలాహలాఖ్య మొక్కొ. 7

మ. ఘనజాంబూనదరౌప్యరత్నరుచులం గన్పట్టు నీగట్టుఁ జు
ట్టినగండోపలమండలంబు గనుఁగొంటే! మేదినీశైలశా
సన! యుష్మచ్చరణావధూత మగు నీశైలంబు నూరార్పఁగా
ననుకంపామతిఁ జేరు మేరుముఖగోత్రాధీశులం బోలెడిన్. 8

ఉ. అక్కట నీయుదగ్రచరణాహతి కోరువ లేక యేగతిన్
స్రుక్కెనొ గట్టురాచకొమరుం డలనాఁడు, కపోతహుంకృతిం,
గ్రక్కున మూల్గుచుం, బిలముఖంబున నేఁడును గంటె? నెత్తురుల్
గ్రక్కెడు ధాతువు ల్సెదరగా నరుణాంబుఝరీమిషంబునన్. 9

మ. నను నువ్వెత్తుగఁ బాఱ మీటితివి, నానాధైర్యసామగ్రి మ
జ్జనకున్ మున్నెతృణీకరించితి, కృపాస్వాంతంబునం బ్రోవు మిం
క నరేంద్రా! యని గట్టు వేఁడెడి నినుం గంటే తృణగ్రాహినూ
తననీలాశ్మదరీముఖాగ్రవిచలద్వాతూలమంద్రధ్వనిన్. 10

వ. మఱియు నిక్కులాచలసంతానంబు, సంతానకుసుమవాసనా సమాగతసారంగ సంగీతభంగీతరంగంబు లుపాంగంబులుగాఁ బాడు వేల్పుగాణీల పాణీరిత మాణిక్యవీణా మధురరాణామృతంబులఁ గరఁగి జరగు కురువిందకందళంబుల జలంబులఁ బదనైన గైరికతలంబులం బొడమినకారణగుణంబునఁ బగడంబు డంబు విడంబించు నిగనికని తొగరు నిగుడ నెగడు నగణితలతావితానంబుల నొయ్యనొయ్యన యొయ్యారంబుల నుయ్యేల లూఁగు నజరగజరాజయానల యుపరి విస్ఫురచరణకంజమంజుతరమంజీరంబులఁ బెచ్చు పెరుఁగునచ్చపుఁ బచ్చలచాయలు మెచ్చులు సేయుఁ బచ్చికల మచ్చికల విచ్చలవిడిఁ గ్రచ్చుకొని మెసవ నుంకించు నంగపురాజింక జంకించి మగుడ రాఁ దివియునెడ బెగడి తొడిఁబడఁ దడఁ బడ నడుగు లిడఁ గందు చందురుని మేనఁ జిందు

సుధాబిందుసందోహంబుల పొందున డింగుపడి భవదరుణచరణనిహతిఁ బెకలిన కఱకుటెఱకలు మగుడ నిగిరించిన తెఱంగునఁ బరఁగు కార్మొగుల తెగలను గని సమదసామజసమాజంబులని యరసి మెఱసినమెఱపునొఱపు లుపరి పరికీర్ణగైరికపరాగంబు లనియు నుఱుము లురుముఖబృంహితంబు లనియు, రేసియేసగాఁ దివిసి తడవిండ్ల నేసి క్రెవ్వునం గూసి డాసి తదుదరకరక నికరములు జలజలఁ దొరంగినం జూచి గుత్తంపుముత్తియంబులనియేఱి, సారెసారె గీరనగింజలాడం దలంచు చెంచుముద్దియల యశ్రాంత మృగయాపరిశ్రాంతి నివారించు పటీరతరువాటికలును బటీర తరువాటి కాటపములు నికటకూటకోటీవిటంకంబుల నొరయ నెరయు సురభిళ రజంబులతోఁ బరిఫుల్లహల్లకపరాగపూరంబులు పరిక్షుణ్ణకాశ్మీర కేసరా సారంబులు పరిమృదితశైలేయసారంబులుఁ బసిమి యెసఁగ సగపాలు మేళవించి యభ్యంచితకాంచనప్రసవసౌరభసమాగమంబునం బువ్వు గట్టి గంధవహుండు సవరించిన యందపుగందవొడి నెఱవలపులు వలపులతేనికలనం గలయలయికల నపనయింప నింపుసొంపునఁ బెంపుమిగులు కింపురుష చంపకామోదలకుఁ దావు లగుసేవంతిపూ బొదలును, సేవంతిపూఁబొదల జినుకున ననఘహిమసలిలములు నెల చలప దొనలఁదొట్టి జలజలన జాలుకొని వెల్లువలై మల్లడిగొని యల్ల నల్లన నతిశీతల శిలాతలంబుల మెలఁగు కస్తూరిమెకంబుల మదభరంబులం దొరఁగు నాభీరక్తంబు లిగిరి గనిగట్టిననిగరములు గఱచికొని పఱచియవలఁ గమ్మనఁబరిమళించు కల్హారజవ్వాదికలయికలఁ గల నిగ్గుల నగ్గలంబులై కదలి కర్పూరకదళికల పుప్పొడితిప్పలయొప్పు నప్పళించి గ్రక్కున జిక్కనైన యాచొక్కపుఁ గదంబంబులు పూయు విద్యాధరీ కదంబంబుల యాటపాటలకు మెచ్చి యచ్చట వనదేవత లెత్తు నారతి పళ్లెరంబుల కరణిఁ దనరు తరణికాంత పట్టికలను దరణికాంతపట్టికలఁ బుట్టదట్టంబు సెకలపై నెట్టుకొను నతిచిరప్రసూతచమరీ స్తన్యంబులు పొంగినఁ గనుంగొని చెంగటి మునిజనతపోవన సవనభవనంబులఁ బ్రవర్గ్యారంభంబు లని విందులకు ముందుముందుగాఁ గ్రందుకొని వచ్చు బృందారకసందోహంబులునుం గలిగి, నవరతామోదసిద్ధ మహిళాకులంబయ్యు ననవరతామోదసిద్ధమహిళాకులంబై, నిశాకరకాంత రాజీవరాగచ్ఛాయంబయ్యు ననిశాకరకాంత రాజీవరాగచ్ఛాయం బై, మేరుభూరిప్రభాభాసమానం బయ్యు నమేరుభూరిప్రభాభాసమానం బై వెలయుచున్న యది విలోకింపుము. 11

చ. కొలఁకులపజ్జ సజ్జకపుగొజ్జఁగిపూఁబొదరిండ్ల బోరునం
జిలుకు హిమాంబుపూరములు శీతకరోపల బట్టికాతటం
బుల దుముకం బుటం బెగయు భూరి తుషారకణంబు లెల్లెడ
న్వలగొన నిన్నగంబు హిమవన్నగ మం దనరారు భూవరా! 12

గిరికాగానము వినఁబడుట

మ. అని కేళీసచివుండు దెల్ప నిజలీలాహార్య మాసింహసం
హసనుం డెక్కి, తదీయనిర్ఝరసమీరాందోళితైలాసుగం
ధినికుంజాంతనవేందుకాంతమణివేదిం బ్రోదియై విశ్రమిం
చిన, నందొక్క కలస్వనంబు వినవచ్చెన్ మాధురీధుర్యమై. 13

క. వీనులవిందై, యమృతపు
సోనల పొందై, యమందసుమచలదళినీ
గానము క్రందై, యాస్వన
మానందబ్రహ్మ మైన నధిపతి వల్కెన్. 14

శా. 'నాదం బొక్కటి పిక్కటిల్లె దిశలన్, నవ్యామృతావ్యాహతా
స్వాదం బై విననయ్యెడిం, బ్రియవయస్యా!వింటివే షట్పదీ
నాదంబో, కలకంఠనాదమొ, మరున్నారీమణీవల్లకీ
నాదంబో, వివరింపరాదు పరమానందానుసంధానమై. 15

శా. నానాగాయనగాయనీమణుల గానం బుర్వి నాలింపమో?
నానాఁటన్ నగభేదివీటఁ గల గంధర్వాప్స రోగీతవి
ద్యానైపుణ్యము లెన్నియేని వినమో?యందైన నిందైన విం
దై నాదం బొనగూర్చునే మదికి ని ట్లానందసందోహమున్.' 16

చ. అన విని కేళికానచివుఁ డాస్వన మల్లన నాలకించి 'యో
జనవర! వల్లకీరవము సంగతిఁ బాడెద రెవ్వరో వినూ
తనగతి నిమ్మహాద్రిపయిఁ, దన్మృదుపంచమషడ్జశయ్య కొ
య్యన నెలుఁ గిచ్చె వింటె ప్రమదాకుల కోకిల కేకిలోకముల్.' 17

క. అనవుడు శశికాంతదరీ
జనితప్రతినాద మైన సంగీతకల

స్వనము మనమున నొకానొక
యనురాగభరంబుఁ బెనుప నవనిపుఁ డనియెన్. 18

ఉ. 'ఎచ్చటివారొ, యీదరుల నీబలుకోనల నీనగాళిలో
నెచ్చట నున్నవారొ, మది కింపులు నింపు కలస్వనంబుతో
నిచ్చటఁ బాడుచుండఁ గత మెయ్యదియో, వివరించి క్రమ్మఱన్
వచ్చెదవే! తదాయతనవాటికిఁ బోవుద మీక్షణంబునన్.' 19

నర్మసఖుఁడు గిరికయున్న కోన కరుగుట

చ. అని యనుపన్, వినోదసఖుఁడచ్చటి పూఁబొదరిండ్లు చూచి, కాం
చనమణికందరాసదనసంతతు లారసి, పక్వగోస్తనీ
ఘనతరకాయమానములు గన్గొని, తిన్ననికన్నెమావిగుం
పునఁ బెనగొన్న మల్లియలఁ బూచిన కోనలు గాంచి యొక్కచోన్. 20

సీ. రేలెల్ల నమృతమరీచి నంటున నంటఁ
గరఁగి నిర్మలపయోర్ఝురులఁ దొరఁగి
బలువిడి పెనులోయఁ బడిన క్రొన్నెలరాల
చఱులలో నిరుగడఁ దఱచు మెఱచు
పటికంపు పణకుల పజ్జ గొజ్జఁగినీటి
యేటిక్రేవలఁ జలియిసుక వెట్టు
నేడాకుటనఁటుల నెలమావిగుమురుల
నురపొన్న కూటాలఁ జుట్టుకొనిన

తే. బండిగురివెందతీఁగెచప్పరము లెనసి
ముడిగొనిన ద్రాక్షపందిళ్ల నడుమఁ గిన్న
రీనినాదానుకారిశారీశుకాది
ఘోషఘుమఘుమితం బైన కోనఁ గనియె. 21

లయగ్రాహి :

ఓరఁ గయిువ్రాలిన నమేరువుల పుప్పొడుల
సారువులవెంట సహకారమిళ దేలా
ధారములజారుహిమనారికృతసారణులఁ
బైరయిన చెంగలువయీరికలలోఁ గా

శ్మీరకృతసేతువులదారిఁ జనుచో నచటఁ
గూరు కలహంస లగడై రొదలు సేయం
గిరములు సారెఁ బెఱవార లిటుచేరరని
చారణులఁ జీర వసునీరసఖుఁ డంతన్. 22

సీ. పగడాలకొణిగల నిగనిగ ల్వజ్రంపు
జగతిత్రేవల నెఱజాజు నింప,
నీలజాలకజాలజాలోకము లఖండ
కాలాగరుజధూపకాంతిఁ బెనుప,
ముత్యాలనవరంగములరంగు నవరంగ
వల్లీవిభూతి ముంగిళ్ల నునుప,
గారుత్మతద్వారచారు ప్రభాపుర
తోరణంబుల హరిత్తులు పొసంగ,

తే. భర్మ పాంచాలికాపాణి పద్మరాగ
రాజినీరాజనోపచారముగ వఱలఁ,
దరళవై దూర్యవలభికల్ తెరలు నెరప,
నిరుపమం బైన దివ్యమందిరము గనియె. 23

గిరికా సౌందర్య వర్ణన

క. కనుఁగొని మణిమందిరమున
మునుకొని కలధౌతభిత్తిముకురతలబహి
ర్జనితానుబింబనమ్మిలు
వనితారత్నములు మెలఁగు వల నెఱిగింపన్. 24

చ. తరువులపొంతఁ బొంచి వసుధావరమిత్రుఁడు గాంచె నచ్చటం,
దరుణిఁ, దమోవినీలకచఁ, దామరసోదరసోదర ప్రభం,
దరళవిలోచనం, దతనితంబఁ, దటిన్నిభగాత్రవల్లరిం,
దరుణశశాంకఫాల, నొక దవ్విఁ, దరంగవళిం, దలోదరిన్. 25

మ. లలితామోదలతావితానవృతలీలాచంద్రశాలాతలో
జ్జ్వలనీలాతతవేదిపై మొగులు త్రేవన్ మించు క్రొమ్మించు నా

నలువై యత్తఱి నత్తలోదరియు వీణావాదనప్రౌఢిచేఁ
జెలులన్ రంజిలఁ జేయుచున్కి నృప సంసేవాపరుం డాత్మలోన్. 26

గిరికా బాల్య వర్ణనము

సీ. తనకప్పు నెఱిగొప్పుననె పూని గౌరీస
మాఖ్య మించ జనించినట్టి యార్య,
తనచాపలము చూపులనె చూపి సిరు లెల్ల
కడఁ జల్ల వచ్చిన కమలపాణి,
తనపాండిమము నవ్వులనె యుంచి గాంధర్వ
మవనికిఁ దెచ్చిన హంసయాన,
తనయదృశ్యత నడుమనె తాల్చి సాంగమై
మొనసిన యతను సమ్మోహవిద్య

తే. గావలయు నీ నెలఁది దీనికాంతిగుణక
ళాభిరూప్యంబు లెఱిఁగించి, యామహేశు,
నానగోద్ధారకుని, నాప్రజాధినాధు,
నా జగన్మోహనుని, దెత్తుననుచుఁ జనియె. 27

చ. చని విభుఁ గాంచి పల్కు బలశాసనసన్నిభ! నీదు పంపునం
బనివిని తీవె గుంపనక, పాండురసైకతనిర్ఝ రీతటం
బనక, దరీపుటం బనక, యన్నియు నారసి యెుక్కచో వినూ
తనలవలీలతావళులతావుల తావల మైన తావునన్. 28

శా. నాళీకాకరతీరసారకదళీనారంగపూగావళీ
పాళీవాసిత మైన కోనఁ గని యాబల్కోనలో గానలో
లాళీప్రేరకత్నకోరకమయూఖాళీ సమాలీఢ మౌ
కేళీధామముఁ గంటి భూరమణ! యాకేళీనివాసంబునన్. 29

సీ. వలుఁదగుబ్బలు ప్రసేవకవృత్తిఁ దగు గుబ్బ
గాయల కపరంజిచాయ లొసఁగ,
లలితాంగుళీదళంబులు సమేళము లైన
సారెలపై రాగసంపద లిడఁ,

బాణికంకణరుతుల్ ప్రాణానుబంధంబు
గల తాళగతి కనుగ్రహము లీన,
నాలాపభంగి యత్యుక్తసంవాది స
మస్వరంబులకు గ్రామంబు లునుపఁ,

తే. ప్రచురతానామృతముల మూర్ఛనలచే న
చేతనంబులు చేతనరీతిఁ దనరఁ,
జేతనంబు లచేతనభాతి నొనర,
వీణ వాయించు నొక యలివేణిఁ గంటి. 30

క. నరరాజకన్యలును, గి
న్నరరాజకుమారికలు, ఫణాధరవిద్యా
ధరవీణాధరశోణా
ధరలును నాతరుణిఁ బోల్పఁ దగరు నరేంద్రా. 31

తే. మేటి జమ్మేటియసటఁ గ్రొమ్మించు మించుఁ
బొదివి, మదనప్రతాపాగ్నిఁ బుటము వెట్టి,
తమ్మిగద్దియ దాకటఁ గ్రమ్మి, యట్టి
కొమ్మఁ గావింపఁ బోలు నెత్తమ్మిచూలి. 32

సీ. వనితపాదములు ప్రవాళంబు లై మించుఁ,
గటి యచలాభోగకలనఁ బొదలుఁ,
బడఁతిగుబ్బలు మీఱు భద్రకుంభనిరూఢి,
వదన మబ్జఖ్యాతి వదల కొనరుఁ,
గలికిచెక్కులు చంద్రఖండంబు లై పొల్చుఁ,
గన్నులు రాజీవగణనఁ గాంచు,
వెలఁదివేనలి నీలవిషధరం బై తోఁచుఁ,
దను వెల్ల కాంచనం బనఁగ నెసఁగుఁ.

తే. బగడ మిగురాకు, నిలఁజట్టు, బనఁటులుఁ గరి,
కుంభములు, దమ్మి నెల, నెలకూనఁ గపుర,
మబ్జములు మీలు, మొగులు కాలాహి, పసిఁడి
సంపఁగులఁ, గూర్చి నలువ నిర్మింపఁ బోలు. 33

తే. వదనవనజహృతాంశుసర్వస్వుఁ డగుచుఁ
గుందునిందుని దరహాసకందళమున
మనుపు మని పాదముల వ్రాలి, చనని విధుని
కొమ్మలన నింతిమృదునఖాంకురము లమరు. 34

ఉ. భామపదద్వయం బడుగుఁ బాయక కొల్చు సరోజరేఖలన్
శ్రీ మెఱయన్ భరించి మధుజృంభణచే మొనచూపుపల్లవ
స్తోమము సౌకుమార్యమును శోభయుఁ గైకొనఁ బోలుఁ, గానిచోఁ
గోమలతారుణత్వములు గోల్పడునే యవి నాఁడునాఁటికిన్. 35

తే. కమలగర్భ హిరణ్యకాహళులు దొరయ
నీఁతలును, మ్రోఁతలును జూపి యెలమి మకర
లీల లోఁగొని దొనల శరాళి ముంచి
యబలమృదుజంఘికాప్రకాశౌఘ మడరు. 36

మ. సతియూరుద్యుతిఁ జెందఁ బూని, నిజదుశ్చర్మాపనోదక్రియా
రతిఁ బాథోలవపూరితోదకము లై రంభేభహస్తంబు లు
న్నతఁజిన్ వీడె మరుద్విభూతిఁ గదళి న్ద్వగ్దోష మాచంచలో
ద్ధతశుండాతతిఁ బాయ దయ్యె నదె వో తద్వైరమూలం బిలన్. 37

చ. అతివనితంబబింబ మఖిలావనిభాగము నేలి, దీవు లం
చితరుచి నాక్రమించి, యరిజృంభణవారణధుర్య మై సువృ
త్తతఁ బరిపూర్ణ రాజరమఁ దాల్చి కదా! గచమస్తకోపరి
స్థిత మయి కాంచెఁ గాంచిగుణదీపిత గంచనపట్టబంధమున్. 38

చ. కలికిముఖేందుకాంతికరకాంతవయోజలదాంతవేళ, వ
ర్తులకుచగండశైలములు దోఁప వళిత్రయశోషరేఖ లిం
పలఁగ మధ్యసీమ బయ లై కటిసైకత మొప్ప బాల్య మ
న్పలునది యింకుచో మెఱసె నాభి గభీరజలాశయం బనన్. 39

చ. అలికులవేణియూరు నవయౌవన మన్ వలరాచతోఁటలోఁ
బొలుచు నితంబవేది కడఁ బొక్కిలి డిగ్గియ చెంత నీలసం
కలితనవాంబుయంత్ర మగుఁ గానియెడన్ రసగుంభనంబు సం
ధిలఁ బుట ముబ్బునే నడుమ నిల్చి ఘనస్తనసూనగుచ్ఛముల్. 40

మ. ఘననాభీగుహ చెంత నారుపొగ లేఁగొ నాని తా నా యనం
గుని మెప్పించి తదాత్మతం బొరయఁ గన్గొఁ టాల కుజ్జృంభిత
స్తనయుగ్మం బతనుత్వ మొందె, నధరోష్ఠం బిక్షుధర్మస్థితిం
దనరెం, గన్నులు శంబరాహితగతిం దాల్చెం బయోజాస్యకున్. 41

సీ. క్షణవిలాసమె కాని గజనిమ్మపండులు
సరియె దుర్గాధివాసమున మనినఁ
బైపూఁతరుచి గాక ప్రతియె కిన్నరకాయ
లరిది మేరువు తలయంపి నిడినఁ
బ్రొద్దువన్నెలె కాని యుద్దియే తమ్మి మొ
గ్గలు చక్రములఁ గూడి దళముకొనినఁ
గాఁకచాయలె కాక కనకకుంభము లీడె
శ్రీకరులశిరోగ్రసీమ నున్న

తే. మిళితఘనసార మై నున్ను మిగిలి కదిసి
యంతరము సూత్రమున కీక యలరిజోడు
వదల కమితరసప్రౌఢిఁ బొదలి మెఱయు
నన్నుతలమిన్న వలిగుబ్బచనుఁగవకు 42

చ. సతిహృదయాలవాలమున జవ్వనపుంబెనుకాఁకఁ జేసి య
య్యతనుఁడు గుబ్బపొంబనఁటులా రను లోహశలాక నెత్తి యూ
ర్జితరుచి నింపఁగాఁ దుదలఁ జెందిన రాపొడి బాహుమూలజ
ద్యుతి యగుఁ గానిచో నచటఁ దోర్మయభర్మలత ల్జనించునే. 43

చ. విలసిత మౌక్తికంబులు సవిభ్రమరేఖలు నున్కి సాటి రాఁ
దలఁచి మహోద్ధతిన్ మొరసి తన్మృదునాదవిలాసకౌశలం
బలవడమిన్ ముడింగి దర మై తనలో వివరం బెఱింగి యా
వలమురి దాఁ బ్రదక్షిణము వచ్చెనొ యాసతికంఠలక్ష్మికిన్. 44

సీ. కొమ్మవాతెఱతో గుణమ్ముఁ గైకొనవచ్చి
కఠినవిద్రుమము చేకట్లఁ బడియెఁ.
గోమలియధరంబుతో మొన ల్పచరించి
యరుచి బింబఫలమ్ము లవిసి పడిగొె,

మృగనేత్ర పెదవితో సొగసుఁ బూనఁ గడంగి
కెంపు నీరసముఁ జెక్కించుకొనియె,
సతిమోవితో రసస్థితులు చూపి సుగంధ
నికలబంధూక మూరకయె విరిసె,

తే. డాయుపగడంబునకుఁ బగడంబు, బింబ
మునకు బింబంబు, మెఱయు కెంపునకుఁ గెంపు,
బంధుజీవంబునకుఁ దాన బంధుజీవ,
మౌర! యాకుందరదన రదాంశుకంబు. 45

ఉ. ఇంతిమృదూక్తిమాధురికి నిక్షురసం బెన వోలఁ జాల, కా
ద్యంతము నోడి మధ్యమగుణాశ్రయ మై నెఱకాఁక నెన్నిజ
న్మాంతరము ల్వహించియుఁ దనంతనె ఖండము లయ్యెఁగాని, యా
వంతయుఁ బూన దెంత వొడి యయ్యు నఖండతదీయసంపదన్. 46

సంపఁగి మొగ్గవంటి నాసిక

శా. నానాసూనవితానవాసనల నానందించు సారంగ మే
లా న న్నొల్ల దటంచు, గంధఫలి బల్కాఁకం దపం బంది యో
షానాసాకృతిఁ బూని సర్వసుమనస్సౌరభ్యసంవాసి యై
పూనెం బ్రేక్షణమాలికామధుకరీపుంజంబు లిర్వంకలన్. 47

మ. తనరాజీవశరం బెఱుంగదు, నిశాతత్వంబు లేఁగల్వతూ
పునకుం జాలదు వేగలీల యని యాపూముల్కు లెగ్గించి క్రొ
న్ననవిల్కాఁడు నవాంబుజోత్పలవితానం బీను మీనాక్షిలో
చనము ల్వింట ఘటింపఁ బొల్చె నవి నిస్తంద్రాంబకఖ్యాతులన్. 48

తే. త్రిజగతీసుదతీరూపవిజయకీర్తి
గలుగు నని యింతిఫాలభాగమున వ్రాసి
నలువ యాశుభవాచకంబులకు శ్రీల
మొదలఁ దుది నిల్పె ననఁ గర్ణములు దనర్చు. 49

చ. అనయము నీలకంధరము నభ్రము నన్న సమాఖ్యవారితో
నెనరియు నింతవేనలికి నోడి యనిశ్చితరూపధేయ మై

చనియె మొగు ల్నాగావళికి శబ్దగుణంబులు సూపువాని వె
ట్టనఁ బురివిచ్చు వానిదరి టాయు జడాత్మల కెవ్వి నిల్కడల్. 50

సీ. కన్నెపాదము లజుఁ గన్నమేటికి నైన,
బాలజంఘలు వరశాలి కైనఁ,
బూఁబోఁడి జఘనంబు భూరివేదిక నైనఁ,
బొలఁతిపొక్కిలి సరసులకు నైన,
సతి కౌను సర్వజ్ఞమతి కైన, నతివ చ
న్గవ ప్రసన్నాదిత్యకవుల కైన,
రమణి నెమ్మోము పూర్ణకళానిధికి నైన,
వనితవేనలి ఫణిస్వామి కైన,

తే. గుణములన్నియును గ్రహింప గోచరింప
వనిన, మముబోంట్లకు నుతింప నలవి యగునె
కువలయాధీశ! నీవు గన్గొంటి వేని
చెలువచెలు వాత్మఁ బాయక నిలుచు నేమొ. 51

మ. కమనీయాకృతి యోగ్యకీర్తనములం గన్పట్టు నాశ్యామ, యా
సుమబాణాంబక, యాయమూల్యమణి, యాచొక్కంపుఁబూబంతి, యా
సుమనోవల్లరి, యాసుధాసరసి, యాసొంపొందు డాల్దీని, యా
కొమరుంబ్రాయపురంభ, యాచిగురుటాకుంబోఁడి నీకే తగున్. 52

తే. చిత్తజాకార యాచెల్వచెలుల చెల్వ
మలవయె నుతింప, వారు వామాక్షి వలనఁ
గలికిచూపులు ననవద్యగతులుఁ బొరయఁ
గదిసిన సురాహిరాజన్యకన్య లొక్కొ. 53

శా. ఆలావణ్యవతీమణుల్ గొలువఁగా నాలేమ, యాకోసలో
నాలీలాభవనంబులో ననఘుకంతాల ప్తిసౌభాగ్యముల్
వ్యాలోలాంగుళి సంజ్ఞచేఁ గఱపు తేవన్ వీణఁ బల్కించు, నా
యాలాపంబె గిరిం దరీముఖరమై యాలింపఁగా నగ్యొడిన్. 54

సారసలోచనలు సాలోచనలగుదురను శంక

ఉ. స్వైరవిహారధీరలగు సారసలోచన లున్నచోటికిన్
బోరన లాతివారు చొరఁబూనివచో రసభంగ మంచు, నేఁ
జేరక పువ్వుఁదీవియలచెంతనె నిల్చి లతాంగిరూపు క
న్నారఁగఁ జూచి వచ్చితి, నవాంబురుహాంబక! నీకుఁ దెల్పఁగన్. 55

చ. అని చెలి విన్నవించుటయు నాహితవాక్యము మున్ను విన్న య
న్ననదమున్నఁదిన్ననయి, నీరజలోచన యున్న కోనకుం
జనఁ దివిరింపఁ దత్ప్రియవచఃస్థితికన్న విరాళి నించెన
జ్జన పతికిన్ మనోజభుజచాపలతాగుణగుంజితార్భటుల్. 56

వసురాజు గిరికను జూడనేఁగుట

తే. కిన్నరవిహంగయుగళిచే మున్ను విన్న
సన్నుతాసన్నశుభదప్రసన్నఫణితి
మదికి సరిదాఁక, ముదమునఁ బొదలి మేది
నీపతిహితాగ్రణిని త్రోవ సూపు మనుడు. 57

సీ. 'ఈఱాలఁ బోరాదు హేరాళము జవాది
యాఱాల నడుచక్కి నేఁగ వలయు,
నాకాన నేకాల మడరుఁ దేనియవాన
లాకాన నేర్పున నరుగ వలయు,
నీవంక నేవంక నెనసిన తుహినాంబు
లీవంకఁ బూఁదెప్ప నీఁద వలయు,
నామూల నునుమూల ఆమొత్తముల చఱు
లామూలముగఁ దీవ లంటవలయు,

తే. నధిప! యిది మానకపుఁగోన, యది లతాంత
రజము సారువ, యిదికప్పురంపుటనఁటి
చప్పరం, బల యది కాంతసదన, 'మనుచు
నరపతికిఁ దెల్పె నరుగుచో నర్మసఖుఁడు: 58

ఉపశ్రుతి

సీ. 'ప్రకటితోన్మేష కీపద్మిని కినకర
కౌతుకావాప్తి వేగనె ఘటించుఁ,
దతవయోవిభవ కీలతకూన కాసన్న
పున్నాగవిహృతి గొబ్బుననె యబ్బు,
విలసితా మోద కీ కలికికొమ్మకు రాజ
సారంగయోగ మీక్షణమ కల్గు,
భువనాభివంద్య కీనవరసపరసికి
మానసప్రియలీల తోన దొరకు',

తే. ననుచుఁ దిక్కులోన లేఁదోట లరయుమగువ
లాడు నుడువులు విన నయ్యె నని యెఱింగి
నృప! యుపశ్రుతి వింటివే యిచట ననుచు
నాప్తుఁ డెఱిఁగింప హర్షించె నధిపుఁ డపుడు. 59

క. కుతుకమున నచలసుత యగు
సతిఁ గనఁ జను రాజమౌళి చాడ్పున, నపు డా
క్షితిపతి సతిఁ జూచు తమిన్
హితసూచిత సరణిఁ గోన కేతెంచు నెడన్. 60

తే. తొలుదొలుత భద్రకుంభముల్ దోఁపఁ, బిదపఁ
బచ్చఱామానికపు నిచ్చఁ బచ్చతోర
ణంబు వెడసూపఁ, వరుసఁ గన్యాగృహంబు
నరపతి కమూల్యకల్యాణగరిమఁ దెలిపె. 61

రాజు నయనోత్సవముగ గిరికను జూచుట

శా. ఆలోఁ గాంచనమందిరంబు నవరత్నాలోక ముల్లోక మై
యాలోకోత్సవ మాచరింపఁ, బతి డాయం బోయి ప్రాచీనపుం
జాలుం దీవెలవాటున న్నిలిచి వాచాలాళి పక్షానిలా
లోలత్పల్లవజాలమార్గముల నాలోలాక్షి నీక్షించినన్. 62

చ. కనుఁగవ పూర్ణ కామ మగుఁ, గన్గవకన్నను బూర్ణ కామ మై
మన మతిచిత్రవృత్తియగు, మానసవృత్తికి మున్న చిత్ర మై
తనువు రసోత్తరంగ మగుఁ, దత్తను వైఖరికన్న సంభ్రమం
బనసి రసోత్తరంగ మగు నీప్సిత మా నగమానభేదికిన్. 63

మ. జననాథోత్తముఁ డింతిఁ జూడ ననిమేషత్వంబుఁ గాంక్షించు,న
య్యనిమేషత్వము కాంత కాంతముఖచంద్రా సేవనానందవా
సనఁ బ్రాపించినఁ గోరు నప్పు డనిమేషస్వామిభావంబుఁ, గ
న్గొన నెందున్ నృపులుత్తరోత్తరపదానూనస్పృహాచంచలుల్. 64

తే. కాంత పద మొంది, యట యూరుఁ గ్రమ్మి, కాంచి
సీమ నెనసి, పయోధరశిఖరిదుర్గ
సంగతికి లాఁచు నృప దృష్టి చక్రశాస
నోన్నతస్థాన మపుడుగా యెదవుఁ దనకు. 65

మ. నిరతిన్ నాభిసురంగ మీఁగియు, వళీనిశ్రేణికన్ హత్తియు,
న్వరరోమావళివల్లరీగణము నంటంబ్రాఁకియుం దత్పయో
ధరదర్గంబుల నాక్రమించె నచలేంద్ర ద్వేషి చూ పౌర! సం
గరసామోదవినిద్రవృత్తికి నశక్యం బెద్దియుం గల్గునే. 66

ఉ. ఆమనుజేంద్రుచూపు, తిలకాంచిత మై నెఱదావి చల్లు నా
రామముఖంబున న్నెరయ వ్రాలుచు హాస మరందచిక్కణం
బై మెఱుఁగారు, గండఫలకామృత భాను శిలాతలంబు
న్వేమఱు జాఱ యూఁతఁగొను నిద్దపుఁ బెన్నఱితీవజొంపముల్. 67

సీ. పదములఁ బల్లవింపఁగ నోపుఁ, దొడల మం
గళమహారంభాప్తిఁ గాంచ నోపుఁ,
గటిఁ గరిస్కంధాధిగమలీలఁ గన నోపుఁ,
నసదుగొ నెనసి మిన్నంద నోపు
గుబ్బలసిరికల్మిఁ గొండఁ దాఁకఁగ నోపు,
నళుత నొక్కనిధాన మరయ నోపుఁ,
జక్కెర మోవి నిష్టఫలం బెనయ నోపు.
శ్రుతుల శ్రీలనె యెదుర్కొనఁగ నోపు,

తే. రమ్యవదనాబ్జమునఁ బూర్ణ రాజమండ
లాధిపత్యశుభావాప్తి నలర నోపుఁ
గురుల ఘనసంపదలు చూఱఁగొనఁగ నోపు
నింతినెమ్మేనఁ బర్వు నుర్వీశదృష్టి. 68

తే. వాఙ్మనసగోచరేతరాద్వైతరాగ
జలధి నపు డోలిఁ దేలి, రాజన్యమౌళి
ఘనతరాశ్చర్యశాలియై వనితరూప
మనితరాయత్త మగు నాత్మ నభినుతించె. 69

గిరికా సౌకుమార్యములు గొనియాడుట

సీ. ఘనలక్ష్మి నెసఁగు నంగనముంగురుల పేర
భ్రమరకంబులు ధాత్రిఁ బ్రబలఁ బోలుఁ,
గమలావళి లదల్పు విమలాంగి మోముతో
నొనగూడి సన్మిత్రుఁ డొనరఁ బోలు,
నమృతసంగత మైన యతివచక్కెరమోవి
నీడయై బింబంబు నెగడఁ బోలు,
మేలిమిగట్టులౌ మెలఁతచన్నుల కనుం
గై గోత్రవర్గ మిం పలరఁ బోలు,

తే. సాటిరాఁబోలు సరులు భుజాలతలకుఁ,
జక్ర మేల్బడి గాఁబోలు జఘనరమకుఁ,
దమ్ములు పదానుజన్ము లై తనరఁ బోలుఁ,
బ్రసవములు గోళ్ల నిసువు లై యెసఁగఁ బోలు. 70

చ. బొమవిలుచూపు తూపులును బూని, మృగాంకుని గెల్చియింతిమో
మమృతము మందహాసమున నచ్చపుడాలు కపోలలీల ఫా
లమునఁ గలావిలాస మఖిలంబుఁ గొనం, గని వెన్కఁ జొచ్చెన
య్యమృతగభస్తిభీతతిమిరావళి వేనలి పెంపుసొంపునన్. 71

చ. బలితపుగుబ్బగుబ్బలులపై నిర వొంది మెఱుంగుఁ దీఁగెచే
నలరి హృతాబ్జసూగరుచి యై నిరవద్యకలారవామృతం

బులకలిమిం, పికాంగనలమూఁకకు మూకత సంఘటించు నీ
చిలుకలకొల్కి కంధర భజింపఁగఁ జెల్ల దె కంధరాంకమున్. 72

మ. సమదాభంగమనోజసామజ మురోజగ్రావలీలాధిక
క్లమ మై నాభిసరోంతరంబున మునుంగం బొంగు నుద్వేలభం
గము లయ్యెన్ వళు, లంతరాళమున దద్గంధానిబంధంబుచే
నమరుం దుమ్మెదచాలు నా నొనరె నూఁగా రింతి లేఁగౌనునన్. 73

చ. వనితకుచాద్రులం బొడమి వాటపుఁబొక్కిలి నిండి యుబ్బి జా
ల్గొని కటిచక్ర మాని మెఱుఁగుందొడ లై విరవాసి వచ్చు నూ
తనకిరణామృతౌఘముల దండ హలాంకపదోద్ధితంబు లై
మను నుడివోనిగర్భకలమంబులు గావె లతాంగిజంఘికల్. 74

చ. అని వనితాలలామ వినుతాంగతరంగితసౌకుమార్యముల్
గని కొనియాడు, సమ్మదము గ్రమ్మ కొనం దల యూఁచు, నవ్వు, న
వ్వనరుహసూతిచేతి యనివారితచాతురి మెచ్చుఁ గాని య
య్యనఘుఁ డెఱుంగఁ డయ్యె మననాంతర మాంతరవిస్మ యంబునన్. 75

నర్మసఖుని యతివేషమునఁ బంపుట

మ. అపు డానర్మసఖుండు చేరఁ జని 'కన్యారత్నముం జూచితే!
తపనీయాచలధీర! నాపలుకు తథ్యం బౌఁ గదా యింక నే
జపివేషంబునఁ జేరఁ బోయి లలనాజన్మప్రకారంబు దే
టపడం గాంచెదఁ బంపు'మన్నను నఖండప్రేమసామగ్రితోన్. 76

తే. కుంభగతదీపశోభానిగుంభలీలఁ
గుంభకుచమేనఁ జూడ్కు లాగుబ్బుకొనఁగఁ
గాంచు విభుఁ డంగనాప్రసంగంబు కతన
మంత్రివరు నెట్టకేలకు మఱలి చూచి. 77

ఉ. 'ఏగతి యోగిరూపము వహించెదొ యేగతిఁ బ్రౌఢి నించెదో
యేగతి వేళఁగాంచెదవొ, యేకత మున్న వధూజనంబు నీ
వేగతిఁ బల్కరించెదవొ, యిష్టసఖా! భవదీయనీతికా
ర్యాగతి నేఁడు చూతము గదా,'యని యంపిన నాక్షణంబునన్. 78

సీ. కనకవల్లిమతల్లికల పెంపు జడగుంపు,
పుష్పపరాగసంభూతి భూతి,
కమనీయశాఖాప్రకాండంబు దండంబు,
తరుణపల్లవకోటి ధాతుశాటి.
వల్కలధట్టంబు వరయోగపట్టంబు
జాలకవిసరంబు జపసరంబు
ఫల రసాసారంబు పాత్రాంబుపూరంబు,
కింజల్కములచాలు మౌంజినూలు,

తే. ఎయఁజాలిన యమ్మహాశిఖరిశిఖర
రుచిరసురభూజరాజిచే నుచితవేష
మెనసి నరపాలనిరపాయహిత విహార
హారి గడిదేరి యొకజడదారి యయ్యె. 79

క. ఆమాయతపసి నియమ
స్థేమాయత నక్షసరముఁ ద్రిప్పుచు నెలమిన్,
నామాయతనయనాజన
హైమాయతనంబుఁ జేర నరుగుచు నచటన్. 80

విదూషకుని నేర్పరితనము

తే. గంధగజయానగీత ప్రబంధకలన
నలరి యతి లియ్య మైె వచ్చు నరిది మగువ
లార! కనుగొంటిరే యను నాళివాక్య
మొకటి విన నైన నిదె వేళ యొదవె ననుచు. 81

ఉ. 'మేలు లతాంగి నీపలుకు మెచ్చితి నే యతి నచ్చుజాడ యే
లీల నెఱింగి తమ్మ, బహుళీకృతచాతురి నించు నీవిపం
చీలలితారవామృతము చిత్తము సోఁకిన వార లీకళా
శాలినిఁ జూచి దీవెన లొసంగక పోవరు సుమ్ము' నావుడున్. 82

ఉ. అచ్చట నున్న యిందుముఖు లందఱు నాపలు కాలకించి తా
నెచ్చట నుండియో యొకయతీంద్రుఁడు వచ్చెఁగదమ్మయంచు,లో

నచ్చెరుపాటు సంభ్రమము నందుచు గద్దియ డిగ్గి రంతలో
వచ్చెఁ దపోధనుండు జనవల్లభుఁడున్ మది మెచ్చె నెచ్చెలిన్. 83

చ. ముని యటు రాఁదటాలున సమున్నతపీఠము డిగ్గి నిల్చు నం
గన నిరుపేదకౌను కుచగౌరవ మోర్వక కంప మొందఁగా
జనపతి చూడ్కి తోచనె ససంభ్రమసంభరితానుకంపమై
యెనసి వలగ్నముం బొదివె, నీశులు దీనదయాళు దర్శనుల్. 84

తే. ఇంతియును సంత నంతంత నెదిగి పొదలు
నిబ్బరపుగబ్బిగుబ్బల యుబ్బు కతన
నోరగాఁ బాణికంజంబు లూఁది మ్రొక్కె,
మక్కువ సఖీమణులుఁ దాను మౌనిమణికి. 85

మంజువాణి మాటకారితనము

వ. అప్పు డప్పవ్రతినవతపోనిధి యొప్పులకుప్పయగు నప్పూఁబోఁడి యనల్పవినయ
కల్పనంబులకు నుప్పొంగి, యో యనన్య కన్యా సామాన్యలావణ్యప్రభావ
సువల్లభుం బెండ్లియాడుమని దీవించి, తదీయవివిధపూజావిధానంబులం
బ్రమోదమానమాననండై, యాము ద్దియ లిడు పసిండి గద్దియ నధివసించె,
నయ్యెడం దొయ్యలులు నయ్యతి పనుపునం దమతమ యుచితాసనంబుల
నలంకరించి, రంత నాకంజనయన యనుఁగుంజెలులలో సమంజసవచన
చాతురీరంజితయగు మంజువాణి యంజలిపట్టి యతికుంజరునితో నిట్లనియె. 86

ఉ. 'ఎచ్చటినుండి యెచ్చటికి నేఁగుచు నిచ్చటి కద్భుతంబుగా
వచ్చితి రార్యసన్నుత! భవచ్చరణాబ్జనఖేందుయుక్తిచే
నచ్చపుఁదెల్వి వచ్చెఁ, దమ మంతయు విచ్చెఁ, గళాకలాపముల్
హెచ్చె, మదాళిభాగ్య మిఁక నింద్రపురంధ్రుల కైనఁ గల్గునే. 87

ఉ. అంబురుహాప్తతేజ! భవదంఘ్రుల వ్రాలఁగఁ గల్గు నుత్తమాం
గం బది యుత్తమాంగము, జగన్మహనీయ భవత్కథావిశే
షంబు నుతింపఁగాఁ గల రసజ్ఞ రసజ్ఞ, భవద్విభావనా
ప్తిం బరిపూర్ణ మై జరుగు దిష్టము దిష్టము శిష్టకోటికిన్. 88

క. లలనాలలామవీణా
కలనాదము మెచ్చి కరుణఁ గమనీయవరా

కలనాదరమున వచ్చిన
యలనాదప్రియుఁడవో, మహాత్మ దెలుపవే. 89

ఉ. ఓయతులప్రభావయుత! యోయతిలోకమణీ! యనంతర
త్నాయతతేజ తావకశుభాంకముఁ గన్న సువర్ణరేఖలం
బాయనికూర్మిఁ దెల్పి యనపాయముగాఁగ మదీయకర్ణపా
ళీయుగళీ పరిష్కరణలీల ఘటింపఁ గదే; ముదంబునన్.' 90

యతివేషధారి వ్యంగ్యభాషణము

చ. అన మునిరాజు పల్కు 'వనితా!జనతావినుతాభిధేయుఁ డై
యొనరినగౌతమున్ మునికులోత్తముఁ జెప్పఁగ విందువే, కదా!
యనఘతదన్వవాయకలశాంబుధిఁ బుట్టినవాఁడ, గౌతమా
ఖ్య నెసఁగువాఁడ, నేఁ బరమహంసరసప్రతిభానుభావుఁడన్. 91

ఉ. ఓవలమానమీనమిథునోపమలోలవిలోచనాచనాంతకాం
తా! వసునాథు నున్నతగాహితపాదసనాథు నాత్మసం
సేవకసేవధిం దగ భజించి తదీయరహస్యమంత్రసం
భావనచే ననాదిమునిమార్గముఁ గాంచితి నద్భుతంబుగాన్. 92

తే. నాతి! విను మేను బిన్నటనాఁటనుండి
యును దదంఘ్రిసేవావృత్తి నున్న కతన
నిచ్చె నాకుఁ బ్రసన్నుఁ డై యినుఁ డతండు
సకలపదముల నాత్మానుసరణ మహిమ. 93

సీ. కావున నుద్యానగతుఁ డైన మత్స్వామి
తోన మేరుసమేధమాన మంజు
లచ్ఛాయలఁ గరం బలరుచు, నీలగ్రీవ
నిలయాభిరామసీమలఁ దెలియుచు,
సుమనోమనోజ్ఞ ధామములు మెచ్చుచుఁ, బుష్క
రసరోవరోర్మిసంభ్రమముఁ గనుచు
రంభాదిలాస్యసంరంభము ల్దిలకించు
కొనుచుఁ, గిన్నరమృదుధ్వనులు వినుచు

తే. శిశిరశిఖరిస్థలంబు లీక్షించికొనుచుఁ,
జంపకారణ్య మరయుచు జగతి నద్భు
తం బయిన పుండరీకకేదారసేతు
వైఖరికి నిచ్చగించుచు వచ్చివచ్చి. 94

చ. సరసదరీఝరీవికచసారససౌరభసారపూరితాం
బర మగు నిమ్మహానగము పజ్జనె, యానవపద్మినీమనో
హరుఁడు వెలుంగ, నాయన కుపాయన మిచ్చుటఁ గూర్చువాఁడనై
యరయుదుఁ బద్మినీసముదయం బని వచ్చితి నమ్మ నెచ్చెలీ?' 95

క. అని తెలిపి మఱియు నిట్లను
'వనితా! యాకన్య ననఘవైభవధన్యం
గనుఁగొన వాత్సల్యంబును
ననుకంపయు నద్భుతంబు నయ్యెడు మాకున్. 96

చ. అనుపమభాగ్యలక్షణసమన్విత యారమణీలలామ, యీ
మనసిజరాజరాజ్యరమ, మానసవీథిఁ దలంప సింధునం
దన యచలేంద్రనందన యనం గన నయ్యెడి నీలతాంగిపా
వనకులగోత్రభూతి చెలువా! చెలువారఁగఁ దెల్పవే' యనన్. 97

మ. అతులప్రౌఢవచోనుభావముల ప్రోవై మించు నా వంచనా
యతి యాదృచ్ఛికసూక్తి సూటిపడ నన్యోన్యాసనాలోకనా
యతనానాద్భుతలీలఁ దేలి, మునిమాహాత్మ్యంబు వర్ణించి రా
శతపత్త్రేక్షణ లెల్ల నుల్లముల విశ్వాసంబు సంధిల్లఁగన్. 98

మంజువాణి గిరికాజన్మవృత్తాంతముఁ జెప్పుట

ఉ. అయ్యెడ మంజువాణి వినయమ్మునమ్మునిరాజుఁ బల్కు, 'నో
యయ్య! సమస్తలోకభరణాభరణాత్మమహామహోజ్జ్వలున్
నెయ్యము మీఱఁ గొల్చి మహనీయశుభోన్నతిఁ గాంచి యున్న నీ
కియ్యఖిలప్రపంచకథ లెల్ల నెఱుంగు తెఱంగు చోద్యమే. 99

చ. అనుపమభాగ్యలక్షణసమన్విత యారమణీలలామ, యా
మనసిజరాజరాజ్యరమ, మానసవీథిఁ దలంప సింధునం

దన యచలేంద్రనందన యనం గన నయ్యెడి నంచు నిట్లు పే
ర్కొనియును గ్రమ్మఱం దెలియగోరుట కూరిమి పెంపునం గదా. 100

క. కావున నీవనజానన
పావనజనన క్రమంబు, భవదీయదయా
శ్రీవలన విన్నవించెద
నే విను' మని యవ్విలాసినీమణి పలికెన్. 101

మ. 'కలఁ డుల్లోకమహోమహోగ్రహుతభుగ్జాలావళీనిర్జల
స్థలదంభేనిధిలక్ష్య హైమవతపక్షక్షోదదక్షోరుది
గ్వలభీదుర్భరభేరికాభయదభాంకారై కసంప్రీణితా
చలవైరిస్తుతకీర్తిసాంద్రుఁడు వసుక్ష్మాపాలచంద్రుం డిలన్. 102

శా. స్వారాజ్యంబును బోలె నింద్రున కధిష్ఠానం బదిష్ఠానమై,
యారాజన్యున కింపుసొం పెసఁగు నిత్యశ్రీలతావాల మై,
యారామస్మయమానసూనమకరందాసారశై వాలినీ
ధారావర్ధితమాధురీగుణలసత్కాంతారకాంతారమై. 103

శుక్తిమతిని స్త్రీ గను, నదిగను వర్ణించుట

తే. రత్నభూషిత యైన యారాజధాని
యఋత నురుతరముక్తాఫలాభిరామ
దామకం బనఁజాలి నిద్దంపుఁ జవులఁ
బరఁగు శుక్తిమతీనామ భవ్యతటిని. 104

ఉ. జీవనమెల్ల సత్కవినిషేవిత, మాశయ మెల్ల నచ్ఛతా
పావనతాగభీరల పట్టు, ప్రచారము లెల్ల విశ్వధా
త్రీవలయత్రికాలఫలదేశికము, ల్పవకంబు లెల్లము
క్తావళివిభ్రమాస్పదము, లానది పెంపు నుతింప శక్యమే, 105

సీ. అనుకూలఖేలనాయత్తజీవనమైత్రి
నడరి నర్మద బోటి యై భజింప,
నూర్మికాకంకణద్యుతికలాపము దోఁప
బాహుద కై దండఁ బరిఢవింప,

సముదితారావసంభ్రమసాంద్ర యై సారె
సారె వేత్రవతి హెచ్చరికఁ దెల్ప
గంభీరరసగుంభసంభృతప్రౌఢిమ
తో సరస్వతి పల్కుఁ దోడు గాఁగఁ,

తే. గులములోఁ బెద్దయు నమూల్యగుణమణిప్ర
కాండపరిపూర్ణయును, గాన గారవమున
నఖిలనదులునుఁ దనుఁ గొల్వ ననుదినంబు
నలువకొలువున కేఁగు నన్నది యతీంద్ర! 106

బ్రహ్మను సేవించి తిరిగి వచ్చు శుక్తిమతికి కోలాహలుఁ డెదురగుట

క. ఆలీల నమ్మహానది
నాళీకజుఁ గొల్చి, యొక్కనాడు ప్రియాళీ
కేళీసంభ్రమవినుతను
రాళీగతు లడర మరలి రా నొకచోటన్. 107

సీ. సుమనోధివాసభాసురశిఖోన్నతివాఁడు
ఘనసారతిలకవాసనలవాఁడు,
ఘనసంకుమదసాంద్రగండభాగమువాడు,
నవపద్మరాగదంతములవాఁడు,
కలితోపకంఠనక్షత్రమాలికవాఁడు,
హరిచందనచ్ఛాయ నమరువాఁడు,
తపనీయమేఖలాధాళధళ్యమువాఁడు
మణిపాదవలయధామంబువాఁ, డ

తే. నర్ఘ్యరత్నావళీవిచిత్రాంబరాభి
రామశృంగారములవాఁడు, హైమగర్భ
గేహమున కేఁగువాఁడు, కోలాహలాఖ్యుఁ
డొకధరాధీశుఁ డెదురయ్యె నువిద కపుడు. 108

శుక్తిమతి సౌందర్యము కోలాహలుని లోఁగొనుట

చ. అనుపమభాగ్యశాలి కచలాధిపమౌళికిఁ బుత్త్రిఁ డై, జగ
జ్జనని కనుంగుఁదమ్ముఁ డయి, శంకరు ముద్దు మఱంది కుఱ్ఱయై,
మను తనభాగధేయమహిమంబున మిన్నులుముట్టి వచ్చు ధ
న్యుని నతనిన్ భజించి నదియున్ వినయంబున నోరయై చనన్. 109

సీ. బాలకూర్మవిలాసపదములు, కాంతరం
భాప్రతిబింబోరుభవ్యరుచులు,
సరససైకతసారజఘనసౌభాగ్యంబు,
నతనాభిరూపవనభ్రమంబు,
బెడఁగారు గరులయొప్పిదమును, నామీఁదఁ
జనుజక్కవలనిక్కుఁదనము,
కమలకోమలముఖకామనీయకము, ను
త్పలమంజులాలోకవిలసనంబు,

తే. ఘనఘటానీలవేణియుఁ గల తరంగి
ణీరమణి నిత్యనిర్మలాకారకాంతి
ధార, దారున నెదిరి నంతనె నగేంద్రు
గాఢతరధైర్య మువ్వెత్తుగా హరించె. 110

క. ఆకరణిఁ దరంగిణి నగ
లోకేశ్వరు ధైర్య మెల్ల లోఁగొని రా, నీ
రాకరగభీర! యాను
శ్లోకుఁడు నాచెలువచెలువు లోఁగొని చనియెన్. 111

కోలాహలుని మదన వేదన

మ. అలఘు శ్రీనిధి యానగేంద్రతనయుం డాసైకతశ్రోణియొ
ప్పులు ఱెప్పార్పక చూచి, చన్న మొదలుం బొంగారు పైపై రసం
బులు జృంభించు, భ్రమించు, నాశయము కూర్మి ల్మించ దీపించు ను
త్కలికాచావలము ల్మనోనిబిడచింతాతన్మయత్వంబునన్. 112

సీ. తనకూటములఁ బ్రోదిఁ దాల్చు రంభాదులు
సరసభావముఁ దప్పి శిరము వంపఁ,
దనలోలతలఁ బెంపుఁ గను కలకంఠులు
చేరి పై వ్రాలక చెదరి పలుకఁ,
దనవంక నలరు పద్మిను లెల్లఁ దమిఁ గాన
కయ వాడి మోము లగ్గలము ముడువఁ,
దనమహాభోగంబుల నెసంగు భోగినుల్
దెరలి నిట్టూరుపుఁదెరలు నెఱప,

తే. నకటకట! మంచుమలపట్టి యతనుతాప
వహ్ని పాలయ్యె ఝరబాష్పవారి యగుచు,
నిత్యశుక్తిమతీధ్యాన నిశ్చలాత్ముఁ
డగుచు నంచితగహనరోమాంచుఁ డగుచు. 113

చ. కులగిరిరాజనందనుఁడు కూరిమి నాభువనాభినందితం
దలఁపఁ దలంపులోపలనె దర్పకకేతనవల్గనంబు లం
చలయెలగోలు నంబుజవిశాలశిలీముఖతాండవంబు లు
త్పలదళమండలాగ్రములు పైకొను నెట్టివొ తత్ప్రభావముల్. 114

తే. మరునినాళీకసాయకోత్కరము కరము
ధరముఁ దరమిడి మెఱము టేయరిది సొరిది
సుఱిది నవి మెట్లు తెగఁ గోయు సురునదీఝ
రంబుల జనింపవో శతారములు గావొ. 115

చ. కపురపుఁగమ్మతావిఁ జలిగ్రమ్మెడుగొజ్జఁగిపువ్వునీట వ
చ్చపు నెలఱాలవెల్లువలఁ జందనవాసన నేమిట న్నగా
ధిపు నతితీవ్రతాపశిఖి దీఱకపోయె గతాగతక్రియా
నిపుణఘనాళినీతతటినీలలితామృతధారఁ దక్కఁగాన్. 116

చేరవచ్చిన కోలాహలుని శుక్తిమతి యతిథిగాఁ బూజించుట

ఉ. శైలకులేంద్రుఁ డిట్లు మదశాలిశుకాలిపికాలిశారికా
జాలకనీలకంఠరవసంగతిఁ దాలిమి నిల్పఁ జాల, కు

ద్వేలకరాళకంతుశరవేదన దీర సదీరసోర్మికం
దేలక యేల కల్గు మహనీయసుఖం బని నిశ్చితాత్ముఁ డై, 117

క. రుచిరాజితమణిభూషా
రుచిరాజి వెలుంగ దివ్యరూపోజ్జ్వలుఁ డై,
యచలాధీశ్వరుఁ డొకనాఁ
డచలామణిహార మగు మహానదిఁ జేరెన్. 118

శా. చేరన్ రా నదియుం దటోద్ధతఝరీసీమాధికోదగ్ర సం
చారశ్రీ నెదు రేఁగి, యూర్మిమయహస్తన్యస్తరాజీవరా
జీరాజన్మణిభాజనంబుల రజశ్శ్రీగంధకింజల్క రే
ఖారక్తాక్షతము ల్వహించి, వరుసం గావించెఁ బూజావిధుల్. 119

తే. గిరియును దదంతికోత్తుంగతరచిరత్న
రత్నతటపీఠిఁ జెందె గౌరవము వదల
వరలలితవాహినీవైభవంబుఁ గాంచి
గాంచె బహుపద్మనిధిలాభకౌతుకంబు. 120

శుక్తిమతి తన భక్తిని దెలియజేయుట

వ. అప్పు డప్పుణ్యతరంగిణి యన్నగాగ్రణితో నిట్లనియె. 121

సీ. 'అతులశైవలవతీశతము లీనెడు మీకు
నాయిచ్చు విమలార్ఘ్యతోయ మెంత,
ప్రాలేయనిలయ సంభవముఁ గాంచిన మీకుఁ
బన్నీట నొనరించు పాద్య మెంత,
సరసమందారమంజరుల రంజిలు మీకుఁ
బెనఁచి పూదండ లర్పించు టెంత,
గోరత్నదోహనగురులక్ష్మిగల మీకు
నుపదగా మణివర్గ మొసఁగు టెంత,

తే. యనఘ యెవ్వార లైనఁ గొండంతవారి
కవనిఁ గొండంతపూజ సేయంగఁ గలరె,

భక్తి నే నిచ్చు నీపుష్పపత్రతోయ
మాత్రములు గైకొనుటె కాక గోత్రతిలక. 122

చ. నిలసితరత్నకూటములు వేలుపుకన్నెలకూటము, లుర్వధా
కలితసరఃకృపీటములు కామితనూతనవస్తుజాలదో
హలసురభూజవాటము లొకప్పుడు వాయక కల్గు నీకున
వ్వల నొకయర్థనీయ మగు వస్తువు గల్గునె ముజ్జగంబులన్. 123

క. ఏతాదృశగుణగరిమస
మేతాత్ములు మీర లిచటి కేతెంచుట, యో
శీతాద్రితనయ! మదుపరి
జాతాభినవానురాగసంపత్తిఁ గదా,' 124

కోలాహలుఁడు శుక్తిమతికి తనవలపు నెరిఁగిఁచుట

చ. అన విని గట్టురాకొమరుఁ, డాననగహ్వరరోచమాననూ
తనతరదంతహీరరుచిభారలు వెల్వడ, నొక్కలేఁతన
వ్వు నగి నిజంబ పల్కితి వవున్ భువనాశతసన్నివేశవే
దిని సరసాగ్రగణ్యవు గదే యని యన్నదిఁ బల్కు వెంబడిన్. 125

మ. 'పరమామోదముతో విశేషతటినీపద్మాస్యలం గూడి నీ
వరవిందోద్భవుఁ గొల్చి యేఁగుతఱి, నీయచ్ఛాచ్ఛభావంబు, నీ
సరసత్వంబును, నీగభీరతయు, నీసర్వంకషప్రౌఢి, నీ
పరిపూర్ణత్వము గాంచి, మెచ్చి మదిలో భావింతు ని న్నెప్పుడున్. 126

శా. ఆపద్మోద్భవు నోలగంబునకు దివ్యద్వీపిను ల్వచ్చు రా
రో, పోరో, మఱి యెందఱేనియును వారున్ మేము సంధింపమో?
యేపద్మాననఁ జూచినం జెలియ! ని న్నీక్షించిన ట్లుండ దే
లా పల్మాటలు పూర్వజన్మకృతము ల్గాఁబోలు నీనెయ్యముల్, 127

ఉ. నావలనం బ్రియం బెఱిఁగి, నన్నొకమాఱును బల్కరింప కీ
వే వెస నోరఁ జేసికొని యేఁగుదు గాని, సరిల్లలామ! ని
న్నేవగఁ జేర వత్తు మది కింపగు నీదునవోదితామృతం
బేవగఁ గ్రోలఁగాంతు నని యే నెపుడుం దలపోయుచుండుదున్, 128

తే. విమలమధురమనోహరవృత్తి వెలయు
వారిఁ గొనియాడ బుధు లెంత దూర మైనఁ
బోవుదురు, గాన నేను నీపొందుఁ గోరి
ద వ్వనక వచ్చితి నశేషతాపశమని! 129

ఉ. చెప్పెడి దేమి నాకుఁ గలజీవన మంతయు నీకుఁ గూర్చి యె
ల్లప్పుడు నిన్నుఁ బాయక ప్రియాచరణం బొనరింప నేర్తు నీ
చొప్పున కీవు నియ్యకొని చొక్కపుజక్కవ గుబ్బలాఁడి! మేల్
దప్పక యంతరంగమునఁ దారిచి నన్ను నదీనుఁ జేయవే.' 130

శుక్తిమతి యసమానులకెట్లు పొసఁగుననుట

క. అన విని నగరాజు ఘన
ధ్వనిగరిమకుఁ గలఁగి ముకుళితకరాంబుజయై,
వినయము నయంబు భయమును
మనమునఁ బెనఁగొనఁగ శుక్తిమతి యిట్లనియెన్. 131

సీ. 'నిలువెల్ల నీచాతినీచోపసరణంబు,
ప్రకృతి యెల్లను జాడ్యపరిణతంబు,
పెం పెల్ల నియతగాంభీర్యమానవిహీన,
మంతరం బెల్లఁ బంకావిలంబు,
జీవనం బెల్ల నంచితబుద్బుద ప్రాయ,
ముదయ మెల్లను దుర్దినోన్ముఖంబు,
గతు లెల్లఁ గుటిలప్రకారకారణము, లు
త్సేకంబు లెల్ల భంగాకులములు,

తే. నిలుకడ హుళిక్కి, తావులు పొలసు వల్చు
నిట్టి మా బోంట్లతోఁ జెల్మి యెట్లు పొసఁగు
నచలుతోత్తుంగధైర్యున కలఘుమతికి,
ననఘుగతికి, నభంగశీలునకు నీకు, 132

క. పుడమి నచలేంద్రు లెచ్చట,
జడవాహిను లెచట నెచటిసఖ్యము వినఁజో

ప్పడదు పొడ వడరు మీయెడ
నెడపక మారసము లెచటి కెక్కు మహాత్మా!' 133

ఉ. నా విని గట్టుఱేఁడు వదనంబున విస్మఁదనంబు దోఁప, 'నో
శైవలినీశిఖామణి! నిజంబు భవత్కమనీయకాంతిధా
రావళిలో మునింగితి దయామతిఁ బ్రోవక సుళ్లఁ బెట్టెదో,
నీవిఁక గ్రుచ్చియెత్తి, ఘననిర్వృతిఁ దెప్పలఁ దేల్చెదో యనన్.

చ. వెలవెలఁ బాఱి శుక్తిమతి వెండియుఁ గొండలఱేనిఁ బల్కు 'న
గ్గల మగుపంచసాయకవికారమునన్ నిజగౌరవోన్నతు
ల్డలఁపవు గాని, మా దృశజడస్థితిఁ దెప్పలఁ దేలుచున్న మీ
కులగిరికోటిలోఁ గడు లఘుత్వము గాదె తలంచి చూడుమా. 136

మ. మతిఁ గ్రీడారతి గల్గె నేని సకలక్ష్మాపుణ్యదేశాళిఁ గాం
చి తపస్స్ఫూర్తి మెయిం గృశించి వసరాశిం జెందుమాబోంట్ల ను
ద్ధతిచేఁ గ్రమ్మఁగ నేల నీకుఁ గఱవే, తారుణ్యలావణ్యజృం
భితరంభాదినిలింపధామ'' లన భూభృన్మౌళి రాగాంధుఁడై. 136

కోలాహలుఁడు శుక్తిమతికొంగుఁ బట్టుకొనుట

సీ. అతనుభూతి ఘటింప దయ్యెనే చదలేఱు
సికఁ దాల్చు నింధానచిత్రకునకు,
వరవంశవైఖరి వదలెనే రవిసుతా
పతి యైన దైతేయభంజనునకు,
వసులాభసంపత్తి మసలెనే జాహ్నవిఁ
జేకొన్న శంతనుక్షితిపమణికిఁ,
గమలోదయఖ్యాతి దెమలెనే నానాన
దీకాంతుఁ డైన రత్నాకరునకు,

తే. వారి కేలాఘవము వచ్చె వనిత! యెంత
మారుమసలెదు వట్టినేమములు చాలు
నేలు నన్నని సతికమలాలిపట్టు
ప్రబలతరదీర్ఘభుజశాఖఁ బట్టుటయును. 137

శుక్తిమతి కలవరము

ఉ. వేణి చలింపఁ, గంపితనవీనమృణాళభుజాగ్రకంకణ
శ్రేణినటింప, లోలశఫరీనిబిరీసకటాక్షకాంతి వి
న్నాణము చూప, హంసకగణక్వణనంబులు మీఱ, సైకత
శ్రోణి వివర్తితాబ్జముఖశోభిత యై కడుసంభ్రమించినన్. 138

మ. నిలువెల్లన్ నిరపాయశంబరమయోన్మేషంబునం బొంగురాఁ
గలకూలంకషగాఢగర్వనిధులం గాంతానుకూల్యంబుచేఁ
దలమే నిల్పఁగ బ్రాతికూల్యపరుషోద్యత్ప్రౌఢిఁ గా కంచు న
య్యలఘుం డాస్యము జేవుఱింప నిజరూపాటోపసంరంభి యై. 139

కోలాహలుని బలాత్కారము

వ. నెట్టన నాగట్టుదొరపట్టి కేలకు మట్టుమీఱి గుట్టునం బట్టరాని తమకంబునం దట్టువడి కట్టలుకం గట్టలు వడ నేయు గట్టిడి మరుని యంపసెలకట్టియల బెట్టునం బుట్టుదపునొప్పి దట్టి దట్టంపు నిట్టూరుపుపొగలు నిగుడుసొగసునం దగులు మొగులుతెగల రచ్చల నచ్చటం బెచ్చు పెరుఁగు జాంబూనదాంబుజ కదంబకా లంబకాదంబ కాడంబరంబులు వారించుచు రాకరాకలం బైకొను కోకారి సెకసోఁ కులం బ్రాఁకిన యాకారపాండిమంబు నలువునం జెలువలరు కలువ చెలిచలుపవల్లెల నెలకొన్న వెన్నెల వెల్లువల నుల్లోలకల్లోల మాలికా డోలికాకేళికా చతుర చక్రబాలికాజాలంబుల మేలంబులఁ దూలించుచుం దమిఁగొలుపునగ్గలపువలపునం గసయలపునం బొడము డగ్గుత్తికఁ దడఁ బడ నుడువునుడువులవడువున మెఱయు సరయుచంక్రమణచలదు పలఫలకమిళదలఘుతర ఘుమఘుమార్భటి నికటతటవిటపివిటపచ్చటా రటదపారకీరకిన్నరమిథునాదులం జదల మెదలం జేయుచుఁ దన యహార్యభావ గౌరవంబు కల్లోలినీరయనివారణంబునుం గామోపభోగ సమయసముచిత విజనతాకారణంబునుం గందర్పబలసంబాధబాధానధీ రణంబునుం గాఁగమాటిమాటికిం గూటములం బాటింపు మని యబ్బోటి పదంబులం బడినవడువున నడుగున వ్రాలి యడ్డగించి యలముకొని చెంగల్వతావులుచెదర వేణిఁ దెమలించుచు మకరికలు నులియ గండ పాళి నొక్కుచు మధురా

మృతంబులు వడయం బలుదెరపొబగు లానుచు మౌక్తికంబులుజడియం బయోధరంబులం బట్టుచు విశదాంశుకాంత స్థితి దొరలంగ నతివిపులపులిన జఘనారోహంబుల నుత్పలవత్రంబుల నెరపుచుందనివి లేక తద్దయు నాగద్దఱి యమ్ముద్దరాలిం బెద్దయుం బ్రొద్దు నిరోధించుసమయంబున. 140

శుక్తిమతీఘోషము

ఉ. 'ఓ వసుధామహేంద్ర!కరుణోదధి యీతడవేల ప్రోవ రా
వే, వసుభూప!' యంచు నెలుఁగెత్తి వెసన్ మొఱవెట్టు చాడ్పునన్
శైవలినీరవం బెసఁగె శైవలినీనినదంబుకన్నము
న్నావిలభూరివారివిహగారవగౌరవ మెచ్చ నెల్లెడన్. 141

మ. కలగుం డై నెలవేది యిట్లు వరటాకారండవాదిద్విజా
వళి ఘోషించుటకన్న మున్న గిరిరాడ్వ్యావిద్ధకల్లోలినీ
సలిలోపప్లుతభూజనుల్నిజనివాసస్థేమసంశూన్యు లై
కలఁకన్ ఘూర్ణిలు ఘోష మొక్కమొగిదిక్చక్రంబులం గ్రమ్మినన్. 142

మ. విని యాఱంతు దురంతశైలమదనావిర్భూతసింధూద్ధత
ధ్వనియో, కాక మహోదకప్రళయసంత్రాసంబు లోకాళిఁ బై
కొని కారించెనొ,యీసుదుస్సహమహాకోలాహలోద్వృత్తి కే
మి నిమిత్తం బని, భర్త లోకభరణైకోన్మేషంబు వాటింపఁగాన్. 143

కొండ నదిని నిరోధించిన విషయముప్రజలు మహారాజునకుఁ దెల్పుట

క. నానాజనపదకటక
స్థానాశ్రయు లాక్షణంబ చనుదెంచి, వసు
క్ష్మానాథుఁ గాంచి పలికిరి,
దీనానూనానులాపదీపితభయు లై 144

సీ. 'ఇష్టకృత్యము నిర్వహించుఁ గాని దినంబు
శుచిమలీమసగతుల్ సూప వెఱచు,
దాక్షిణ్యము వహించి తనరుఁ గాని సదాగ
తి రజోభరభ్రాంతిఁ దిరుగ వెఱచు,

జగతికిఁ దేజంబు సమకూర్చుఁ గాని మి
త్రుఁడు చండకరశక్తిఁ దొడర వెఱచుఁ,
గొలుచునాయమె చూపి నిలుచుఁ గాని ధరిత్రి
జీవనదంబు గర్జింప వెఱచు,

తే. దేవ తావకకరుణాసుధావిశేష
పోషితా శేషసద్వీప భూతలమున
నేఁటి తుద కీక్షణంబున నాటుకొనిన
పాటు మదిఁ జిత్తగింపవే పార్థివేంద్ర! 145

ఉ. అక్కట మిక్కుటం బగు రయంబున నెక్కడనుండి వచ్చెనో
యొక్కనగంబు వచ్చి నినదోద్ధతి నొక్కట దిక్కటాహము
ల్పిక్కటిలంగఁ బెల్లున గుభిల్లున శుక్తిమతీస్రవంతిపై
రక్కున వ్రాలి యాఁగె భువనావళి నుద్భటవింధ్యవైఖరిన్. 146

క. గోత్రాజనవిత్రాసద
గోత్రార్భటి కోర్వలేక ఘూర్ణిలి నదియున్
మాత్రాతీతభయభ్రమ
పాత్రాశయ యగుచు ధాత్రిఁ బదపడి యలమెన్. 147

ఉ. ఏమని చెప్పవచ్చు ధరణీశ్వర! యాబలుసేగి తన్మహా
భూమిధరోపరోధమునఁ బొంగునభంగసరిజ్ఝరంబు పై
పైమహి యెల్ల నల్లుకొనఁ బల్విడినం దనుబింబితాభ్రరే
ఖామహిమంబు గాన నగు గ్రక్కున మిన్నులు వడ్డ కైవడిన్. 148

సీ. సర్వసర్వంసహాచక్రంబు జడ మయ్యె,
గ్రామముల్ భంగసంగతము లయ్యె,
నాలయవ్రాతంబు లవనశూన్యము లయ్యె,
సాలము ల్కాండశేషంబు లయ్యె,
వివిధజంతువితానవిహృతి వారిత మయ్యె,
వస్తుజాతము లెల్ల వంక లయ్యె,
నరలోక మెల్లఁ గంఠగతజీవన మయ్యెఁ,
గలమంబు లప్రాప్తఫలము లయ్యెఁ,

తే. దోఁట చేను కొటాకంబు దొడ్డి యనెడు
నాస లన్నియు నిసుమంత లయ్యె స్వామి!
పాదపద్మంబు లీక్షించు భాగ్య మునికిఁ
దప్పివచ్చితి మేము గోత్రాతలేంద్ర.' 149

మ. అనుచున్ వారలు విన్నవించుటయుం లోకానీకరక్షాకళా
కనదుత్సాహరసచ్ఛనిస్ఫురణ మై కన్దోయిఁ గట్టెఱ్ఱ దా
ర్కొన, నుర్వీజనదైన్యభంజనఘనభ్రూభంగభంగీవినూ
తన శక్రధ్వజ ముద్భవిల్ల ఖలగోత్రధ్వంసనోదగ్రుఁ డై. 150

క. నరవరుఁ డభయం బొసఁగుచు,
హరిరథనిరసనమనోరయంబున నరిగెం,
గరిభరణకరణపరిణత
కరుణాపరిణాహి యగు జగత్పతి లీలన్. 151

సీ. దశనశంబముల దుర్ధర మహీధరకూట,
కోటి నుగ్గులు సేయు కుంజరములు,
ఖురధూతగురుధూళిశరధిలీననగాలి
గుట్టు ధట్టించు నారట్టజములు,
పటుచక్రచంక్రమార్భటిఁ గొండ లవియించు
సమిదభంగశతాంగశతశతంబు,
లెత్తువడ్డ మహాకుభృత్తుల నతులిత
ధృతిఁ జీరికిఁ గొనని ధీరభటులు,

తే. తడయ కప్పుడు పతివెంట దవిలి నడువ
నమరుబృంహితహేషితఘుమఘుమితభు
జాసమాస్ఫాలితంబులజడికి నడికి
కులకుధరమండలము గలగుండు వడియె. 152

వసురాజు కోలాహలుని జిమ్మివేయుట

ఉ. అంత ననంతవేగభుజగాంతకుఁ డమ్మహికాంతుఁ, డాశ్రిత
స్వాంతము సంతసిల్ల సురచారణ సన్నుతి పర్వ, నవ్వనా

భ్యంతరరోధకం బగు మహాద్రి నఖంబున మీటె నభ్రభవి
భ్రాంతము గా౯గ దుందుభికబంధము మీటిన రాముకైవడిన్. 153

క. వసురా జయ్యెడ బలవ
ద్విసృమరపాదప్రసారదీర్ఘాచలుఁ డై
యెస౯గ౯గ, వసుధాపరికీ
ర్ణ సరిన్నిర్ఝరము తత్క్షణంబునఁ దిగిచెన్. 154

శా. మొక్కల్ వోయినతెక్క మొక్కగమితో, మూర్ఛాలసత్వంబుతోఁ,
చిక్కల్వడ్డ లతాద్రుమావళులతో, శీర్ణోపలశ్రేణితో,
నక్కోలాహల ముర్వి వ్రాలియును నెయ్యం బొప్ప నయ్యేటికే
గ్రుక్కి ళ్మ్రింగుచు నుండె నండనె వసుక్షోణీధవత్రస్తమై. 155

ఉ. పోటనబంతి మీటుగతి భూవరుఁ డంఘ్రినఖాంచలంబునన్
మీటినగట్టు బిట్టగసి మేదిని వ్రాలు ఘనస్వనంబునన్,
హాటకశైలకూటకటకాళిఁ బ్రతిధ్వని పర్వె నానభో
వాటి నెసంగె నంత సురవారవధూమురవారవార్భటుల్. 156

క. నా విని పరమాద్భుతకల
నావినివేశమున మించి, నవముని యవధా
నావళితనేత్రుఁ డై చెలి
నావలి కథఁ దెలుపు మనియె నధికప్రీతిన్. 157

ఆశ్వాసాంతము

నా. వర్ధిష్ణుప్రతిభాపరాశర! శరస్వర్ధేనువాణీసుధా
వార్ధిస్పర్ధియశోధురంధర! ధరంధ్వంసిస్వరుశ్రీమహా
దోర్ధిమర్ధివిశేషభాసుర! సురస్తోమస్తుతాజిక్షమా
దుర్ధర్షధ్వజినీసముత్కర! కరాధూతేందుధారాధరా! 158

క. లజ్జావతీమనోజ! ద
ళజ్జాతిసుగంధిగుణ! కళానళినీఖే
లజ్జాలపాద! సమరమి
ళజ్జాంగలఖానహలహలత్రిపురహరా. 159

పంచచామరము :

వరాహవావదాతవాహ వాహరాజగర్వశా
ర్వరాహరీశ దీర్విటంకవజ్రపీఠలాలితో
ర్వరా హరీశవైభవాభిరామభూమ భూమహా
వరాహ వారణాధిరాజవారిరాశిమందరా.

160

గద్యము
ఇది శ్రీరామచంద్ర చరణారవింద వందన పవననందన
ప్రసాద సమాసాదిత సంస్కృతాంధ్రభాషాసామ్రాజ్య
సర్వంకష చతుర్విధకవితా నిర్వాహక సాహిత్య
రసపోషణ రామరాజభూషణ ప్రణీతంబైన
వసుచరిత్రంబను మహా ప్రబంధంబునందు
ద్వితీయాశ్వాసము.

శ్రీ

వసు చరిత్రము

తృతీయా శ్వాసము

[ఇంద్రుడు వచ్చుట - వసురాజునకు విమానము బహుమానమిచ్చుట - శక్తిమతికి గర్భము తేటపడుట - స్త్రీ పరముగను, నదీ పరముగను శ్లేష - వసుపదగిరికల జననము - గిరికా బాల్యము క్రీడలు - మాయామౌని గిరిక యొక్క భవిష్యమును చెప్పుట - వసురాజు గిరిక యెదుట నిలుచుట - గిరికా హృదయమున అనురాగోదయము - రాజసచివుఁడు వేషము మార్చి వచ్చుట - చెలులు గిరికను బరిహాసమాడుట - గిరిక తెరచాటున కేఁగుట - హంసాంగన గిరికను వెంటబెట్టుకొనిపోవుట - గిరికా విరహము - గిరిక యుపవనికేఁగుట-గిరిక శరీరము విడువ సాహసింజుట-చెలులు గిరిక నోదార్చుట - చెలులు వనవర్ణనము చేయుట-పుష్పాపచయము - జలక్రీడ - గిరికకు శిశిరోపచారములు.]

శ్రీక్షితిరక్షాదక్షణ
వీక్షాదక్షిణభుజాగ్ర! వివిధారిపురీ
శిక్షణఫాలేక్షణ! శుభ
లక్షణధౌరేయ! తిరుమలమహారాయా! 1

తే. అవధరింపుము శౌనకాద్యఖిలసన్ము
నీంద్రులకు రౌమహర్షణి యిట్లు పలుకు,
మఱియు నమ్మాయతపసితో మంజువాణి
మంజువాణీవిలాససంపదల ననియె. 2

క. 'మందారవర్ష వర్ధన
బృందారకబృందదుందుభిధ్వనిగర్జా
సందోహ మపుడు నృపజయ
నందితశక్రోపసర్పణం బెఱిఁగించెన్. 3

ఇంద్రుఁడు వచ్చుట

సీ. గోత్రవర్గము పాదుకొల్పిన నయశాలి,
కరమున శతకోటి గలుగుమేటి,
కల్యాణమయధామగరిమఁ గాంచినధమ్యుఁ,
డహితబలచ్ఛేది యైనజోదు,
భూరిసంపదఁ దలపువ్వు వాడనిభోగి,
వరసుధర్మావాప్తిఁ బరఁగుసుకృతి,
సకలభారము పూను సైదోడుగలపెద్ద,
విద్యాధరుల నేలు వినుతకీర్తి,

తే. వేయికన్నులవేల్పు భూవిభుని మెచ్చి
యుచిత మగు పారితోషికం బొసఁగ వచ్చె,
ననలుఁ డర్కజుఁ డసురేశుఁ డబ్ధిరాజు,
ననిలుఁ, డర్థేశుఁ, డలికలోచనుఁడు, గొలువ. 4

తే. వచ్చి యభివాదన మొనర్చు వసునృపాలుఁ
గరము లాలించి కన్నులఁ గప్పికొని, య
మందమందారమకరందమధుర వచన
రచన లిరవొందఁ బలికెఁ బురందరుండు. 5

మ. 'వివిధోర్వీపతులన్ జగన్నుతుల మున్ వీక్షింపమో? వారిపెం
పు పరీక్షింపమొ, నింపమో చెలిమి, యేభూపాలునం దైన నీ
భువనత్రాణపరాయణోద్భటభుజాభూరిప్రభావంబు, నీ
జవనాక్షీణబలంబుఁ గంటిమె?వసుక్ష్మామండలాఖండలా! 6

చ. సరయనఖాపసారితరసాధర! యీ ధరణీంద్రకోటిలో
నరయుదుఁ బెద్దగాఁ బృథునరాధిపుఁ గొంత, తదీయశక్తి నీ

చరణనఖాంచలంబునకు సాటియె, వేయును నేల మద్భుజాం
తరపనిరేఖ నీయడుగునం బడదే శుభలక్షణాకృతిన్. 7

తే. ప్రబలఖలగోత్ర హృతికి నీపదనఖంబె
చాలు శతకోటిసాధనం బేల మాకు?
నేఁడుగా సౌమనస్యంబు నివ్వటిల్లె
నెల్ల సురలకు నీయంత హితుఁడు గలుగ. 8

వసురాజునకు విమానము బహుమాన మిచ్చుట

చ. హితసుమనోమనోరథము లెల్ల ఘటింపఁగఁ జాలు లోకస
న్నుతునకు నీకు నిత్తు సుమనోరథ మొక్కటి గో'మ్మటంచు దై
వతపతిరాజవర్యున కవార్యమహార్యమహార్యభీశుసం
యుతమణిభాసమాన మగు నొక్క విమానము చూపి యిట్లనున్. 9

చ. 'జలనిధిసార్వభౌమతనుజా దనుజారులయేఁగుపెండ్లినాఁ
డలఘుఁడు విశ్వకర్మ యభవాబ్జభవాదులు మెచ్చఁ జేసెఁ గౌ
శలమున దీని ధీనిపయిఁ జారురమాపరమానుషంగుఁ డై
యలరెఁగదా! గదాధరుఁ డహస్కరుపై నొఱ పైన కైవడిన్. 10

ఉ. శ్రీసతిఁ బ్రేమ మించఁగ వరించి నిరించిగురుండు, కౌతుకా
వాసములో సురాళి గొలువం గొలు వై, రవికోటిబింబసం
భాసిత మైన యీశుభవిమానముఁ దప్పక చూచు నాదుపే
రాస యెఱింగి సైంధవగజాదులతో నొసఁగెం బ్రియంబునన్. 11

క. భూనాయక యీదివ్యవి
మానం బసమానదివ్యమణికలశలా
కానీకనిర్మితం బిది,
నానాఁటి కనంతకాంచనంబులు గురియున్. 12

సీ. పటుగాత్ర! యీ చిత్రభానూజ్జ్వల మఖర్వ
సర్వలోకాలోకసౌఖ్య మొసఁగు,
ధాత్రీశ! యీ దివ్యధామోన్నత మనంత
వాహినీవిభసంబు పఱలఁ జేయు,

నరవరోత్తమ! యీఘనప్రకాశ మభంగ
మణిచాపశరపరంపరలు గురియు,
సురమిత్ర! యీశరజ్జ్యోతిర్వరాకృతి
శార్వరగర్వభంజన మొనర్చు,

తే. నిది యశేషదోషాంతకం, బిది నితాంత
కాంతకల్యాణనిధి, యిది కామరూప
రమ్య, మిది యమృతాన్నసారప్రదంబు,
దీనిఁగొనియాడఁ దరమె వాగ్జాని కైన. 13

తే. ప్రకటితామోదదివ్యపుష్పక సహస్ర
మాలికాధార మైన యీమణివిమాన
రాజమున కెట్లు సరి, వసురాజ! సారె,
పుణ్యజనభర్తఁ బాసిన పుష్పకంబు. 14

సర్వసమయ సౌఖ్యజనకము

సీ. మాననీయానంతమణికాంతధామ మై
యిది హిమానీవేళ నింపు నింపు,
శోణప్రవాళమంజులతానిశాంత మై
యలరించు నిది వసంతాగమమునఁ,
దరళముక్తాదీప్తిధారాధివాస మై
వేసవి నిది మహోల్లాస మొసఁగుఁ,
ప్రబలవజ్రోపలప్రసాదభాస మై
తొలుకరి నిది కుతూహలము నిలుపు,

తే. జనవరోత్తమ! యిది సర్వసమయసౌఖ్య
జనక మిందలియాలేఖ్యసాధ్యసిద్ధ
కిన్నరాంగన లవిగీతగీతనృత్య
వాద్యములు సూపి నిలుతురు వలయు నెడల. 15

చ. అరుదుగ నీవిమానము ప్రజాధిపుఁడుం, బురుషోత్తముండు, శం
కరుఁడును దక్క, నన్యులకుఁగా దధిరోహ మొనర్ప, వారి ను

స్థిరకరుణావిశేషమున జిష్ణుఁడనై కయికొంటి దీనినే
నరవర! సర్వసద్గుణగణంబుల ప్రో వగు నీ కొసంగితిన్. 16

మ. నలినీబాంధవతేజ! యీశుభవిమానం బెక్కి, వేడ్కన్ విని
ర్మలసన్మార్గవిహారహారి వగుచున్ మావీటికిన్ రాకపో
కలు గానింపు, మటంచు నిచ్చిన వసుక్ష్మాజాని యావ్యోమయా
నలలామంబుఁ బరిగ్రహించె, భువనానందం బమందంబు గాన్. 17

ఉపరిచర వసువగుట

వ. ఇట్లు జంభారి కుంభినీపతి కప్రతిమానవిమానంబు సమర్పించి సుఖంబుండు మని చనుటయు నపరిమితకుతూహలంబున నచటి తపసు లానృపతి కపు డుపరిచరనామధేయం బంకించి సంకీర్తనంబు గావించి రనంతరంబ యనంత విజయకీర్తిలాభసౌభాగ్యధనుం డగు నారాజన్యుం, డనన్యాదృశప్రమోద భరంబునఁ బురంబునకు మరలివచ్చి యఖిలజగజ్జేగీయమానవిమాన మహిమంబునం బ్రతిదివసజాయమానంబు లగు జాతరూపమణికలాపంబుల భూదేవదేవతావరులకు సపర్యలు గావించుచు నిష్టాపూర్తంబులు నిర్వర్తించుచు, నొక్కొక్కయెడ నవ్విమానంబునెక్కి నాకలోకాదిలోకంబులు నానానగవనా నీకంబులు నవ ద్వయదీపసారంబులు నదీనదప్రచారంబులు నీక్షించుచు, శుక్తిమతీ మహానది విహారదీర్ఘికయును గోలాహలంబు లీలాచలంబునుంగా మెలంగుచు నుండె నంత నిచ్చట. 18

శుక్తిమతికి గర్భము తేటపడుట:
స్త్రీ పరముగను, నదీపరముగను శ్లేష

తే. అఖిలభువననిరోధకాహార్యరాజ
గంధనిర్గంధనుని రాకకలిమి నలమి
కొన్న యలజడి యుడుగఁ బ్రసన్న యైన,
యేటి కొయ్యన గర్భంబు తేటపడియె. 19

సీ. నాళీకముఖికి నెన్నడుము గానఁగ నయ్యెఁ
దనరు నెత్తఖులబిత్తరము దరలె,

శఫరాక్షి కున్నతస్థలు లగమ్యము లయ్యెఁ,
బడిబడి నడ లెల్ల జడను పడియెఁ,
జారువేణికి నింతచవుల నింపులు మీఱెఁ
గనుపట్టె విశద మై గండరేఖ,
కంబుకంఠికి సాంద్రకంకణంబులు జాఱె
నాదంబు నుందమందత వహించె,

తే. హంసయానకు నలిమేచ కాంచలముల
గుబ్బపొందమ్మి మొగ్గలు కొమరు మిగిలెఁ,
బ్రకటితావర్తనాభి కేర్పడియె నంత
రుచిరతరశైవలశ్యామరోమరాజి. 20

క. ఆపన్నసత్త్వ యాపగ
యాపగిదిన్ నీరుమోసి యధిగతసేవా
వ్యాపార ద్విజమహిళ
ల్లాపాడఁగ నొక్క పుణ్యలగ్నము నందున్. 21

వసుపదగిరికల జననము

చ. గురుతరనవ్యవేతసనికుంజము రంజిలు చోట, హల్లకో
త్కరకరదీపదీధితులు గ్రమ్మెడు చోట, నవారవిందబం
ధురమకరందతైలములు నూల్కొనుచోటఁ బరాగరక్షచేఁ
గర మరు దైన చోట, నది గాంచెఁ గుమారుఁ, గుమారికామణిన్. 22

తే. ఆనదీనందన జనించు నసఘవేళ
నిందు తారాప్రసాదంబు లెన్నఁ దరమె
తారకాభర్త సుముఖతఁ దాల్చెఁ దార
కలు శుభాంఘ్రుల నఖరవైఖరి వహించె. 23

తే. అయ్యెడ శీతశైలతనయాగ్రణియున్ ముద మంది, నెయ్యపుం
దొయ్యలియందుఁ గల్గిన తనూ భవసంపదపేర్మిఁ బావనం
బయ్యె మదన్వయంబు, కృతి నైతి నటంచు, వసుక్షితీంద్రుచే
బ్రయ్యలు వడ్డ నెవ్వగ లవంబుఁ దలంపక యుండె నెమ్మదిన్. 24

మ. అమితానందరసద్విజారవము చెన్నారం, గుమారోదయ
ప్రమదారంభవిజృంభమాణ యగుచుం, బద్మాస్య శైలానరో
ధము నారించి తనున్ ధరించె వసుపాదం బంచు నూహించినె
య్యము దైవాళి నొనర్చెఁ దద్వసుపదాఖ్యానంబు తొల్పూలికిన్. 25

క. గిరిరాజతనయకైవడి.
సిరి రాజిల వెలయు నీసుశీల యనుచు నా
గిరికన్య కచటి మౌనులు,
'గిరికా' శుభనామ మిడి రకిల్బిషఫణితిన్. 26

గిరికా బాల్యక్రీడలు

చ. జలము లార్చి, పాండుజలజచ్ఛదపాళికఁ గప్పి, తమ్మిసం
కులఁ దెలిదేనె లుగ్గు లిడి, క్రొందరఁగల్ గదలించు కల్వతొ
ట్టెలలఁ గమారుఁ గూఁతును ఘటించి భజించు నదీలలామ, కో
మలకుముదాగతాళికుల మంజురవంబున జోల వాడుచున్. 27

సీ. మందయానము నేర్పు నిందిందిరాజీవ
రాజీవరాజ న్మరాళరాజి,
కలికిపల్కులు నేర్పు లలితనానావాస
నావాసనికట కానన శుకాళి,
గొనబుపాటలు నేర్పుఁ గుముదరసామోద
సామోదమధుప శుద్ధాంతసమితి,
నటనలీలలు నేర్పుఁ దటరూఢకల్పాగ
కల్పాగచర నీలకంఠవితతి,

తే. యన్నదీకన్య కఖిలభాగ్యములు గలుగ
మునిపురంధ్రిజనంబు దీవన లొసంగు
లతివ సైరంధ్రు లై, దాదు లై, వయస్య
లై, విపినదేవతలు ప్రోతు రనుదినంబు. 28

మ. వెలఁదుల్ దానును గాఢరత్నసికతాన్వేషంబుఁ గావించుచుం,
జెలి బాల్యంబున నిక్కుపల్ గనకయుం జే సాచి యాత్మప్రసూ

పులినోర్విన్ మణు లెందు నేనిఁ గొని రా, బోటుల్ భళీ! తల్లి ని
న్గలిపించెన్ సిరికల్మి నంచు నగుచుం గ్రీడింతు రబ్బాలతోన్. 29

చ. గురుసవిధప్రదేశమునఁ గోమలకల్పకపుష్పధూళిచే
ధరసుత బొమ్మరి ల్నిలిపి తన్మృదుపల్లవపాత్రపంక్తి గే
సరములు ఖాద్యము ల్మధురసంబు ఘృతంబు ప్రసూనపుంజ మో
గిర మని వెట్టి నన్నియు సఖీతతి కట్టివ యాఁ బ్రియంబునన్. 30

ఉ. పంకజపాణి శంఖపరిభావకకంధరఁ దల్లి యేలొకో
సంకులు గట్టె నంచుఁ గులశైలసుతాగ్రణి పాయఁ ద్రోచి, ర
త్నాంకితహార ముంపఁ బరు వానునొ బిడ్డ కి వేల కర్కశా
లంకృతు లంచు హల్లకకలాపము లుంచు నదీలలామయున్. 31

గిరిక సాహిత్యసంగీత విద్యలు నేర్చుట

మ. అనుఁగుం గ్రీడల నెల్లవారలకు నిట్లల్లారు ముద్దైన కూఁ
తునకున్ వాహిని, వాణిఁ దాల్చు సుకవిస్తోమంబు రప్పించి, త
ద్ఘనవిద్యామహిమ ల్కరామలకము ల్గావించె నాత్మీయనూ
తనపద్మోపచయం బశేషమును తత్ప్రాప్తంబు గావించుచున్. 32

ఉ. అన్నగశేఖరుండును మహామణికూటసమర్పణంబుచేఁ
గిన్నరకోటుల న్నిలిపి, గేయనిశారదఁ జేసెఁ గూఁతునుం,
గిన్నరమీట వీణఁ బలికింపఁగ గీతములుం బ్రబంధము
ల్వన్నియఁ బాడఁ జెప్ప ననివారిత చాతురి గల్గునట్లుగాన్. 33

శా. వీణావాదనవేళలన్ ఘుమఘుమా విర్భూతి నింపన్, జగ
త్ప్రాణాచంచలతైలశూన్యనవదీపశ్రేణికాపాది యై
రాణింపన్ ముఖలక్ష్మికిన్ ముకుర మై రంజిల్ల, లేఁబట్టికిన్
మాణిక్యాయతనం బొనర్చె గిరి యాత్మశ్రీప్రభావంబునన్. 34

ఈ. ఆనగజాత యీతరుణి, యావనదేవత లీవయస్య, లా
మానవనాథపాదనఖమర్దిత భూధర మీనగోత్తమం,
బీ నగమౌళిపై నెసఁగు నీమణిధామము, లీకొలంకు, లీ
కోనలు, నీనికుంజములు కుంజరయానవిహారరంగముల్. 35

క. అని వనిత యుపరిచరవసు
జననాయకు కథయుఁ, గన్యజననాగతియున్
వినయంబున వినుపింపఁగ,
విని యమ్ముని నమ్మదాబ్ధి వీచికఁ దేలెన్. 36

మ. లతికాసంవృతగాత్రుఁ డై నిజకథాలాపంబు లాలించు భూ
పతి యచ్చో హితునేర్పు, బోటివచనప్రాగల్భ్యముం, గన్యయు
న్నతగోత్రోద్భవవైభవంబును మది న్వర్ణించి యూహించె ధ
న్యత నాశుక్తిమతీఝరీజనితరత్నం బాత్మ విత్తంబుగాన్. 37

మాయామౌని గిరిక యొక్క భవిష్యమును జెప్పుట

శా. మాయామౌనియు నంతఁ గొంతతడ వాత్మధ్యాన విజ్ఞానము
ద్రాయత్తంబున నున్నయ ట్లలరి, కాంతారత్నముం బల్కు లే
మా! యే మాంతరదృష్టిఁ జూచితిమి, భామాభావిభాగ్యోదయం
బీయబ్జాననఁ బెండ్లియాడు వసురాజేంద్రుండు వాలాయమున్. 38

తే. రమణి! యిట్టికాంతాలోకరత్న మమరఁ
జేసిన విధాత వసువుతోఁ జేర్పఁ డేని
నాతని నిసర్గమధురసర్గానుభావ
మఖిలభువనప్రసాధనం బగుట యెట్లు? 39

చ. నెలఁతలలోఁ ద్రిలోకనుత నిర్మలరూపకలాపధన్య యీ
కులగిరిరాజకన్య, నృపకోటులలో వసురాజు మేటి, య
య్యలఘుఁడు నీలతాంగియు లతాంతముఁ దావియుఁ బోలి యేకమై
వెలయఁగఁ గన్నులారఁ గను వేడుక వేగమ మీకుఁ గల్గెడిన్. 40

వ. అనిన నమ్మందయాన సందియంబున నిట్లనియె. 41

ఉ. ఇన్నగరాజుఁ జూడ వసుధేశ్వరుఁ డెన్నఁడు వచ్చు, వచ్చి యీ
క్రొన్ననతీవజొంపములకోనకు నెన్నఁడు డిగ్గు, డిగ్గి యీ
కన్నియ గన్నులారఁ గుతుకంబున నెన్నఁడు గాంచుఁ, గాంచి తా
నెన్నఁడు గారవించుఁ, జెలు లెన్నఁడు గాంతు రభీష్టసంపదల్. 42

ద. అని జవరాలు వెండియుఁ బ్రియమ్మున నమ్మునిఁ జూచి 'యోతపో
ధనమణి! యీలతాంగి వసుధావరు నెన్నఁడు చెట్టవట్టునో
యని యనురక్తిపెంపుమెయి నాడితి గాక, శుభప్రసంగ మం
గనకు నొసంగఁ గొంగుముడి గాదె భవద్వచనంబు' నావుడున్. 43

ఉ. లలనా! యీయెలనాఁగఁ జెండ్లియగు వాలాయంబు చేదిక్షమా
తలనాథుం డిది నమ్మ వేని నిజమంత్రప్రౌఢి రప్పింతు, నా
నల నాసత్యసమానుఁ జూడు మని పంతం బొప్ప, మాయాజపా
కలనాదంభము పూని మౌని దిశ లాకర్ణించి మజ్ఝా యనన్. 44

సమయము గనిపట్టి వసురాజుగిరిక యెదుట నిలుచుట

మ. ఇది సంధింపఁగ వేళ యంచు వసురాజేంద్రుండు నీరంధ్రనీ
రదవారప్రతిసీర వెల్వడిన తారాభర్తలీలన్ లతా
చ్ఛదసంఛాదికఁ బాసి నిల్చె నెదుటన్ సారంగరాగభ్రమ
న్మదభృంగీరుతి వందిమాగధకథామాధుర్యముం దెల్పఁగన్. 45

సీ. తలిరుఁబ్రాయమువాని వలరాజు నలరాజు,
నలరాజుఁ దెగడు సోయగమువానిఁ,
బసిఁడిచాయలవానిఁ, బగడంబు జగడంబు
జగడంబుగల మోవిసొగసువానిఁ,
దళుకుఁజెక్కులవాని, దులకింపుపలు కెంపు
పలుకెంపు లొలయు నవ్వొలుకువానిఁ,
జికిలిచూపులవాని, సిరిమించుదొరయించు
దొరయించు కాంచనాంబరమువాని.

తే. నొఱపుగలవాని, మకుటకేయూరహార
కటకకుండలచాకచక్యములవాని,
నమ్మహీజానిఁ గని లేచి యమితవినయ
సంభ్రమము దోఁప నిలిచి రబ్జాతముఖులు, 46

మ. క్షితిపాలోత్తముఁ డంత సంతసమునం జేరంగ నేతెంచి 'చిం
తితకల్యాణసమృద్ధి ర' స్తనుచు నన్మిత్రుండు దీవింపఁగాఁ,

గుతుకస్మేరముఖారవిందుఁ డయి కోర్కు లీఁగఁ నారీజనా
ర్పితజాంబూనదపీఠిఁ బోల్చె జలజప్రేంఖన్మరాళం బనన్. 47

గిరికా హృదయమున అనురాగోదయము

చ. అనుపమకాంతివై భవసమన్వితు నావసురాజుఁ గాంచు ప
ద్మిని సరసాంతరంగమున మించె, వినూతనరాగకందళం
బొనరె, నఖండవాసలు నుత్కలిక ల్విలసిల్లె, నల్లన
ల్లన నిగిడెం బ్రమోదతరళస్థితులై తమిఁ జూపుతుమ్మెదల్. 48

చ. తొలుదొలుతన్ విలోలగతిఁ దొంగలిఱెప్పల నాని, కర్ణకుం
డలరుచి ధాళధళ్యముల డాపున నల్లనఁ బొంచి నించు లై
వెలువడి పూర్ణ చంద్రుపయి వెన్నెల పుల్గులచాలు వ్రాలు లీ
లల విభుమీఁద వ్రాలె నవలానవలాలితదృష్టిజాలముల్. 49

క. వసుధాసుధాంశుఁ బొదువుచు,
వెస మరలుచు మరలి మగుడ వెడలుచు లలనా
లసమానదృష్టిజాతము
లసమాంబకు చిత్రశరములై విలసిల్లెన్. 50

చ. వనజదళాయతాక్షి నిడివాలికచూ పనిమేషవృత్తి నా.
ఘను నవకంబు పైఁ బొలసి, కాంతతదీక్షణజాలకంబు పై
కొనినఁ ద్రపాబ్ధిఁ గ్రుంకియును, గోరికఁ గ్రమ్మఱఁ గూడఁ బాఱు, మో
హనగుణశక్తి నివ్వటిలు నవ్వలరాయనినేర్పు పెంపునన్. 51

తే. కౌతుకము పూని యొండొరుఁ గాంచఁ దివురు
చంచలాక్షికిఁ బతికి నేత్రాంచలములు
గూర్చె, వలరాచయొజ్జ గోర్కులు దలిర్ప
నదిగదా! భావిశోభన వ్యంజకంబు. 52

సీ. కను గలవింటఁ జొక్కపుఁ జవు ల్వొట్టించి,
నారిచే విభ్రమోన్నతులు పెనఁచి,
తమ్మితూఁపున రసోదగ్రత నవరించి,
కంకేళిఁ బ్రబలరాగంబు నించి,

యెలమావిఁ గేలంటి యెలమి మీఱఁగ జేసి,
విరవాది నూష్మాభివృద్ధి నెఱపి;
కలువచేఁ దమి పెంపు వెలయించి చిగురాకు
మొనల నాకులపాటు మొనయఁ జేసి,

తే. యసమశరవీరపుంగవు డాత్మసాధ
నముల నన్నింటిచేఁ జూపి, కమిచి పోటు
గంటి దూఱినరీతి, వాల్గంటిమనము
నవనిపతి చిత్తమును దూఱె నాక్షణమున. 53

మంజువాణి స్వాగతవచనములు

క. ఆరాజవదనహృదయము
నారాజవరేణ్యుతలఁపు నారసి, మృదుగం
భీరతరవచనరచనా
పారీణత మంజువాణి పలికెం బ్రేమన్. 54

సీ. 'నేఁడు గా, మా కనిందితపర్వసామగ్రి
సవరించె నీరాక కువలయేశ!
నేఁడు గా, మాతమోనివహంబు లడఁచె నీ
యాలోకమహిమ లోకైకమిత్ర!
నేఁడుగా, మాకు నన్నియుఁ గూర్చె నభిమతా
ర్థములు నీసన్నిధి రాజరాజ!
నేఁడు గా, మాకు మానితసౌమనస్యంబు
లొసఁగె నీపాదాప్తి వసుధరేంద్ర!

తే. సురభిచరితుని నిన్ను నిచ్ఛ్భజింపఁ
గాఁ గలిగెఁ గాన సఫలతాకలిత యై వె
లసె మదీయకాంతారాగలక్ష్మి యింకఁ
దరమె మానాతిచిరభాగ్యగరిమఁ బొగడ. 55

చ. ఆనయము నీ మహావనము నందినవారము గాని, సజ్జనా
వనగుణధుర్య! యేము కడవారము గాము సుమయ్య, నీవినూ

తనవిజయాంకగేయములఁ దావకచాటుకథాసుధారసం
బున నలరింతు మీభువనమోహినిఁ జిన్నటనాఁటనుండియున్. 56

మ. అనఘామూల్యమణిప్రరోహముల నీ కర్పించు నేదివ్య వా
హిని, గౌరీపతికిన్ హిమాచలము నట్లే గట్టు నీకున్ విహా
రనగం బై తగు, నట్టిశుక్తిమతియుం బ్రాలేయశైలేంద్రనం
దనుఁడుం గాంచిన కన్యఁ గా నధిప యీతన్వంగి నెన్నం దగున్. 57

సీ. అడుగు వెట్టదు నవ్యహరిచందనలతాంత
సరణిపైఁ గాని యీయరుణచరణ,
కేల నంటదు కోరకితపారిజాతవ
ల్లరిఁ గాని యీయతిలలితబాహ,
తనువుఁ జేర్పదు నవోదారమందారమం
జులశయ్యఁ గాని యీసురభిళాంగి,
పెదవిఁ జేర్పదు కల్పపృథివీజఫలసంత
తియె కాని యీమోవితీపులాఁడి,

తే. గురుకులక్రమాయాత మీగిరిజచల్లఁ
దనము జననైకరూఢ మీతటినిపట్టి
సరసగంభీరభావంబు, సహజసిద్ధ
మీనలినసోదరీమణి మేనితావి. 58

మ. పద మెత్తం గలహంసలీల, యధరస్పందంబు సేయన్ శుభా
స్పద మౌ రాగకదంబకంబు, శ్రుతి చూపన్ శ్రీవిలాసంబు, కే
ల్గదలింపన్ సుకుమారపల్లవ నవైలాలక్ష్మి వీక్షింప ష
ట్పదియుం బొల్చుఁ దిరంబె కన్నెఁ గొనియాడన్ గేయవాక్ప్రౌఢిమన్. 59

క. శ్రీనిధి! భవదభినివస
న్మానస యీసింధుతనయ మహనీయగుణ
శ్రీనుతికి నెక్కె నేఁ డీ
మౌనిదయామందరాగమహిమము కలిమిన్. 60

చ. అన జనభర్త పల్కు 'ముదితా! విదితాతను మంత్రజాలు ని
మ్మునిఁ గొనియాడ శక్యమె, ముజ్జ్వలరూపకలాప యైన మీ

యనుఁగువయస్యఁ గాంచు సుకృతాతిశయం బవలీలఁ గూర్చె నీ
యనఘుఁడితండు మాకుఁ బరమాప్తుఁడుగాక మునీంద్రమాత్రుఁడే. 61

రాజసచివుఁడు వేషము మార్చి వచ్చుట

వ. మఱియు నీతని మంత్రప్రభావంబున భవాదృశదివ్యభామినీ మృదుమధుర కోమలాలాపంబు లాలింపం గలిగె' నని మనుజపతి బహూకరించుటయు నమ్మౌని సమ్మదమ్మనఁ గొమ్మ నెమ్మోముఁ జూచి తమ్మికంటి యకుంఠిత భువననిర్మాణచాతురీధురీణుం డగు పితామహుం డేతాదృశయోగ్యవస్తు యోజనంబునం బొగడు వడసి యపార పరీవాదపారావారభంగంబుల మునుంగఁడు సుమీ, యదియునుం గాక తదీయఘటనావైభవాభంగరంగ ప్రసంగంబునకుం బూర్వరంగంబు రసోత్తరంగంబగుట యెఱింగితివి గదా యింక సందియంబు వలవదని వీడ్కొని, యవ్వసుంధరాధరునకు నవ్వరారోహకు నమూల్య కల్యాణకౌతుకసమృద్ధియుం గావలయునని దీవించి, వారల వినయసం విధానంబుల నానంద మొందుచు, మణిమందిరంబు వెడలి చని, యనతి దూరంబునం దోరంబులగు మందారతరువారంబులయారంబులలో సారంబగు తపోధనాకారంబు డించి, యథాపూర్వవేషంబుతో రాజు నన్వేషించుక్రమంబునం గ్రమ్మఱ నేతెంచి యమ్మహీమండలాఖండలుం గాంచి యద్భుతంబు నటించి పరిసరంబున నిల్చు నవసరంబున. 62

చెలులు గిరికను బరిహాసమాడుట

తే. పడఁతు లారాజసచివుని పలుకుబడియు
మోము చాయయుఁ గని తొంటిమునియె కాఁగ
నరసి, మందాక్షమందమందాక్ష లగుచు
నగుచు భావించి రతనివాఙ్నైపుణములు. 63

క. కోలాహలశైలాధిప
లీలాగతుఁ డైన పతి యలీకయతీంద్రున్
నీలాలకావలోక క
ళాలోలత ననిపె నని తలంచిరి ముదితల్. 64

చ. అపు డొకబాల మేలమున నల్లనఁ బల్కుచు 'నింతరార! యీ
నృపమణిరాకచే నలరి యీగిరికానన మిప్పు డెంతచొ
క్కపుసిరిఁ దాల్చెఁ జూడుఁ' డనఁ గన్నియ మో మెదఁ జేర్చి సిగ్గు రా
గపుఁదమియుం బెనంగఁ బ్రియుఁ గాంచెఁ గుచాంచల హారధారలోన్. 65

చ. అలికులవేణి కీ లెఱిగి, యాచెలి వెండియు నేకతంబునం
'బొలఁతుకలార! యీచిగురుఁబోఁడికుచార్పితహారనాయకో
జ్జ్వలరుచిఁగంటిరే' యనినఁ జంద్రముఖు ల్చిఱునవ్వుఁ బూని, రా
లలనలఁ జూచి కిన్కయుఁ గలంకయుఁ గొంకులు నంకురింపఁగన్. 66

గిరిక తెరచాటున కేఁగుట

చ. సొలసి తటిల్లతాంగి జిగుసూపు వెలుంగులచేఁ, గలధ్వను
ల్గలకలకంఠులం గదిమి, గాటపునెమ్మి నటింప, హంసకం
బులు జడియం, బయోధరసమున్నతి భంగురమధ్యపుష్కరాం
చల మరదోఁపఁగా నరిగెఁ, జారుఘనప్రతిసీర చెంతకున్. 67

క. పరమాణుమధ్య యీగతిఁ
దెరమాటున కరుగఁ దనివి దీరనిచూడ్కిం
బరమానురాగసూచన
పరమానసుఁ డగుచు ధరణిపాలకుఁ డంతన్. 68

సీ. 'మెఱుఁగొప్పు నెఱిగొప్పు నెఱగప్పు తఱిగప్పు
జలదమాలికచొప్పు దెలుప లేదొ,
బలువాలుగల నేలు తెలివాలు గనుడాలు
కలువపూఁదెరమేలు దెలుప లేదొ,
నలువైన కళ లీనఁగల లేనగవుసోన
కలశాబ్ధితెర మేన నిలుపలేదొ,
కలకంపు ననసొంపు కడ నుంపు రుచి పెంపు
పసిఁడితీఁగల గుంపు మెసఁగలేదొ,

తే. ప్రాణసఖులార! నెయ్యంపుటలుకఁ బూని
గేల యీబాల యీవేళ నీవిశాల

యవనికాభ్యంతరంబున కరిగె' ననఁగ
ననుఁగునెచ్చెలి మఱియు నెయ్యమునఁ జేరి. 69

తే. అభినవాలోకనోత్కంఠ నధిపుఁ డలర
నలరుఁబోఁడి సమగ్రలజ్జానుభావ
భావయై తెరమాటునఁ బగటు చూపఁ
జూపఱకుఁ దోఁచెఁ బరిణయస్ఫూర్తి యనుడు. 70

హంసాంగన గిరికను వెంటఁబెట్టుకొనిపోవుట

చ. విని కలకాకుఘోష మొదవించుమదాళిని బక్షగౌరవం
బెనయ నదల్చి మంజుగతి నీవనజాతములో మదీయఖే
లనముల కెల్లఁ దోడయి మెలంగఁగ నాకలహంసి రాదొకో
జననివయస్య యంచు నగజాత మదిం దలపోయు చున్నెడన్. 71

ఉ. ఆకలహంసి వచ్చి యచలాత్మజఁ గాంచి, 'కుమారి తాపసా
నీకము నీకమూల్యశుభనిర్వహణంబు ఘటిల్లఁ గల్పకా
నోకహసూనరాజము లనూనమనూక్తులతో నొసంగినం
గైకొని తల్లి ని న్పిలునఁగాఁ బనిచెన్ విరు లిచ్చువేడుకన్. 72

క. రార 'మ్మనఁ గోమలికుచ
భారమ్మున నడుము వడఁకఁ, బదకటకఝణ
త్కారమ్ము లెసఁగం గుసుమా
సారమ్ములు కబరిఁ దొరఁగ జనఁ దివురుటయున్. 73

వ. నెనరునఁ జెయ్యి వట్టి 'తరుణీ! ధరణీసరణీపురందరుం
డనుపక పోవు టెట్లు? తగవా నగ వారడి వెట్ట' నంచు జ
వ్వనిఁ జెలు లెల్ల నిల్చి, 'మహివల్లభ! మాచెలి మీఁది ప్రేమ నీ
మనమునఁబాయకుండు' మని మానినిఁదోడ్కొనిపోవు నంతటన్. 74

మ. శతపత్రేక్షణ వెంటనంటిన వసుక్ష్మాపాలకాలోకముం
బ్రతిరోధింపఁగఁ జాల దయ్యె, భవనప్రాంతోరుకాంతారవే
ల్లితవల్లీవలయంబు తచ్చికురపాళీనీరదాళీమిళ
న్నృతికేళీరసకేకిలోకగరుదున్మీలన్మరుల్లోల మై. 75

చ. వనతరువల్లి కాకుసుమవాసన లొల్లక, శైలకన్యకా
ఘనఘనవేణికాభరము కమ్మనితావికిఁ జిక్కి, మ్రోయుచున్
వెనుచనియెన్ ద్విరేఫములు, వేమఱు భావివియోగచింతచే
వనరుచు వెంటఁ బోవు మహివల్లభుచూపులప్రోవులో యనన్. 76

తే. ఆళిహస్తావలంబనం బడర నడుచు
కన్యఁ దదధీనవృత్తి యై కాంచునట్టి
వసుపతి నిరంతరాలోకవైభవంబు
సొగసీ దయ్యెఁ గన్నీటిజడి గడంగి. 77

చ. కలికియు నానృపాలకునిఁ గ్రమ్మఱఁ జూచుచు నేఁగె నేర్పుతో,
నలఘుపదాంగదధ్వనికి వంచలు మూఁగిన నిల్చి, నెయ్యపుం
జెలునలఁ గూడఁ బిల్చుగతిఁ, జిల్కకుఁ బార్శ్వలతాంచలంబులన్
ఫలము దెమల్చు రీతి, నళిపంక్తికి మోము మలంచు కైవడిన్. 78

వసురాజు విరహము

ఉ. ఆనగరాజ భేదియును నానఁగరాని మనోరథంబుతో
మానిని నాత్మ నిల్పి, ధృతి మాని నిరంతరబాష్పవారిఁ గ
న్గోనల నాని మానికపుఁ గోనలలో నెలమానికానలో
నానసవిల్తుఁ డేఁప నలినానన యేఁగిన జాడ నేఁగుచున్. 79

సీ. 'కాఁబోలు నివి బోటి బాలకమనీయపదలీల
లిచటఁ బల్లవజాల మినుమడించెఁ,
గాఁబోలు నిది బోటి గనుఁగొన్న వనవాటి
యిచట భృంగీకోటిరుచుల నెఱసెఁ,
గాఁబోలు నీవంక కలికిపల్కినపొంక
మిచటఁ దేనియవంక లింక కొదవెఁ,
గాఁబోలు నీచాయ కాంత నవ్వినచాయ
లిచట సూననికాయ మింపు మెఱసెఁ,

తే. జూచితె వయస్య,' యనుచు నశోకతిలక
కర్ణికార నమేరు సంఘాతలతల

నలరు నారామసరణిలో నరసి యరసి
సరసిజాననఁ గానక సంభ్రమించి. 80

చ. కళికలు, లేఁజిగుళ్లు, నవకంపుటనంటులు, కప్పురంపుఁది
ప్పలు, నన గుత్తులున్, లతలు, పద్మములు, న్సమదాళిజాలము,
ల్వెలయ మనోజరాజభుజవీర్య వానార్య మొనర్చు కానలోఁ
గలయఁ జరించుభూపతికిఁ గన్నియరూపమె తోఁచు నెల్లెడన్. 81

సీ. కనుఁగొంటి లతకూన నని డాయుఁ, గాకున్న
నభినవతరలతావాప్తి దెలుపుఁ,
గంటిఁ బద్మిని నని గమకించుఁ, గాకున్నఁ
బరితాపగరిమఁ దా మరలఁ జూచుఁ,
జూచితిఁ గొమ్మ నంచు నటించుఁ, గాకున్న
నలయు శాఖోపశాఖానురక్తిఁ,
దమిఁ జూడఁ గంటి నూతనరంభ నని యేఁగుఁ,
గాకున్నఁ గదలి చెంగట భ్రమించు,

తే. నయ్యెడ ననంగశరశరవ్యాంతరంగ
కలితభావతరంగము ల్గప్పికొనఁగ,
విభుఁడు చెలి మ్రోల నాత్మీయవిభ్రమములు
దేటపడ కుండ నేర్పున మాటుపఱుచు. 82

శా. ఆరామామణిమీఁది ప్రేమమున, ని ట్లారామసీమాసరో
వారంబు ల్దిలకించి, యందు నతిదుర్వారంబు లై మీఱుభృం
గారావంబులచే ననంగరుజు వొంగారం, గురంగాక్షి శృం
గారాగారముఁ జేరి తాల్మి నిలువంగా రాక గారామునన్. 83

మ. అవనీనాథుడు వల్కుఁ 'జూచితె వయస్యా!యీమణీధామ మా
ధవళాక్షీమణి యేఁగ శూన్యగతి యై, తద్రూపచిత్రాహితో
త్సవ మేతన్మృదుగానగుంభితసార్ద్రం బై, తదీయాంగరా
గ వరామోదము పూని మామకమనఃకంజాతముం బోలెడిన్. 84

సీ. శుచివృత్తి నెన్నాళ్ళు పచరించెనో తీర్థ
సంవాస మిచటి హంసవ్రజంబు,

సురసాలముల నెన్ని వరఫలంబులఁ జెంది
నిలిచెనో యిచటి రాచిలుకచాలు,
సుమనోసురక్తి నెట్టి మహోసవంబుల
నందెనో యిచటి మత్తాళిసమితి,
యదన నెంతతపంబు తుది మీఱ నోచెనో
యిచటి గంధాంధబర్హిణగణంబు,

తే. లతివ వెనువెంటఁ దిరుగ, నబ్జాక్షిముద్దు
మోవి చవిగొన, సతిమోము దావి గొసరఁ
గన్యఘనకంకణనినాదగర్జ నలరఁ
గాంచె' నని, యుస్సు రను మహీకాంతుఁ డపుడు. 85

ఉ. మించినవేడ్కతో నచట మీనవిలోచన మున్ను వీణవా
యించినచోటు, బోటు లలయింపఁగ మాటున నున్న చోటు, న
య్యంచితగాత్రి యేఁగఁ జెలు లాఁగినచోటును గాంచి, రాగముల్
గాంచుఁ, దమోమయావృతులు గాంచు, భజించుఁ జలాచలత్వముల్. 86

ఇష్టసఖునితో రాజు నగరి కరుగుట

చ. జనపతి యిట్లు పంచశరశాతశరాహతిఁ జంచలింపగాఁ
గని హితమంత్రి వల్కు 'మహికాంత! నిరంతరచింత నింతవిం
తనెగులు పూన నేల? లలనానలినాస్త్రుఁడ వీవు, నిన్నుఁ గ
న్గొనిన లతాంగియాలువు మనోభవుఁడింతకుఁ గొల్లలాడఁడే. 87

చ. అతివగురుండు తావకపదానతుఁ, డంగనగన్నతల్లి య
ద్భుతభవదీయశౌర్యరసపోషితజీవన, కొమ్మ నెచ్చెలు
ల్సతతము నీకథ ల్వొగడ జాణలు, బాల భవద్విలాస మో
హిత, హితగార్యసంగతికి నియ్యెడ సందియ మంద నేటికిన్. 88

క. బాలాపాణిగ్రహశుభ
వేళానిర్ణీతి కిపుడ విచ్చేయుము, భూ
పాలావతంస!' యన విని
శైలారి యళీకధైర్యచాతుర్యమునన్. 89

మ. అగకూటాగ్రము డిగ్గి సంభ్రమసమగ్రాధోరణానీతగం
ధగజోత్తంసము నెక్కి, చూడ్కి కెలమిం దద్కుంభహస్తద్యుతు
ల్నగజాచారుకుచోరువైఖరులు దెల్పం బుట్టు ఘర్మంబు నే
ర్పుగఁ దత్కర్ణ విశీర్ణ చామరమరుత్పోతంబులం దీర్చుచున్. 90

మ. అవనీభర్తవినూతనాతనుపతాకాలోకసంప్రేక్షణీ
యనిలాసంబు, గజాధిరాజగమనోదారంబుఁ, గాశ్మీరప
త్రవిచిత్రంబుఁ, దటిద్విభాసిరుచి యా తద్వాహినీజాత వై
భవమున్ లో వెలిఁ గాంచుచుం జనియె సంపత్పేటికిన్ వీటికిన్. 91

తే. నగరిపుసమానుఁ డీరీతి నగరి కరిగి,
సింధురము డిగ్గి గాంధారసింధుకుకుర
కాశముఖ్యుల ననిపి, ప్రకాశవృతది
శాంత మగునాత్మ కేళీనిశాంత మొంది. 92

చ. అతినలు ద్రిప్పు నారతులయట్ల మనంబు భ్రమింపఁ, గుంభినీ
పతి జలకంబువేళ యని భామలు దెల్పఁగఁ, బళ్లెరంబు వె
ట్టితి మని తొయ్యలు ల్బడిబడిన్ నడతేర, ననాస్థతో యథో
చితవిధు లాచరించి పువుసెజ్జకు నొయ్యన మేను దార్చుచున్. 93

సీ. గిరికన్య మేన నేకీభవించినఁ గాని,
తియ్యవిల్తుని నిరోధింప రాదు,
సింధుజ నెద నుంచి సిరుల మించినఁగాని,
మిహికాంశుఁ గనుసన్న మెలపరాదు,
శుభవాణియఖిముఖస్ఫురణఁ జూపినఁ గాని,
వఱచుటంచలఁ గ్రిందు వఱుపరాదు,
పద్మినిఁ గరముఖప్రౌఢిఁ దేల్చినఁ గాని,
రేల ముమ్మరము వారింపరాదు,

తే. నేర్పున నటంచు, నృపతి యానెలఁతఁ దలఁచి
తలఁచి సగ మగు, సాత్త్వికోదయదశాను
భావములఁ జెందు, మన్మథప్రసవబాణ
బాణమగ్నతఁ గాంచుఁ, దాపము వహించు. 9

మ. అనిశధ్యాతనదీసుతావయవు(డై యమ్మేటి యయ్యేటిశో
భనముక్తావళు లన్న, నన్నదినవాబ్జం బన్న, గోరంతవం
టును, నొక్కింతముఖానురాగమును బూనుం గాని, యేసొమ్ము గై
కొన(డే కానుక లిచ్చినం గొన(డు గోర్కుల్నిండి దైవాఱ(గాన్. 95

తే. కన్యలావణ్యరససుధాగాహనమున
విభునినయనము లస్వప్నవృత్తి(జంద,
మనసు తదురోజహేమాద్రి మనికి మరగి
మహితసురతానుభూతికై మలయుచుండు. 96

సీ. శ్రమము నొందింప(డో, జగదద్భుతాఖండ
కాండప్రయోగలాఘవము(దెలిపి,
సాత్త్వికగుణసారసామగ్రి సవరింప(
డో, సుమనోధర్మ మొనర(దాల్చి,
సంకల్పసిద్ధి యొసంగ(డో తగు వేళ,
నమితప్రతాపసాహాయ్య మొంది,
నవ్యసాహిత చింత వహింప(జేయ(డో,
నవరసభావవైభవము(జూపి,

తే. యతను(డతనికి సహృదయు(డై యమేయ
శక్తి నేమేమిల గావింప(జాల(డయ్యె(,
బతియు నితరప్రసంగసంభావనమున(
దవులక తదేకపరవశు(డవుట యరుదె. 97

క. సుమనోమార్గణవశు(డై,
క్షమ యెల్లను దద్గతంబు(గానించిన భూ
రమణుని సాంగయశోజా
లము లీలం బాండిమం బలరె నెమ్మేనన్. 98

గిరికా విరహము

సీ. ఎనుగట్టు గోట మీటినమేటి కిపు డెంత
యరు దయ్యె(గన్యాకుచాద్రిగగిను.

గగనఖంటాపథక్రమణశీలున కెంత
　　గగన మయ్యె లతాంగికొనుచదలు,
బలునెల్లి కిల యెల్ల నిలిపినఘను నెంత
　　సుడివెట్టు సతిదృగంశుస్రవంతి,
యనుదినవ్యయితనవ్యసువర్ణ రాశి నెం
　　తాస గొల్పె వధూవిభాసువర్ణ

తే. మనుచు విస్మితహృదయుఁ డై కనికరించి
యవనిపతి కాంతరంగికుఁ డగు ననంగుఁ
డనుపమోజ్జ్వలగాత్రి నియ్యచలరాజ
పుత్త్రిం దదధీనమానసాంబుజ నొనర్చె. 99

మ. లలనారత్నము నొయ్య నొయ్య మొనవ్రేల న్నేల వ్రాయించి, ని
శ్చలవృత్తిన్ వరపర్ణపూర్ణ ఫలకాసంగంబు నొందించి మి
న్కులు వేమాఱుఁ దదర్థచింతనలతో నూల్కొల్పి, నెయ్యంబుతో
జ్జలు పైపై నెనయింప సాగెఁ బటుశాస్త్రశ్రేణికాభ్యాసమున్. 100

శా. ఆతన్వంగి యనంగఝుంకరణవజ్జ్యాముక్తచూతాస్త్రని
ర్ఘాతం బోర్వక, తమ్ము లంచుఁ దటినీగర్భైక సంజాతకం
జాతవ్రాతము మాటుఁ జెంద, నని యేఁచన్ సాగె మున్మున్నుగా
'జ్ఞాతి శ్చే దనలేన కి' మ్మనెడి వాచారూఢి సత్యంబుగన్. 101

చ. ఎరుఁగఁ జూడ సాగె హరిణేక్షణ, పిన్నటనాఁట నుండియుం
బరిచితిఁ బూని మంజుగతిమాధురియున్ మృదువాగ్విభూతియు
న్వరుసనె తెల్పి తల్లికడవారును తండ్రి భజించు వారు నై
గరిమముఁ గన్న సద్ద్విజశిఖామణులన్ వసులుబ్ధచిత్త యై. 102

తే. ఆకులాహార్యనందన, యలసపవన
జాలములు దూలగతిఁ జాలఁదూలఁ దొడఁగె,
గరిమఁ దా నెంత యచలేంద్రకన్య యైనఁ
బలుచ నగుఁ గాదె ఘనవసుప్రార్థనమున. 103

చ. చెలితెలితెప్పముత్తియపుఁ జిప్పల నొప్పగు బాష్ప, వారిచి
ప్పిలి చనుగట్టుపైఁ దొరఁగు పెంపు నుతింపఁగ నయ్యె నయ్యెడ,

న్వేలఁదిమనో గతం బరసి వెల్వడి శుక్తిమతీస్రవంతి యా
యలికులవేణిఁ గాంచిన మహాద్రికిఁ దెల్పఁగ నేఁగు కైవడిన్. 104

చ. కొమిరె మనోవ్యథం బొగుల గ్రుచ్చి, కవుంగిటఁ జేర్చి, తల్లి శు
క్తిమతి తదీయతాపశిఖికీలల నింకఁగఁ బోలుఁ గానిచో
రమణిమెయిం బిసాంకురపరంపరలున్ ఘనసారవాలుకా
సముదయమున్, సుజాతజలజాతదళంబులు నుల్లసిల్లునే. 105

చ. ప్రసవశరాఖ్యయోగి బహుభంగుల భావన లిచ్చి, మర్దనం
బెసఁగఁగ ధాతు వేర్చి, బలియించి, రసంబు నిశాంత మంతయు
న్వసువుగఁ జేయ, మైమఱచి నాతిదళన్మణిభూష లెన్న, దా
ప్త సఖులు చేరి పల్కినను బల్కదు, చూచియుఁ జూడ దెంతయున్. 106

ఉ. కొంచక యంబుధిం బడిన కొండలపత్త్రము లూడ్చ దయ్యె నూ
ఱంచులకత్తి, దానియుదు టంతయు నెంతని కంతుచేతినూ
ఱంచులకత్తి హత్తి జవరాలికుచాద్రుల ముంచెఁ బత్త్రరే
ఖాంచితవైభవం బెడల నాతతబాష్పమహాపయోనిధిన్. 107

క. కంజనయనావిలోకన
ఖంజనయుగ మెదకు వ్రాలఁ గని, వసు వాలో
రంజిలుట దెలిసి, శంబర
భంజనుఁ డతినిశితవిశిఖపంక్తి నగల్చెన్. 108

తే. పూఁటపూఁట శరత్కోటి పొడము కతన,
విన్ననై యన్నదీకన్య వేణి దూల
సన్నగిలి యున్నగతి నెన్నఁ జనునె యకట!
యూర్మికలు కంకణాకృతి వొసరె నపుడు. 109

సీ. మది నున్న మరుఁడు వంప మహోగ్రగతి వచ్చు
కమ్మఁదెమ్మెర లనఁ గదసె నూర్పు,
లూర్పుగాడ్పులరాక కులికి పాండుమృణాళ
కుండలిపైఁ బూనెఁ గుచసురాద్రి,
కుచసురాద్రి గరంగె ఘోరతాపార్చినాఁ
బడసెఁ బుప్పొడితోడి వలపుఁజెమట

చెమటవెల్లునకు ఫేనము లయ్యెఁ బెనుగాక
నవసి నీరుగఁ బొంగుహారమణులు,

తే. హారమణివారతారాపసారమును, గ
రోరమూర్చాంధకార విస్తారమును, న
పార మై రేయుఁబగలు నేర్పఱుపకునికి
మగువకసుదమ్ము లరమోడ్పు మఱవవయ్యె. 110

సీ. వరగుణజాలసంవననసామగ్రితోఁ
బాశంబు లాశలఁ బాదు కొల్పి,
చటులతాపానలజ్వాలిక ల్నెఱపి, జీ
వన మంతయుఁ గలంచి, వనచరాళి
నిస్వనంబులు రేఁచి, నిగుడుకాతరనేత్ర
శంబరంబులు వాడు శరభగండ
కములు దూలెడు చిత్రకాయలీలలు సోయ
గములు వీడ్కొను భద్రగతులు జడియు

తే. నాతతస్తబ్ధరోమంబు లలసి వ్రాలు
ఘనసితాపాంగములు గాఁగఁ, గాండివృష్టిఁ
బఱపి, వేఁటాడఁ దొడఁగె శంబరవిరోధి
కాంతయౌవనరేఖలోఁ గలయ మెలఁగి 111

చ. అలికులవేణి యిట్లు వలయాంకబిసాంకురపన్నగాళికిం,
జలమరి చల్లగాలికిని, జక్కొరఖాణపుఁదేజిఁ దోలు పూ
నిలుతువయాళికిం, జిగురునిండుల నీలిగయాళికిన్, హలా
హలగుళికాభదుర్మదఘనాళికి, నాళికి, నాళికి లోఁగి యాత్మలోన్. 112

ఉ. అమ్మకచెల్ల, ధైర్యవిభవాతిశయంబునఁ దండ్రిపెంపు లే
శమ్మను గాన నైతి, జడజన్మమునన్ జనయిత్రిఁ బోలి పైఁ
గ్రమ్మునిదాఘతాపహతిఁ గ్రాఁగుచుఁ జిక్కితి లోఁతు దక్కి ని
క్కమ్ముగఁ దండ్రి చాయ గల కన్యలు ధన్యలు గా వసుంధరన్. 113

మ. సయిదో డైన సువృత్త పాండురమణీ జాలంబు మున్మున్నుగా
భయకృత్పల్లవసూచికాస్థితిఁ దపఃప్రారూఢిఁ బేరై నృపా

న్వయచూడామణి పేరురం బెనసె, నే నట్లయ్యుఁ బ్రాపింపలే
నయితిం దాదృశవైభవం బకట! భాగ్యాయత్తము ల్గా సిరుల్, 114

ఉ. తల్లియుఁ దండ్రియున్ బహువిధంబులఁ గామితముల్లటింపఁ గా
నుల్లము చల్లనై, సిరుల నొందుసుపర్వనరాహిరాట్పురీ
హల్లకపాణులం దొకతె నై జనియింపక నోడ్ల నొంచు పె
న్వెల్లికి జాతికిం బొడమి వేఱఁడి నైతిఁ దలంపు లేటికిన్. 115

గిరిక యుపవని కేఁగుట

సీ. సోయగంబున వీణ నాయింప మాయంపు
 జటిలుఁ డచ్చటికి నేమిటికి వచ్చె?
వచ్చుఁగా కేమి, యవ్వసుమహీపాలు బా
 లామనోభవుని నేలా తలంచెఁ?
దలఁచు గా కేమి మిథ్యాజపప్రౌఢి నా
 పృథివీశు నేల రప్పించి చూపెఁ?
జూపుఁ గా కేమి మాయాపారికాంక్షిద
 ర్శితవసుభ్రాంతిఁ జెందితి విదేల?
తే. తల్లికౌటిల్య, మెన్నఁడు దఱుఁగుఁ, దండ్రి
హృదయ మెన్నటికిఁ గరంగు, నీవియోగ
నీరనిధి నెట్లు గడతు శృంగారవనికి
నరుగ నన్నియుఁ జక్క నౌ నచట ననుచు. 116

క. సకియఁ గనుమొఱగి, మధుకర
చికురనిజారామవాటిఁ జేరి, ప్రసూనాఁ
బకధాటీశుక ఘోటీ
నికరాటీకనము మనము నివ్వెఱ పఱుపన్. 117

గిరిక శరీరము విడువ సాహసించుట

సీ. పవమానమానవ ప్లవమానకై రవ,
 చ్యవమానరజము మైనంటఁ దివురుఁ,

గరసారసాగ్రతామరసాతిసాంద్రసీ
ధురసాప్తిఁ గన్నీరుఁ దుడువఁ గోరుఁ
మదనానల ప్రభాసదనామ్రకోమల
చ్ఛదనార్చిపైఁ జూపు జరపఁ జూచుఁ
సలయాహతలతాకిసలయాగమలయాగ,
నిలయానిలున కూర్పు దెలుపఁ దలఁచుఁ

తే. గుంజపుట గుంజదళిపుంజశింజితంబు
వెగ్గలం బైనఁ జెవి యొగ్గి వినఁ గడంగుఁ,
బంచశరభూతపరిభూతపంచభూత
ములఁ దదీయస్థలంబులఁ గలుపుకరణి, 118

క. ఈరీతిఁ బొదల మెదలుచు,
నారీతిలకంబు మేనినచ్చిక యిచ్చం
గోరక నవసహకారక
కోరక మూరుకొని వడి నిగుడ గమకించెన్. 119

ఉ. అత్తఱి బిత్తరిన్ మఱిగృహంబునఁ గానక, బోటికత్తియ
ల్తత్తఱ మంది 'హా గిరిసుతామణి! యెచ్చటి కేఁగితే కడుం
గ్రొత్త,' యటంచుఁ గేలివనకుంజము లారయ వచ్చి, యచ్చటం
జిత్తజ భల్లభగ్న యగు చెల్వఁ గనుంగొని సంభ్రమంబునన్. 120

చెలులు గిరిక నోదార్చుట

చ. 'కటకట, మమ్ము నొక్కత్రుటికాలముఁ బాయనిదాన వొంటి మై
నెటువలె వచ్చి తమ్మ, చెలి యిచ్చటిప్రేఁకపుఁ దేనెవాఁక లీ
వెటువలె నీఁది తమ్మ, తెరు వెల్లను బుప్పొడి నీపదాంబుజం
బెటువలె నోర్చె నమ్మ, తరుణీ! తగవమ్మ కడిందిచెయ్దముల్. 121

ఉ. ఇచ్చ హితాహితంబు గణియింపనిగోలవు గానఁ గానకున్
వచ్చితి గా, కయో! పథికవర్గము నొంటిఁ జరింప నిచ్చునే
యిచ్చటి యన్యపుష్టచయ, మిచ్చటిమత్తమధువ్రతవ్రజం,
బిచ్చటి పల్లవోత్కరము, లిచ్చటి పాంసులపంకజావళుల్. 122

సీ. ఫలభంగములు సేయుచిలుకకు సాంగమై
క్రోధరసంబు ముక్కుననె యుండుఁ,
గాలభేదికి మహాకాలమూర్తికి దంట
కోయిల కెఱమంట గురియుఁ గంట,
మదమరాళికి సదంభస్థితి యుడివోదు
ముఖరాగమును గళంబున విసంబు,
నలరుఁగొమ్మలతావు లార్చి యాసవపూర్తి
నెడలించు నళికి మే నెల్ల మలిన,

తే. మట్టి యిట కేల వచ్చి, తీయధరబింబ,
మీతలిరుఁగేలు, నీభుజామృదుమృణాళి
కలును, నీపుష్పకోమలాంగములు పూని,
గట్టుదొరపట్టి వగు టెల్లఁ గంటి మబల. 123

మ. గురువిద్వేషికి విప్రయోగిహరణక్రూరుండు మారుండు దాఁ
బరమాప్తుండు, తదీయభృత్యులు దలంపం గాంచ నస్తేయత
త్పరగంధానిలము, ల్మహామధుపము ల్దన్మైత్రిఁ గాంచెం బిక
స్వరముం బంచమశబ్ద మిందుకు సుదృగ్జాలంబు రాఁ జెల్లునే. 124

చ. అని చెలు లెల్ల దూఱి ధవళాంబుజభాజనరాజి నావటిం
చినకుసుమాన్నరాశిపయిఁ జిక్కనిచెందొవజోతి నిల్పి, య
వ్వనితకుఁ జుట్టు రాఁ బడసి వైచి సగంధపలాశవాటిఁ బా
యని యశరీరిబంటులకు నామితఁ జేసి రనేకభంగులన్. 125

క. ఆవేళ మంజువాణి య
నావిలగతిఁ జేరి దుస్సహమిళిందపుళిం
దావలి కా వలికరువలి
యావలి కావలితహృదయ యగు సతిఁ బలికెన్. 126

తే. 'కలికి యలికీరమండలి కలికి చూడ
వేల యీవేళఁ బలుక వీవేల గోల!
నీకటాక్షోర్మి వాక్సుధానీకమునకు
జాలుఁ బడి గాదె యివి యీకుజాలిఁ బడియె. 127

సీ. సకలాగమాంతవాసనలు గాంచి విముక్త
కాంచనం బగుమాధుకరకులంబు,
వర్ణిత్వమున దృఢావాప్తి సంయమము లై
శారిఁ బేర్కొను శుకసంతతులును,
గన్న పెంచినవారిఁ గలయక మాధవా
ర్పితసూక్తి మను వనప్రియచయంబు,
పద్మాసనాభ్యాసపారవశ్యమున బ్ర
హ్మాధీనగతులైన హంసతతులు,

తే. పుష్పఫలపత్రజలమాత్రముల శరీర
యాత్ర గడపుచు, సన్మార్గ మధిగమించి,
యెసఁగు నివియెల్ల నీకేల యె గ్గొనర్చు
వనిత! యావంత యావంత వలవ దమ్మ. 128

ఉ. సారసకైరవంబులకుఁ జంద్రదినేంద్రవిరోధ, మంచకుం
బారము లేని మందగతి భారము, దెమ్మెరకున్ ఫణిగ్రహ
క్రూరవిఘాత, మంగజునకుం గడతేఱని భీమవీక్షణాం
గారకవైర, మింత తలఁకం బనిలేదు మనోజుధాటికిన్. 129

ఉ. నమ్మక మీఱ నెత్తు వదన మ్మిఁక, నెమ్మదికోర్కి నెమ్మితో
నిమ్మని యేము నీదయకు నిమ్మని కమ్మనివింటిజోదు పా
దమ్ములు మెట్ట కెంపు విరిదమ్ములు చేర్చి భజింతు మమ్మరో
ర' మ్మని బోటి కోమలికర మ్మనివార్యగతిం దెమల్పఁగన్. 130

క. సోలుచుఁ జెలి కెదురాడక
తూలుచుఁ గైదండ యొసఁగు, తొయ్యలి మేనన్
వ్రాలుచుఁ జింతాజడనిధిఁ
దేలుచుఁ గై సేయుసఖులఁ దెగడుచుఁ గంటన్ 131

సీ. నిబిడదుస్సహదీర్ఘ నిశ్వాసపవనంబు
వఱచుతేఁటుల బరాబరులు సేయ
నుజ్జ్వలావయవతాపజ్వాలికలవేఁడి
చివురుజొంపములపై నవఘళింప

లలితాననేందుమండలపాండురచ్ఛాయ
వనరుహావళి వళావళి యడంప
శ్రమజలాభివ్య క్త సహజసాంకవమదా
మోదంబుచిలుకల మూల కొత్త

ఆ. నెసఁగు భసలములను, గిసలములను నీర
జాతములను, గిరజాతములను,
నిగ్రహింప నీని విరహంబె తోడుగా
వెలఁది వెడలె విపినవీథులకును. 132

చెలులు వనవర్ణనము చేయుట

క. లలనామణు లపు డుపవన
తలనానాసూనసంపదలు కలకంఠీ
కలనాదకుఁ దెలిపిరి త
త్కలనాదంభమునఁ బ్రొద్దుఁ గడపుద మనుచున్. 133

సీ. కనకగంధము లెఱుంగనివాని కిష్టా ప్తి
కాయహీనునకును గరణపటిమ,
పెక్కు కాలపు మూఁగ కెక్కుడు వాక్సొవ్ధి,
యతిచంచలాత్మని కలఘువృత్తి,
యిలఁ బుట్టు గ్రుడ్లకు హితదర్శనప్రీతి,
యగమకోటికిఁ బల్లవాభివృద్ధి,
జడజాతమునకు శాశ్వతబోధసామగ్రి,
కోపనావళికి భావోపశమము,

తే. నెరపు నిరుపమమాధనవిత్యసన్ని
ధానమునఁ బొల్చు భవదీయతాతపాద
సన్నిహితసద్గుణారామసరణి యిదె, ల
తాంగి! గనుఁగొను మిచటిశోభాతిశయము. 13·

చ. పరిమిళితప్రవాళనవపట్టపటధ్వజచూతనూతన
స్మరరథరాజమున్ భ్రమరజాలగుణాంచితపాంసుచక్రము

ల్గెరల మహాబలంబు దరలింప లతావనితాళి ఉవ్వు లే
మరువపుబంతు లట్ల శుకమండలి యాడెడిఁ గంటె పైపయిన్. 135

చ. మరునకుఁ జైత్రమంత్రి వనమండలరాజ్యఫలైకకాంచనో
త్కరము కరం బొసంగుటయుఁ, దావుల బచ్చులు చేరి తచ్చదా
వరణముఁ బాయ విప్పి పరువంబుగ నెన్నిక కెక్కఁ జేయుచున్
దొరయఁగ నీవు గంటె చెలి! ధూర్తవతంసమలీమసాళులన్. 136

ఉ. రతిపతి ధర్మకర్త, ఋతురాజబలావళి నొంచి యేఁగుదు
ర్మతుల మథించి కైకొనినమానధనంబుల ముద్రవెట్టుచోఁ,
బ్రతినవదీపికాశిఖిఁ గరంగెడు లక్కయుఁ బోలె వంజుల
స్థిత మయి తేఁటి వెగ్గలుపుఁదేనియ గ్రాయుటఁ గంటివే చెలీ. 137

ఉ. తుమ్మెదత్రిమ్మరీఁడు పయిఁ దోఁచు పిశంగిమ పద్మినీనిశాం
కమ్మది తాఁ బరాగపటిఁ గప్పి మధువ్రతిఁ జేరఁ బోవుచున్,
నమ్మిక కంగజప్రహరణమ్ముల ముట్టెడుఁ జూడవమ్మ ప
ల్గొమ్మలఁ జందువారలు తగు ల్వీరియాటలు నేర కుందురే. 138

చ. అనిలకుమారకుండు మరుదధ్వనిరోధిపలాశిమండలీ
ఘనవనరాశిలోఁ, బుడమి కానుపు పద్మిని చిక్కి స్రుక్కఁగా,
నినకరముద్రఁ జూపి, వెలయించి తదంబుజరాగపాళిఁ, గై
కొనుచుఁ బ్రవాళతేజమునఁ గూరిచెఁగంటె పలాశవీథులన్. 139

శా. అంచల్లీల హరించెఁ గొంచక యయుక్తౌఘక్షమాభోగముల్
పంచాస్త్రుండని, యాకు లెత్తఁ గని పైపైఁ గాంచనస్నాన మా
డించెన్ మాధవుఁ, డీసదాగతిని గంటే కన్నెపున్నాగ మె
క్కించెం గోకిలకాహళు ల్మొఱయ నేఁగించెన్ వనీవీథులన్. 140

తే. కానఁ గడు మౌనియై పెద్దకాల ముండి,
వాక్యసంసిద్ధి మాధవువలనఁ గన్న
మత్తకోకిలకవినాకృమాజ మెల్లఁ,
బంచమశ్రుతి నింటివే చంచలాక్షి. 141

మ. నునుఁగ్రొంపుటనంటి విప్పు పొరయ న్జో కెక్కి, మాధ్వీమహా
వనధిం బుప్పొడిదీవికిన్, మధుకరవ్యాపారు లేతేరఁ ద
ద్ఘనకర్పూరపటంబు లందుకొని వేడ్కం గోరకవ్యూహమో
హనముక్తావళిఁ దార్చె నీతరగుగా డ్వబ్జాక్షి వీక్షించితే. 142

మ. అలినీలాలక! కంటె చిల్క భవదీయాలాపలీలాప్తి నిం
పలరం గోరి, విపక్వదాడిమతరువ్యాలంబిశాఖాఫల
జ్వలనావాఙ్ముఖ మై తపంబు సవరింపన్ సాగె, నే లబ్బెడిం
దలక్రిందైన ననూనవాగ్గ్రహణమేధాశక్తి బింబాశికిన్. 143

మ. అసితాబ్జేక్షణ! చూడు కేతకి శివత్యాగాపవాదంబు దీ
ర్ప సముద్ధూళితధూళికాభసిత యై, బద్ధాళిరుద్రాక్ష యై
యసిపత్రాసికఁ బూని నిల్చుటయు నయ్యాప్తాత్మ త్రైలోక్యజీ
వసముజ్జీవిక యైన మూర్తి దరియన్ వచ్చెన్ సదాక్షిణ్యతన్. 144

తే. కన్నె మరునకుఁ బూఁదూపు లెన్ని లేవు,
కన్నెగేదంగి విరి కెన గావు గాక
సూనబాణాభియాతికి దీని గాలి
సోఁకినను గాదు తలయేఁబు సోఁకు నెపుడు. 145

చ. కనఁ, బదమూనఁ, బాడఁ, బలుక, న్మొగ మెత్తుకొన, న్మదింపఁ జే
య, నలమఁ, జల్ల నూర్చ, నగ, నంటను జాలవు గాక కాఁకచే
ఘనకుచ పువ్వు లీవె తిలకంబు, నశోకముఁ, బ్రేంకణంబు, గోఁ
గును, గనకంబుఁ, గేసరముఁ, గ్రోవియు, వావిలి, పొన్న, మావియున్. 146

సీ. కలకి! నీచేపట్టు గలది మాకందంబు.
సతి నీవు గనునది సరసతిలక,
మబల!నీయెదఁ జేరునది తావిగ్రోవి, తొ
య్యలి! నీవు పద ముంచునది యశోక,
మతివ!నీయిర వొందునది దగుఁ బొగడ, బి
త్తరి! నీవు నగునది దా నమేరు,
కుటులాంగి!నీదురాగము గన్నది ప్రియాళు,
వగజ నీ వెదిరించునది సువర్ణ,

తే. మింతి, నీచేఁ గృతాశ్వాస మింద్రసురస,
మళికచ, భవన్మృదూక్తి కర్ణాభరణముఁ
గాంచునది కర్ణి కారంబు గానఁ గాన
నెరవు సేయక చెలి! వీని విరులు గొనుము. 147

క. అని వనితలు జవ్వనిక
వ్వనివిభవముఁ దెల్పి కమ్మవలపులు గొను గా
డ్వనయమికి, ఫణులఁ బెనఁచిన
యనువున జడ లడరఁ గుసుమహరణోత్సుక లై. 148

పుష్పాపచయము

వృషభగతిరగడ :

బాల! బాలరసాల మిది పికపాలిపాలిటి యమరసాలము,
గేలిఁ గే లిడి గ్రుచ్చఁ గడు రాగిల్లు గిల్లుము తత్త్రవాళము,
కొమ్మ! కొమ్మఁ గదల్చి నన గైకొనక కొన కది యేల నిక్కెదు
ర మ్మురమ్మన మోపఁ గురువకరాజి రాజిలు నెంత పొక్కెదు
నాతి! నాతిచిరప్రసూత ననంటి నంటి కదల్ప నేటికి
నీతి నీతిలకంబు వలపులు నించు నించుక చూచు బోటికి
నోమి యోమితమధ్య! నీపద ముంచు ముంచు నశోకవాసన
లేమ! లేమరువములు నీ కవలీల లీలల వీఁకలోఁ జన
రామ! రా, మన కొనరఁ గూర్చు సరాలు రాలుతు ననలు వైళము
భామ! భామహనీయ మగు నీపాట పాటవమునఁ బ్రియాళము
నింత నింతులకంటెఁ బుప్పొడి నెరసులు పల్క నింతయుఁ
గాంత కాంతముఖానురాగము కనక కనకము పూయ దెంతయుఁ,
గ్రొవ్వి క్రొవ్విరి మొగ్గ మరుబరిగోల, గోల! యిదేల దాఁటితి,
నవ్వ నవ్వనవాటిఁ బొన్నలు ననుచు ననుచు నెఱుంగ జాటితి,
ముదిత! ముదితమనోజ్ఞ యై తెలిమొల్ల మొల్లము మెచ్చె మాటికి,
మదిర మది రహిఁ బూని వకుళము మన్న మన్నన మధుపకోటికిఁ
జెలువ చెలువపుఁదావి యూరుపు సిందు సిందుర మింపు మీఱఁగ,
వలదు వలదురు మధుమధువ్రతవాస వాసంతికలు దూఱఁగ,

వనిత వని తరు లతల యలరులవాడి వాడితి కొప్పుౖవ్రేఁగున,
మనము మనమునఁ గోరి చెలులకు మాటమాటలు వచ్చు గోఁగున,
వెలయ వెల యని చూపెదవు కురువేరు వేరుగఁ బల్కఁదగుదునె,
యలసి యల సిరిగంధ మడరెడు నాడ నాడ భుజంగి వగుదువె,
వాసి వాసి తెమల్తురా విరవాది వా దిడ వత్తు రింతులు
గాసిగా సిర మంటె నలఁపక కప్పు కప్పుర మేల అంతులు,
లతిక లతికమనీయకరకిసలయముల యమున నాడె నిత్తఱి,
సతనునతనుయశోభరం బన నలరు నలరులు చూడ బిత్తరి,
తావితా విది గంధవహకందళము దళముగ వీచు నెప్పుడు,
కావ కావలిజాజు లిపు డవి ఘనము ఘనములు మించు నప్పుడు
మూలమూలల మల్లె లెంతటి మోహమో హరిణాక్షి దాఁచితి
యేల యేలకిపొదలు వెదకెద వింత వింతలె యెందుఁ జూచితి
గోర గోరఁట నించితివొ కలిగొట్టుగొట్టుగఁ గోయఁ బొసఁగవు
నారి నారికడంపుఁబాలెలు నాకు నాకులవృత్తి నొసఁగవు
కలయ కల యకలంకకేతకి కళిక కళికచ పఱచెఁ బిల్తమె.
యళికి యళికి వడంకె నీయిభయాన, యాననవిల్తుఁ గొల్తమె. 149

చ. అని వనకేళిసల్పి లలితాంగు లతాంతలతాంతకోటిలో
వనపవనానుషంగమున వాసన వోవనివానిఁ; దేనియ
ల్దొనుకనివానిఁ, బుప్పొడులు దూలనివాని, మదాళిమాలిక
ల్చెనకని వాని, భావభవుసేవకు నేర్పున నేర్పరించుచున్. 150

సీ. కుసుమవాసన లెల్లఁ గొల్లలాడితి మింక
 బఱచు టామని యెంత పర్వు లిడునొ?
చివురుజొంపము లెల్లఁ జిదిమివైచితి మింకఁ
 బగఱకోయిల యెంత యెగసి పడునొ?
ఫలపరంపర లెల్ల నులిచివైచితి మింకఁ
 గొదమచిల్కలవెంత వదరుకొనునొ?
కమ్మఁదేనియ లెల్లఁ గ్రుమ్మరించితి మింకఁ
 గట్టల్క నళు లెంత చుట్టుకొనునొ?

తే. యెఱుఁగ రా దింతులార! యీతెఱవ నిచట
మసలఁగా నీక తోతెండు,మనము గొనిన
కుసుమకిసలయఫలనవ ప్రసవరసము
లసమశరునకు నర్పింత మనుచు వెడలి. 151

క. మందారముకుళకుహళీ
కందళితమరందతుందికమిళిందవధూ
బృందాభినందితం బగు
మందానిల మొలయ విజితమార్గశ్రమ లై. 152

చ. వనజముఖు ల్గనుంగొని, రవారిత వారితరంగ రంగన
ర్తనసలిలభ్రమభ్రమణరంగదభంగరథాంగధామమున్,
మనసిజహోమకుండనిభమంజులకంజగతాళిధూమమున్,
ధనదసరోజధామసమధామము నొక్కసరోలలామమున్. 153

వ. కనుంగొని కుఱంగట మెలంగు వనదేవత లాత్మీయచిత్ర పత్రలతాతిలక జాలకాలోకంబు లాలోకింపం గోరి, కమలాకలముకు రంబు వేమఱు మెఱుంగిడఁగ్రేవలం దొరఁగు రాపొడికై వడిం దట కటకరూఢ ప్రౌఢతరుపటలపరిపతితపరాగబృందంబులునెరయు నందంబున కానందంబు వొందుచు, నందనారామసీమావిహారపరిశ్రాంతలగు తమకు నుపభోగ్యంబుగా వినమ్రశాఖాంచలప్రవాళ తాళవృంతంబుల విసరి విసరి మృదులపవనవలనగళితకుసుమ సముదయంబుల ంబువ్వుగట్టి యబ్జాకర వారిపూరంబు నదీతుషారంబు నపారసారభోదారంబునుం జేయు శిశిరకిరణశిలా ఫలాపాళికాస్థాపితసోపానోపాంతకల్పితాల వాలమూల సలిలసేకసంవర్ధిత సేవంతికామల్లికాదివల్లి కలయల్లికల కుల్లసిల్లుచుఁ, బై తావుహో శ్రవంబునం గిరణవూలిసాహాయ్యరంజిత కింజల్క కీలికీలామధ్యంబునం బెక్కుకాలంబు నిల్చినకతంబున నాత్మ మాలిన్యంబు దొఱంగి యభినవసువర్ణతేజోవిరాజమానంబులగు తెఱంగునఁ దరంగితతదీయరజోనుషంగపిశంగితాంగంబు లగు భృంగంబులం గని యుప్పొంగుచుఁ, దరుణతరణికిరణచ్ఛదచ్ఛటాచ్ఛాదితంబును, దపనీయవర్ణ కర్ణికాధివాసంబును, దామ్రకేసరవ్రాతజాతరూప స్తంభసంభార సంభృతంబును,దటిద్రాగపరాగపరభాగ పరంపరిత పట్టాంబరవితానసందీపంబును,

నగునిందిరామహాదేవి యెక్కిన శోణారవిందస్యందనంబు క్రిందటం బటికంపుటిరుసున సంఘటించిన భర్మరథాంగయుగ్మంబులభంగి నంగీకృతైక మృదుమృణాళకాండ మండితతుండంబు లగు రథచరణదంపతులసొంపున కింపు మీఱుచుఁ, ద్రిభువనయువలోకమోహప్రపంచనిర్మాణచుంచుం డగు పంచశరవిరించునకుఁ బడివాగె వట్టిన కలధౌతఖలీనసూత్ర సంకలిత కంఖాణరాజంబులై సంచలితచంచూపుటకోరకితసరస బిసఖండసంతాయ మానతంతు సందానితాంసంబు లగు హంసంబులం బ్రశంసించుచుఁ, దరళతరంగ మాలికాస్ఫాలననటత్క మలకరపుటసరయసముత్పతనపతన బంధురగం ధాంధపుష్పంధయ స్తనంధయదంభమున జంభరిపుశిలాసంఘటిత ఘటికావినోదంబులు సలుపుసరోవరలక్ష్మి జలభ్రమతాటంకచక్రంబులం దళుక్కు రను తిర్యక్ప్రసాదితకటాక్షచాకచక్యంబుల పగిది నెగడు మగబేడిసమొత్తంబుల బిత్తరంబులు చిత్తగించుచు, జలాధిదేవత తనకు నఖర్వసార్వకాలిక సర్వతోముఖ సమృద్ధికై వరలక్ష్మి నావహింపంజేసి కింజల్కపుంజ రక్తాక్షతంబులుం, గీర్ణపరాగహరిచందనంబులుం, గీలితాగ్ర శైవలపలాశంబులుం, గ్రీడదళిధూప ధూమంబులుం బరిఢవిల్ల నోమిన సుధాధౌతనూతనపూర్ణకలశంబుల సొంపు సంపాదించు, నమందమకరందపూరితోదరదరవికస్వర పుండరీకషండంబుల మెండునకు వేడుక నెఱపుచుఁ, జంచరీకకుటుంబినీఝుంకారమంగళ సంగీతనాదంబులతోఁ, జలాచల క్రౌంచ కారండవ మండలీపక్షపటపటత్కార పటహారవంబులతోఁ, జపలతరతరంగ భుజోత్క్షిప్తశీకరాచార లాజంబులతో, నిహార దీర్ఘిక యనతిదూరమున వచ్చు తమ్ము నెదుర్కొనం గక్ష్యాంతరంబులు గడచి యేతెంచు సొంపుదెలుపు నిజవదనచంద్రచంద్రికావృతప్రతీర చంద్రకాంత జాత నూతనస్రోతోభరంబుల యుబ్బునకు నబ్బురపాటు దొరయుచు, మఱియుఁ దత్కాసారంబ పరిమితపాండుపక్ష విశేషభూషితంబు గావునఁ బ్రదర్శితధార్తరాష్ట్రముఖ శ్యామికంబై, బహులహరివిలాస భాసురంబు గావునం బ్రథమానమీనకూర్మాద్యవతారధారకం బై, ఘనూర్మిలాభాసమానంబు గావున లక్ష్మణోపభోగభవనం బై, మానస జయమహనీయంబు గావున నంతరున్మీలిత నాళికోపరివికస్వరకమల కర్ణి కానిర్ని రోధబోధమాధురీధురీణం బైరాణించుట కుదంచిత రోమాంచ కంచుకితదేహ లై, యవ్వరారోహలు ముదంబునం, దదంబుఖేలనా యత్త చిత్తలై. 154

జలక్రీడ

సీ. తనయిల్లు దామరతంప మై మెఱయ సం
పన్నలినాక్షి గాపున్నచోటు,
వలరాజు ముజ్జగంబులు గెల్చి దర్ప మే
ర్పడ నిజాంకశరంబు లిడిన చోటు,
వలిగాలి వన్నగావలిగాహితగరాగ్ని
ఘోరసంజ్వరము వీడ్కొనిన చోటు,
తొగకొమ్మదమి గ్రమ్మఁదగురాజు కర మంటి
యెండ కన్నెఱుఁగక యెసఁగు చోటు,
తే. ఇందుముఖులార! యిది సుఁడీ యిందుఁ గ్రుంకి
మదనుఁ బూజింపఁ గోర్కులు పొదలు ననుచుఁ,
దొడవు లటు వెట్టి, వలిపె పావడలు గట్టి
శృంగములు వట్టి నీరాడఁ జేరు నపుడు. 155

చ. కరముల మూఁపు లూఁదుకొని కన్నెలు చన్నుల బంటి నొండొరుల్
బరిగొని నిల్వఁ దత్పరిధి ప్రాంశుదృగంశుకలాపపూరితాం
తర మయి పొల్చె, భావభవదైవతభావిత హేమకుంభసం
భరితమృణాలమండలిత పద్మమయప్ల వమండలం బనన్. 156

చ. నెలఁతలు బంతి గట్టుకొని నీ రెగఁజల్లఁ దదీయమంజులాం
జలికలితోదకం బెగయు జాడ నుతింపఁగ నయ్యెఁ, ద త్కుచాం
చల జఘనాభిఘాత ములు సైఁచక మ్రోయుచుఁ బద్మయుక్త మై
కొలను, సరోజభాంధవునకున్ మొఱ వెట్టఁగ నేఁగు కైవడిన్. 157

మ. చిగురుఁ జిమ్మనగ్రోవిలో నొకతె రాజీవాసవం బుంచిపై
నిగిడింపన్, గమకింప నొక్క నవలా నెమ్మోము వే ద్రిప్పిన
న్గజంపై నెఱి గుంపు సొంపు నెఱపెయెన్దత్క్షిప్త మాధ్వీరసం
బు గొనం బంచిన చంచరీకపృతనాపుంజంబు చందంబునన్. 158

ఉ. కొందఱు మందగామినుల కోమలపాణితలంబు లొక్క యిం
దిందిరనీలవేణి తెలినెమ్మొగ మంబుల ముంచునొప్పు నె

న్నం దగుఁ, దావుబల్మి నలినమ్ములు దొమ్ములు గూడి క్రమ్మి పూ
ర్ణేందుని మున్ను గొన్నరుచు లిమ్మని నీటికిఁదార్చు కైవడిన్. 159

ఉ. బంగరుకొమ్ము పూని యొక ప్రౌఢ రయంబున నీరు చల్ల ము
గ్ధాంగనయొర్తు వక్త్రకిరణాప్తిఁ గరంగెడు చంద్రకాంతపున్
శృంగముపూని దాని గెలిచెన్, వెస నక్షయకాండలబ్ధి ను
ప్పొంగరె రాజరత్నపరిపూర్ణ బలంబున నెట్టివారలున్. 160

ఉ. హాసవిలాసచంద్రికల కబ్జినిమోము ముడుంచు దీని కు
ద్భాసిరమావలేపము గదా యని యొర్తు, దళప్రకాండము
ల్గాసిలఁ జేసి కైకొనియెఁ గర్ణికఁ, దత్కమలాధివాససిం
హాసనమున్ హరించి నిజహస్తగతంబుగఁ జేయుచాడ్పునన్. 161

శా. ఓలోలాంబక!యోల యోల యన నో లో లంచు మేలంబునన్
[1]లోలంబాలక యొర్తు గ్రుంకి బిసవల్లు ల్దున్మి తూఁటాడి కెం
గేలం బట్టి తటాలునన్ నెగసె, పక్షీణాంబునాథాంబుజా
క్షీలోకంబు జయించి వారల యశశ్శ్రీఁ దెచ్చు చందంబునన్. 162

సీ. కేలఁదమ్మి ఘటించి పాలమున్నీటిలోఁ
బొడమిన జవరాలిఁ బోలె నొకతె,
యమలమృణాళనాళాక్షసూత్రముఁ బాణిఁ
గీలించి యజురాణిఁ బోలె నొకతె,
వెలిదమ్మి తేకు వేసలి నంట లేనెల
పువ్వు దాల్చు భవానిఁ బోలె నొకతె,
కలువపుప్పొడి రాల్చు కాయజాస్త్రముల తు
ప్పులు డుల్చు రతిదేవిఁ బోలె నొకతె,

తే. సారకాసారసాగరజనితజలజ
కుండమాధ్వీసుధాధారఁ గ్రోలఁ దివురు
ప్రబలరోలంబమాలికారాహుఁ బఱపి
దంభనారాయణి యనంగ దనరె నొకతె. 163

---

1. రోలంబాలక - పాఠాంతరము

ఉ. ఆటకొలంకునం గరఁగి యంబుజగంధుల గంధసారము,
ల్గాటుకయున్, హరిద్రయును గానఁగ నయ్యె నితాంతధన్యల
లజ్జోటులు మున్గువేళఁ బరిశుద్ధసితాసితనిర్ఝరంబు ల
న్నీటఁ బిశంగవర్ణతటినీమణితోఁ దలచూపెనో యనన్. 164

తే. కొలన నీరీతి నీరాడి కొప్పు లంబు
రాశినిర్గతవార్షి కాభ్రములఁ బోల,
నాత్మనిరసనభీతి నార్ద్రాంబరములు
తనులతల నంటఁ బెనఁగఁ దత్తటముఁ జేరి. 165

ఉ. కామిసు లన్నగాత్మజకుఁ, గల్పకభూరుహదత్తకోమల
క్షౌమముఁ గట్ట నిచ్చి, యలక ల్దడి యార్చి, విరు ల్ఘటించి, ము
క్తామణి భూషణంబు లిడి, గంద మలంది, వెలంది యానతిం
దాము నలంకృతాంగు లయి దర్పకరాడ్భజనాదరంబునన్. 166

సీ. నారంగములు వాసనారంగములు గొన్ని
యళినాదమంత్రము ల్దెలుపుచోటఁ
దిలకంబు లవనీజతిలకంబు లవి గొన్ని
ప్రసవాసవార్ఘ్యంబు లొసఁగు చోటఁ
గాంచనంబులు వనైకాంచలంబులు గొన్ని
కళికాప్రదీపము ల్నిలుపుచోట
సహకారములు చైత్రసహకారములు గొన్ని
తలిరాకుటారతు ల్దాల్చుచోట

తే. ముప్పిరిఁ బెనంగి ద్రాక్షలు గప్పికొనిన
గొప్పక ప్రంపుటనఁటుల చప్పరాల
నొప్ప రాలిన కప్పురా లుప్పరాలుఁ
బెలఁచు వలిగాడ్పు ధూప మర్పించుచోట. 167

ఉ. గొజ్జఁగిమంచునం గలపి కూర్చిన పుప్పొడితిన్నెమీఁద లా
మజ్జకకాయమాన లసమానవిమానముక్రింద నొక్క పూ
సెజ్జ ఘటించి, యం దొకకుశేశయకర్ణిక నిల్పి యందు సం
సజ్జలజేక్షణాసుతునిభావము వ్రాసి కురంగనాభికన్. 168

తే. అతనివామాంకమున రతి నావహించి
ప్రోల నుడురాజు ఋతురాజుఁ గీలుకొల్పి,
క్రేవల సగంధపవనకోకిలమరాళ
కీరసారంగముల వ్రాసి చేరి చెలులు. 169

సీ. ధ్యానంబు హృదయవాస్తవ్యకుటుంబికి,
నావాహనము జగద్వ్యాపకునకు,
నర్ఘ్యపాద్యములు నారాయణప్రియసూతి,
కభిషేక మబ్ధికన్యాంకశాయి,
కలరుదోయిళ్లు పువ్వులవింటిదొరకు, గం
ధము గంధగిరిమరుద్బాంధవునకు,
ధూప మప్రతిమప్రతాపోష్మసురభికి,
దీపంబు తిమిరభయాపహునకు,

తే. మధురసఫలోపహారంబు మధుసకీర
పరిజనపరాయణున కంచు భక్తి నొసఁగి,
'మానమథనాయ మదనాయ మధుసఖాయ
మనసిజాయ నమో నమో' యనుచు మ్రొక్కి 170

క. కామ! కమలాస్త్ర! కమలా
కాముకసుత! కామనీయకనిధీ! యనుచుం
గామినులు విన్నవించిరి,
కోమలకోకూయమానకోకిలఫణితిన్. 171

శా. వాతాందోళిత చందనాగరులతావ్యాలీఢకేళీవనీ
జాతంబు ల్భవదీయనర్మగృహముల్, చైత్రుండు నీబంటు, నీ
కేతత్కాననజాతవస్తునిచయం బేమిచ్చి, పూజించుటల్
'శీతాంశోరమృతార్పణ' మ్మనుక్రియం జేకొమ్ము చేతోభవా. 172

మ. బలసన్మేరుశరాసనంబును, బరబ్రహ్మాస్త్రముం గల్గు బ
ల్విలురానిం, దృణమైన చాపమున గాలిం బోపులే యల్గులం

జల మానించి సగంబు చేసి, తవు నా సంకల్పసిద్ధు ల్గొనం
బలుమేరున్ నిరసింప, లేఁజిగురుఁగొమ్మం జేవ గాకుండునే. 173

ఉ. కొండఁట విల్లు వేదలల కుండలిరాజఁట నారి, యమ్మనం
తుం డఁట, బైటిపల్లియలు దున్మినవా డఁట యొండు రెండు భ
ర్గుం, డిది నిండుపౌరుష మొకోయని గెల్వవె ముజ్జగంబు లు
ద్దండత నొక్కతుంటవిలుఁ దాలిచి యంటినఁ గందుతూపులన్. 174

ఉ. సూనశరాస! నీ శరము సొచ్చినధాతకు, నీమహోభరం,
బానక రౌప్యభూధరగుహాగృహ మీఁగినశూలికిం, ద్వదీ
యానఘశౌర్యశక్తి హృదయంబునఁ బూను రమావిలాసికిన్
మానదు వో రజంబును, దమంబును, సాత్వికముం గ్రమంబునన్. 175

క. మొన యంగనకా కటకట,
మొనయం గనకాద్రిధరుఁడె ముదిత నుపవనా
తనుపవనాహతి కొసఁగక,
తనుపవనా, మదన నీయుదంచితకరుణన్. 176

సీ. లోకత్రయీజయోత్సేకంబుఁ దెల్పు నీ
పడగ నారాయణప్రథమమూర్తి
రెండంటఁ జేయు నీకాండచాతురికి నా
ద్యనిదర్శనంబు వామార్ధజాని
గాఢనాళీక సంగ్రస్తుఁడై నేఁడును,
నీడాఁగువాఁడు వాణీవిలాసి,
యెక్కి త్రొక్కనిచోటు ద్రొక్కించు నీయాజ్ఞ
గడువఁడు పద్మినీకాముకుండు

తే. కాంత లన నెంత నీయంత ఘనున కింక
నళిచికురఁ బ్రోవవయ్య పద్మాక్షిఁగావ
వయ్య శుకవాణిఁ గరుణింపవయ్య పూర్ణ
చంద్రముఖి నేఁచకయ్య యోచక్కనయ్య. 177

క. వలదు కొలఁదాఁకు సు మ్మని
చెలువలు మరుఁ గొస విసరె జిలిబిలిగాడ్పు

ల్జలజల నలరులు రాలెను,
గలకల మను శుకపికాళి కలకల మెసఁగెన్. 178

గిరికకు శిశిరోపచారములు

చ. అఱిమి రమాకుమారుఁడపు డగ్రతలంబున వచ్చి నిల్చిన
ట్లఱిముఱిఁ దోఁచినఁ, గువలయాక్షి వడంకి, కడంకఁ దూలి, మై
మఱచి సగంధగంధగిరిమారిమారుతపాతితవల్లి కాభ యై
యొఱఁగిన, సంభ్రమించి చెలు లుద్గతబాష్పతరంగితాక్షు లై. 179

సీ. మోహోపదేశతమోముద్రితము లైన
కనుఁగమ్మల హిమాంబు లునుప రాదు,
శ్రమబిందుతారకాగమఖిన్నకుచకోక
ములఁ జంద్ర నామంబు దలఁప రాదు,
శీర్యదాశాప్రంతశిథిలితాసులతాంత
మసియాడ వీవన ల్వీసర రాదు,
పటుతాపపుటపాకపరిహీనతను హేమ
మింకఁ బల్లవపుటా ర్చిడఁగ రాదు,

తే. లలన కానంగకీలికీలాకలాప
సంతతాలీఢహృదయపాత్రాంతరాళ
పూరిత స్నేహపూరంబు పొంగిపొరలఁ
జల్లని పటీరసలిలంబుఁ జల్లరాదు. 180

క. ఏ మంద, మేమి సేయుద,
మేమందని మందలింత, మే మందమొ యిం
దేమందయాన నడుగుద
మే మందఱ మనుచుఁ దరళహృదయాంబుజ లై. 181

సీ. జవరాలి యడుగులఁ జివురాకు లంటించి,
పొలఁతి యూరుల నంటి పొరలఁ బొదివి,
కొమ్మ చేదోయి చెందమ్ము హత్తించి,
లేమబాహులు మృణాళికలఁ బెనఁచి,

యతివగుత్తపుగుబ్బ లలరుగుత్తులఁ గూర్చి,
కాంతచెక్కుల చంద్రఖండ మలంది,
కలికిక్రేఁగన్నులు కలువఱేకులఁ గప్పి,
లలనపెన్నెఱుల వాలంబు ముడిచి,

తే. నవనవగుణానుబంధబాంధవము లైన
చలువ లెన్నేని గావించి, చెలునచెలులు
నలంత కీవసులాభంబు నించు మంచు
నించువిల్కాని మరలఁ బ్రార్థించుటయును. 182

శా. ఆవాక్యంబులలో సుధామ్మయశుభై కాయత్తచిత్తేశసం
జ్ఞావర్ణంబు లొకింత వీను లెనయన్ సంజాతచైతన్య యై,
పూవుంబోఁడి సుధాంశుబింబసుషమాపూర్ణాభిషేకక్రమీ
లావీతోత్పలవల్లి వోలెఁ గనుఁ గల్వ ల్విప్ప నాళీజనుల్. 183

ఉ. కొందలమేల బాల మనకూర్చుసపర్యకు మెచ్చి యిందిరా
నందనుఁ డిందు సన్నిధి యొనర్చెఁ జుమీ, సుమనఃప్రసాదముం
జెందెఁజుమీ, శుకోక్తిఁ గలనేమము దెల్పెఁజుమీ, సమీహితం
బందెడుసందియంబు వల దమ్మ యటం, చభయంబు దెల్పుచున్. 184

క. కేళికమనీయకానన
పాళిక వెలువడి, కురంగపాళి కళాబిం
బాళికలు బాళికడిమిన్
బాలిక దెచ్చిరి విహారభవనంబునకున్. 185

ఆశ్వాసాంతము

శా. పశ్యత్ఫాలవిలోచనానలశిఖాభాస్వన్మమహోమిత్ర, మి
త్రశ్యామారమణేక్షణప్రవణచేతఃపద్మ, పద్మాంగభూ
దృశ్యాంగద్యుతిసంగ, సంగరమదోద్వృత్తారిరాహుత్తరా
ద్వేశ్యాలోకభుజంగ, జంగమనగద్వేదండపూర్ణాంగణా. 186

క. శంబరనయనానూతన
శంబరహర! విమతకుధరశంబ! రణజయా

డంబరపీతాంబర! యెం
తెంబరగండాంక!యతులధృతినిశ్శంకా! 187

కవిరాజవిరాజము :

అనయనిషూదన, శశ్వదసాదనయప్రతిపాదన, దివ్యఝరీ
వనమదనోదనకీర్తివినోదన, వైరివనాదనమత్తకరీ,
ఘనఘననాదనటజ్జయవాదనగాఢనినాదనతేంద్రగిరీ,
వినమదసూదన, మల్క వినోదన, వీరబరీదనరాదహరీ. 188

గద్యము

ఇది శ్రీమద్రామచంద్ర చరణారవింద వందన పవవనందన
ప్రసాద సమాసాదిత సంస్కృతాంధ్రభాషాసామ్రాజ్య
సర్వంకష చతుర్విధకవితా నిర్వాహక సాహిత్య
రసపోషణ రామరాజభూషణ ప్రణీతంబైన
వసుచరిత్రంబను మహా ప్రబంధంబునందుఁ
దృతీయాశ్వాసము.

శ్రీ

వసు చరిత్రము

చతుర్థాశ్వాసము

(సూర్యాస్తమయ వర్ణనము - సాయంసంధ్య - చక్రవాక వర్ణన - రాత్రి వర్ణనము - నక్షత్రశోభ - చంద్రోదయము - వెన్నెల వచనము - మంజువాణి వసురాజు కడకుఁబోవుట - చంద్ర, మన్మథ, మలయాని లోపాలంభము - గిరికా విలాపము - మంజువాణి రాజు ముద్రికతో మగిడివచ్చి ద్యూత విశేషములు చెప్పుట - ఆకాశగమన వర్ణనము - వసురాజు రాజధానిఁ గనుఁగొన్న విధము - మంజువాణి ఒక మేడపై దిగుట - వేశవాటి వర్ణన - మంజువాణి రాజభవనమును గుర్తించుట - విభ్రాంతిఁ గొలుపు కేళీసౌధము - వలవంతఁ జిక్కిన వసురాజు - చిత్తరువులోని గిరికను గూర్చి నిష్ఠురముగాఁ బలుకుట - మంజువాణి తిరస్కరిణీస్థితి - గిరికా మౌక్తిక హారమును రాజు మెడలో వేయుట - ధైర్యముతో దూత్యము వెలిపుట - రాజుచితముగా నుత్తరమిచ్చుట - చల్లని తియ్యని శుభవార్తఁ జెప్పి, మంజువాణిని వీడ్కొలుపుట - గిరిక ప్రియుని ముద్రికను జూచికొని మురియుట - వేకువ - సూర్యోదయము.)

శ్రీరంగరాయకలశాం
భోరాశినిశాసహాయ! భూభువనధురా
ధౌరేయ! వీరగోష్ఠీ
ధీరాద్భుతసాంపరాయ! తిరుమలరాయా 1

తే. అవధరింపుము శౌనకా ద్యఖిలసన్ము
నీంద్రులకు రౌమహర్షణి యిట్లు పలుకుఁ
జెలులకై దండఁ బూని యాచిగురుఁబోఁడి
చారుమణిధామ మల్లనఁ జేరఁ జనుడు. 2

సీ. పతి వంచనామౌనిఁ బంచి మించినవేడ్కఁ
బొంచియుండిన పువ్వుఁబొదలు సూచి,
సమయానుగుణసమాగమలీలఁ గాంచిన
నరనాథుచరణాంక సరణిఁ జూచి,
రమణీకృతోపచారము లిచ్చఁ గైకొన్న
ప్రియుఁ డున్న సౌవర్ణపీఠిఁ జూచి,
రమణానుబింబభాగ్యములు నోఁచిన చక
చకితమాణిక్యభిత్తికలు సూచి,

తే. హైమగృహవాటి నాఁటి వరావలోక
కౌతుకం బప్పు డటు గన్నకరణిఁ దోఁప
నలసి సొలసి ప్రవాళశయ్యాతలమున
నల సితాపాంగ మై సేర్చి యడలు నంత. 3

సూర్యాస్తమయ వర్ణనము

చ. 'భవదనుజాత్మజన్ వసునృపాలుఁడు గైకొన నెల్లి నేఁట, న
య్యవనివరప్రసాదమున నటందు వో భవదీయ జాతికిం
బవిభయ'మంచు, మంచుమలపట్టికి భావిశుభంబు లోకబాం
ధవుఁ డెఱిఁగింపఁ బోయిన విధంబున నేఁగెఁ బయోధిచెంతకన్. 4

ఉ. కాలవశంబునం దన యఖండితచండిమ దూలి, హేలి య
స్తాలయవాటికిం జనుచు, నాత్మకరావృతదుర్గపాళి నా
ప్తాళి నమర్చె నాఁ, బరిణతాతపము ల్గిరు లెక్కనిక్కఁ, ద
న్మూలములం దనాతపసమూహము పేరిటి యిర్లవేలముల్. 5

తే. అప్పు డపరానుషంగలబ్ధాంగరాగ
మేర్పడఁగ, నక్షిగతుఁ డైన యినునిఁ జూచి,
పద్మిని ముడించె నెమ్మోము, ప్రభ దలిర్ప
దయ్యె వెంబడిఁ జనక ఛాయయును మఱలె. 6

సాయం సంధ్య

సీ. వనజాలయము మూసి యినుజాడ దిలకించు
లలితాబ్జినీ రాగలక్ష్మి యనఁగ,
ఘనపదాయసపట్టికఁ దమోంజనము పట్ట
నపరాశ యిడిన దీపార్చి యనఁగఁ;
గప్పు చూపుచుఁ బాంథగణము నేఁచు ప్రదోష
కరిమేని ధాతుశృంగార మనఁగ;
ద్విజసూక్తిఁ బతిరాక దెలిసి మోమెత్తి రా
త్రి వహించు కాశ్మీరతిలక మనఁగ;

తే. సమయమృగహృతరవిరఘూత్తమునిసతిఁ బ్ర
భామయఁ దమోనిశాటుండు పఱవకుండ,
ననలదామంబులో డాఁచి యమరు లిడిన
వంచనాగౌరగాత్రినా వఱలె సంధ్య. 7

చక్రవాక వర్ణన

ఉ. అంబుజినీపురంధ్రి హృదయాధిపుఁ గానక స్రుక్కి, యబ్జవ
క్త్రంబునఁ దేటియూరుపు పొగ ల్వెడలంగడుమూర్ఛ వోవఁ, గో
కం బది హేళికిం దెలుపఁ గాదె, ప్రియప్రమదావియోగశో
కంబు గణింప కేఁగె, నిజకార్యము లెంతురె మిత్రతత్పరుల్. 8

చ. మొగము మొగంబు గూర్చి బలుముచ్చటఁ, బక్షపుటాంత రంబులన్
బిగియఁ గవుంగిలించి, తనప్రేయసి ముంగలఁ జంచుపాలికా
విగళితనాళదంభమున వేగనె రాఁ గత మిచ్చి యేఁగెలో
నొగులుచు నొక్కజక్కవ, యినుండు సనం దదధీనవృత్తి యై. 9

రాత్రి వర్ణనము

మ. నటదీశానశిరస్తటత్రుటితరత్నచ్ఛాయ గల్లోలినీ
విటమధ్యంబున వ్రాలె నభ్రమణి, తద్వేగాభిపాతోన్నమ
త్పటుపాథోలవధార తార లెగసెం, దద్బిందుసంధానితో
త్కటసంధ్యానలధూమకందళము లై కన్పట్టెఁ గ్రొంజీఁకటుల్. 10

మ. అరవిందోదరమూర్తి భానుఁడపు డూష్మాంతంబుగా, సంకుచ
త్సరసీజేక్షణుఁ డై పయోనిధిఁ జొరన్, సంధ్యాతటి త్పూర్వ మై
నెరసెం జీఁకటి, కార్మొగు ల్జగతిపై నిమ్నోన్నతాభోగము
ల్సరి గావించుచు సర్వతోముఖమహాసారప్రసారంబులన్. 11

సీ. హరిహయవాహనాహంకారము హరించి,
వేఁడివేలుపుజాడ వెంట వంటి,
తపనజాయసదండతాండవం బెడిలించి,
దనుజఘోరాకారదర్ప మడఁచి,
కడలితేనిబిడార మడుగుముట్టఁ గలంచి,
గాలి రజోవ్యాప్తిఁ గాకు చేసి,
ధనరాజనిధిముద్ర దనవశం బొనరించి,
యిభదైత్యహరుని పట్టెల్లఁజెఱిచి,

తే. యవనిఁ గబళించి, నభ మెల్ల మెల్ల నాక్రమించి,
కమలజాండకటాహంబు గడవఁ బెరిఁగెఁ,
జాలితాదిత్యసంధ్యాభిచారహోమ
వీతిహోత్రభవాభీలవృత్రమూర్తి. 12

సీ. తమి నహల్యాజారతారతాశమయుఁ డైన
జంభారి కిది రత్నజాల మయ్యె,
వల్లవీతతిఁ గూడి మల్లాడు మాయగొ
ల్లని కిది చూడాకలాప మయ్యె,
దారుకావన మౌనిదార కాముకుఁ డైన
పశుపతి కిది గళాభరణ మయ్యెఁ,
దారాభిసార సాదరతఁ ద్రిమ్మరిన త
మ్ములదాయ కిది యురోముద్ర యయ్యెఁ,

తే. నభిమత నవీన వరనిధానాప్తి హేతు
దివ్యసిద్ధాంజనం బైన దీనివంటి
యనుఁగుఁగనుఁగవ నొత్తు టేయరు దటంచుఁ
గులటలు నుతింపఁ దిమిరంపుగుంపు లెసఁగె. 13

తే. తపనుఁ దఱిమి, దురంత సంతమస మతని
సంతతులఁ బట్టి తెచ్చి, శీర్షములపై ని
జాంక మిడి, గాచి విడిచె నా, నగ్రకలిత
కజ్జలము లైన గృహదీపకళిక లమరె. 14

నక్షత్ర శోభ

సీ. నటదీశహాసవిస్ఫుటిత వేధోండరే
ఖలఁదోఁచు వరణాంబుకణిక లనఁగఁ,
బెల్లుబ్బు నిర్ల పెన్వెల్లి నెల్లపదార్థ
ములు మున్గఁ బొడము బుద్బుదము లనఁగ,
రవికి మందేహనిర్మథనసాధనము లై
వచ్చిన ద్విజమంత్రవర్ణము లన,
హరిపదంబును నీశుశిరము నైన నభంబు
న నభోగతులు నించు నన లనంగఁ,

తే. జరమగిరియను మరకాఁడు జలధిసరణిఁ
దరణి డించిన నతఁడు తత్సలిలమగ్న
విమలముక్తాఫలంబులు వెలికిఁ జొరిపె
ననఁగ నవతారకానికాయంబు లడరె. 15

చ. ఘనతరగాఢసంతమసకల్పమహోదధి సన్న లోకముల్
తనయుదయారుణద్యుతి వితానముపేరి రజోగుణంబుచే
ననువుపడన్ సృజింపఁ, గమలాసనుఁ డై ద్విజరాజు రా నమ
ర్చినధవళాబ్జపీఠ మనఁ, జెన్నలరెం దొలితెల్పు తూర్పునన్. 16

చంద్రోదయము

మ. హరిదంభోరుహలోచన ల్గగనరంగాభోగరంగత్తమో
భరనేపథ్యము నొయ్య నొయ్య సడలింపన్, రాత్రిశైలూషికిన్
వరుసన్ మౌక్తికపట్టమున్, నిటలమున్, వక్త్రంబునుం దోఁచె నా
హరిణాంకాకృతి వొల్చె రే కయి, సగం బై, బింబ మై తూర్పునన్. 17

చ. తనుఁ గడుపారఁగాంచిన సుధానిధిఁ గ్రాఁచు మహౌర్వకీలముల్
కలదుదయాంశుదంభమునఁ గైకొని వచ్చి, యరివ్రజంబు నె
మ్మనమున వైచి, పాండురుచిమండలకీర్తికలాప మొందు నిం
దునిమెయిఁ గందు దోఁచె, నతి దుర్భరతద్భరణప్రసంగతిన్. 18

మ. పటుతారాపటఖండమండితనిజప్రాగంశుధారాపరి
స్ఫుటసూత్రంబులఁ బ్రోఁగు వారి వెస, నంభోవాహమార్గాఖ్యమా
నటవిం, బ్రాక్తనభిల్లమౌళిమణి వేఁటాడన్, మదానేకప
చ్ఛట లోదంబులఁ బడ్డ యట్లు;తమముల్ జాఱెన్ బిలశ్రేణికిన్. 19

మ. ఉదయోలూఖల మెక్కినిక్కి సహజాంకోపేంద్ర సంయుక్తుఁడై
చపలన్ బూదశశాంక సీరి కరవిస్తారంబులన్ బట్టి, బి
ట్టదమం గారెఁ జకోరగోపతతి పాలై చంద్రికాక్షీరముల్
పొదవెన్ ఘూర్ణితదుగ్ధదామనిబిడప్రోద్భూతసంరంభముల్. 20

శా. ఆవేళం బతి సంభ్రమానుగుణ గంగాంభోఝరంబు ల్వలెన్,
ద్యోవీథిం దెలివెన్నెల ల్నిగుడ నిందుం డందుఁ గ్రీడించుదే
వావాసద్వీప మయ్యెఁ, దన్మథితశుభ్రాబ్జంబు లై తారెఁ దా
రావర్గంబులు, తత్కరోదకములై రాలెం దుషారాంబువుల్. 21

సీ. మిత్రాధికారంబు మీఱ రా దని కాక
వెసఁ బట్టపగలు గావింప లేదె,
ప్రాఁకుల క్రింది సోమరు లెంత యని కాక
మలసి నీడల రూపుమాప లేదె,
బాడబాక్షేప పాపమున కోపక కాక
యౌర్వాగ్ని నైనఁ జల్లార్ప లేదె,
రాజకాంతాకృతి ప్రతిసర్గ మని కాక
శిల లెల్ల సరసముల్ సేయ లేదె,

తే. జగతి నిది యని జగములు వొగడ నెగడె,
హరునితల యెక్కి తెలిదమ్మి నడఁగఁ ద్రొక్కి,
కలశవారాశి నెమ్మేనఁ గలయఁ బ్రాఁకి,
కుముదరుచి, కౌముదీసముదయంబు. 22

వెన్నెల వచనము

వ. వెండియు నఖండశశిమండలకుండలితకుసుమకోదండ కొండాసనహిండితకరకు ముదకాండప్రతాండ వితపాండురపరాగమండ లంబున మెండుకొనుచు, నిండార విరిసిన బొండుమల్లి యలతండంబులం బొదలు మృదులదళపుటాంతరంబున వడిగొనిన తేట తేనియం దోఁచిన శిశిరకర కిరణాసారంబు లుత్ఫుల్ల హల్లకపరాగమధురాచ్ఛ మత్స్యంధికాపుంజంబులంబొరలించి, ఫుక్కిళ్ళకు వెక్క సంబుగా ముక్కున బంటి మెక్కి మెడలు నిక్కించు చలచ్చంచుసుందరీ బృందంబులయా నందబాష్పబిందుసందోహంబులం గ్రందుకొనుచు, జిగి మిగులు తొగల దొర నిగనిగల మిగుల బుగులు కొను నెగులునం దనమగని నగణిత వనప్రదేశంబుల నరసి యరసి, వేసరి,యోసరిలి,సరసీమధ్యంబునం దననీడఁ జూచి, కంటిఁగంటి నంటుకాని, ననుచు నంటంబోవ, నదియునుం దవుల కవలఁ జన, నానన్నుం డయ్యు నొల్లండు వల్లభుండేల? యని యుసురుసు రనుచు, నసురుసురై సొక్కు జక్కవ జవరాలి బహువిధావిల విలాసంబులకుం గనికరించిన తెఱంగునం గరంగు కురంగధరకాంత కందళంబుల జలజలని తెలినీటిజాలునం గ్రాలు కొనుచు నచ్చవెన్నెల విచ్చలవిడిఁ పెచ్చు పెరిఁగి పచ్చ ఱామానికంపుఁ జిప్పలం బరిశుద్ధాసవంబు నించకయ నించకయ నించిన ట్లుండఁ జంచలనఖాంచ లంబులం బయలు చిందించువారును, పూర్ణపాత్రంబులం దోఁచు నిండుచందురుం బిండి యమృతం బని వాసితాసవంబు గ్రోలుచుఁ గలంకశంకం గలువతేకు దిగిచివైచువారును, ప్రతిఫలితతారకంబులు ద్రాక్షాఫలంబు లనిరిత్తచప్పరించు వారును, నిజాననాంభోజభాజనంబులం బట్టిన మైరేయంబు మగలకుఁ ద్రావించు నెడ, వారు వాసనార్పితసహకారపల్లవం బని చక్కెరమోవి చుఱుక్కన నొక్కినం, గలక్వణితకంకణాంకితకరంబులు నిదుర్చుచుం, గనీనికలు రెప్పల తుదల నప్పళించుచుం, గమనీయ సీత్కారకంఠనాద ఖేదంబులంగులుకరించుచుం, బానశాలాపురోభాగభాసమాన నలదకాయ మానంబులం బొడము పొడవెన్నెలలఁ బువ్వు లని యెత్తి ఱువ్వంబోవువారును; కాదంబరీమదోన్మాదమ్మున మోదమ్ములు వెరిగి చేదమ్ములు చఱచుచుఁ జిందులుగ నాడుచుం బాడుచుం, దమనృత్తంబులకు మెచ్చి నెత్తమ్ముల పగఱ పుత్తెంచినయుడుగర లని, ముంగిళ్ల రంగుమీఱు ముత్యాల యరుంగుల చెఱంగులం దుఱంగలించు మెఱుంగులు,

కరాంగుళులల విప్పి కప్పుకొనఁ బోవువారు నై, యతిప్రబంధ గంధోత్తమాగంధానుబంధబంధుర లగు సింధురయానల యుదస్తనాసామణి ప్రభాస్తబకంబుల, నుల్లసితగల్లసితలోధ్ర చూర్ణంబుల నున్న మితావటువిలంబిహారంబులఁ బేరంబులు వాఱెనో యనం, గొన్నియెడల నున్నత చంద్రశాలాబహిరంగణంబుల నడుగులకు మడుఁగులు పఱచినా రని చరణకిసలయాయాసంబు లెఱుంగక, చందనతిలకంబులు వెలుంగ, భావిపుంభావసంభావనాపరిచయంబు సంపాదించు పెంపునం, బింపిళ్లు గూయు కలికికొమిరెల మొలకచనుమోసులం దులకరించిన తళుకుసిబ్బెంపుఁ దళతళల దళముకొనియెనో యన, నొక్కొక్కగడం, గడవరానితమచేడియల బెడంగునడుగుల నడుగు లామడలుగా వచ్చి యభినవ విహారహర్మ్యంబులు సొచ్చి, శాతకుంభస్తంభంబుల నత్తమిల్లి యుత్తరీయంబులు వట్టి తివియ నీడిగిలఁ బడుచుం, దనులతల యడంకువలం, దఱుఁగని వడంకులం, దనుతాన ముడిసడలు నిద్దంపు వలువ లదిరిపాటునం జరణాంగుళి దంశికలం బట్టి, నుసిమిన, మిట్టిపడి యిట్టట్టు గదలనేరక, పరులహృదయ పంజరంబులు దూఱి, యెట్టకేలకుం జిట్టకాలకుం జవి యొగ్గిన సిగ్గరికత్తియలు, వాతాయనంబుల దగ్గఱ మెలంగు చలి నిగ్గునగనింగని తొంగిచూచు ధూర్తసఖీసుస్మిత వదనం బని యదరిపడి, పొదవు కొన్న నున్న చేలలఁ జిన్నారి నెఱికలఁ జెన్నారుమిసమిసలఁ గన్నంబు వెట్టి కైకొనియెనో యనఁ గతి పయస్థలంబులం బచ్చిదేరు నంగమచ్చంబులతో వచ్చి, తచ్చన వినయంబులు దెచ్చుకొని మోవి మాటి మాటాడియుఁ జేతులు గట్టుక నిలిచియు, గట్టువాతనంబున కొడిగట్టినదిట్టవిటులం బట్టి పూదండలం గట్టి వ్రేలింపం, జాలాగతకిరణదండంబులకుఁ జేయిసాఁచు ముగుద మగువల కరనఖర కాంతిభంగంబులం బొంది పొరలెనో యన, వేఱొండు చాయలం గోయక కోయు కాయజునిమాయ కత్తుల రాయిడిం బడలేక, ధవళాంబరమాల్యాను లేపననేపథ్యంబులు పూని, ముని మాపు చూచి వచ్చినకర్పూరకదళికాంకిత కుంజంబులకు వచ్చి, యచ్చట నఖిలకుంజంబులు నట్ల యుండఁ గొండొకపేపు వివరింపలేక, వలపువలనం దెలిసి, నిజసమయ నిలయంబు లీఁగు నిత్వరీజనం బుమనంబు లరయ వలసి, మార్మ గలు మాటున కరుగుటయు, నవ్వేళ నెవ్వరిం గానక యరణ్యరోదనంబు నిజంబయ్యె నని విశ్శబ్దంబుగా నేడ్చుచుం, జేయునది

లేక చేష్టలు దక్కియున్న యన్నెగులు వారింప, సన్నిహితులై వారు కన్నీరు దుడిచి, కవుఁగిట మన్నించినం, గను దఱచి చూచు నన్నెలంతల విస్మయ సూచనలోచన ప్రభాధట్టంబుల నిట్టవొడిచెనో యన, మఱియుం బెక్కు నెలవులం గళలయిక్కువలు తెలిసినయదన మదనకదనంబున సదమదంబు లగు సంగంబుల నంగదట్టంబులు మార్పడవైచుకొని, యుప్పగరిలబయళ్లకు నేఁగుదెంచి, చందమామగుటికలు గ్రోలు మందయానల చెక్కుల వెలుంగు వలి వెలుంగుం జూపి, 'మీ మొగములమిలమిలలు గెలుబాడ వచ్చెఁజుమీ వెన్నెల బచ్చుముచ్చు వీఁడిచ్చోట మసలుట మనకు నేర' మని నారులం బునారతంబులకు నెలయించి కొనిపోవు వలకారుల జాఱు కొప్పులం దొరఁగు విరిగుత్తులతోఁ బొత్తుగలసెనో యన వెలసి, యభివ్యక్త శుద్ధవర్ణ బ్రహ్మంబు గావున, నుర్విం గలవారి నెల్ల సర్వజ్ఞులం జేయుచుఁ దారవాదధౌరేయంబు గావునఁ గొండల నెల్ల వెండి కొండలఁ జేయుచుఁ, బద్మాహితపాదప్రభూత నూతనస్రోతోవిశేషంబు గావున నఖిలభువన మాలిన్యంబులఁ దొలగింపుచుఁ, బంకజభవాండ మండపంబు సంకుచేసిన పొంకంబున నంకింపుచు, నకలంకమీనాంక నిరంకుశయశోమరీచివీచీ సధ్రీచీనం బై విజృంభించు సమయంబున. 23

మంజువాణి వసురాజు కడకుఁ బోవుట

శా. 'అచ్చంపుం దెలినిండువెన్నెలలతో నబ్జారి వచ్చెం, గడున్
హెచ్చెం బచ్చనివింటిజోదు, చలిగా డ్పె తెంచె, నిచ్చోట ము
చ్చిచ్చుం గూడిన నోర్చునే చెలి, యయో, చెల్లంచు నాళీజనం
బిచ్చన్ మెచ్చఁగ మంజువాణి సకలాభీష్టక్రియాధుర్య యై. 24

సీ. 'రిక్కరాయనికళ ల్పెక్కుగీటక మున్న,
వెడతూపు దృగ్వీథిఁ బడకమున్న,
యెలతుమ్మెదలదిమ్ము తలఁగ్రమ్మకయ మున్న,
చిగురు చేపట్లకు డిగక మున్న,
కలికికోయిల గళగ్రహము సేయక మున్న,
రాచిల్క మాటకు రాక మున్న,

నిసువుతెమ్మెరదంట యసుపు లంటకమున్న,
[1]కలహంస కాళ్లఁ దవులక మున్న,

తే. యబ్జముఖులార! యేఁబోయి యచలకన్య
యుత్తలముఁ దెల్పి, వసురాజు చిత్త మరసి
వత్తు, నత్యంతశుభవార్తఁ 'దెత్తు,' ననుచుఁ
గొమ్మ హారంబు పూని యేఁగుటయు, నిచట. 25

చంద్రోపాలంభము

శా. క్రీడామందిరజాలమార్గముల చక్కిన్ నిక్కి, జాబిల్లిజా
గోడ లీన్రుగ జాలఁ ద్రోచి, నెలతళ్కు ల్వొచ్చి వెన్నాడి మై
నాడం, గోమలి యోర్వలేక వలవంతం, బద్మినీజాతికిం
గీడౌ నుగ్రశిఖామణిం బలికె, నక్షీణానులాపంబులన్. 26

శా. 'రాజీవాక్షుల నేఁచు పాతకివి, చంద్రా!రాజవా నీవు, నీ
రాజత్వంబునఁ జక్రము ల్మనియెనో, రంజిల్లి సత్సంతతుల్
తేజం బందెనొ, డిందెనో యహిభయోద్రేకంబు, తాఁ జెల్ల రే
రాజై పుట్టుట రశ్మిమాత్ర ఫలమే: రా జౌట దోషార్థమే. 27

ఉ. ఇంతుల నేఁచుపాతక మదింతట నంతటఁబోదు, పాంథలో
కాంతక! నిన్న ఘోరతమ మై యజహత్యకళంకమై,
వంతలఁ బెట్టియాఱుపది వ్రక్కలు సేయక, పూర్వపక్షపుం
గంతుల కేమి చూచెదవు గా, తుది నీ బహుళార్తిఖేదముల్. 28

సీ. కమలించెఁ గాక యంగజవిరోధి శిరోధిఁ,
దల కెక్కఁ జాలెనే హలహలంబు?
క్రాఁచెఁ గాక పయోధి కాండప్రకాండంబుఁ,
బైకిఁ బొంగించెనే బాడబంబు,
తూఱెఁ గాక ముకుంద తుండప్రఘూణంబు,
వెడలెనే యెదఁగాలి విపినకీలి?

---

1. రాయంచకాళ్లఁ దొలకయమున్న - పా

యడఁచెఁగాక శిలోచ్చయచ్ఛదాహంకృతు;
ల్గరఁచెనే నీరు గాసురపహేతి?

తే. నీకరణి నట్లు దయ లేక లోక మేర్చు
నీకరణి యైన యల యత్రినేత్రమునకు
ఖరకరాలోకగాఢనిష్ఠురతపోగ్నిఁ
బెటిలిపడ కున్కి భరమె? కృపీటజన్మ! 29

మ. విషరాశిన్ జనియింపవో, విషసహోవిర్భూతి వాటింపవో,
విషభృన్మార్గము నంటవో, విషధరు ల్వేష్టింపఁగా లూఁదవో,
విషభుక్చూలికఁ బిన్ననాఁడె కనవో విఖ్యాతకౌటిల్యమున్,
విషమం బెట్లగు నీకు జీవకృతవిద్వేషంబు? దోషాకరా! 30

మ. కమలాభర్త భవద్విరోధిపయిఁ జక్రంబుం బ్రయోగింప, ను
త్తమశస్త్రం బది యాత్మనామకభిదాదర్పాంధు నిన్నున్ మొఱం
గి: మహారాహువుఁ దున్మియుఁ దునుమ కేఁగెం గాక, చక్రంబుచేఁ
దుము రై పోవని వారలుం గలరె? నీ దోషంబు గాదే శశీ. 31

చ. సమధికకాలనేమి గుణశాలివి నీ, వుదరస్థలోకసం
ఘములకుఁ గీ డొనర్తు వని, కైటభదానవభేది యంతరం
గము వెడలించెఁ గాని, నిను గండడఁగింపకపోయె నిందిరా
రమణిఁ దలంచి రాత్రిచర! రాగనిమగ్నుల కేడ ధర్మముల్? 32

ఉ. కొండొకసేపు నిన్ను మదిఁ గూర్చినమాధవు నంతవానికిం
బండె వధూవధప్రబలపాతక జాతకళంక, మింక నీ
దుండగ మేమి చెప్పఁ దగుఁ, దోయజవైరి శిఖండవీథి నీ
ఖండము పూను శంకరుఁడఖండజగన్మథనుండు గాఁడొకో. 33

శా. ఈ వబ్జుండవు, నీటఁ బుట్టితి సుమీ యే నంచు, మోమోటపుం
ద్రోవ ల్సెప్పఁగ సిగ్గు గాదె, మఱి నీతోఁబుట్టు శ్రీదేవిలీ
లావాసంబు సిరు ల్హరింతు వనుచో, నయ్యో, కళాదుండు చే
తోవీథిన్ సహజాధనాపహరణోద్యోగంబు నెగ్గించునే. 34

తే. నీరజారాతి! నినుఁ దననెలవు గూల
నేల సృజియించె విధి? సృజియించుఁ గాక,
యేల జైవాతృకునిఁ జేసె? వేల తప్పుఁ
బుడమిఁ 'బాపీ చిరాయు' వ న్నెబడగునుడుగు? 35

సీ. స్వామి వై యె, నిగమాతిభూమి వై యె, సురపురో
గామి వై యె, యబ్ధిజాకామి యుండ
హారి వై యె, హాలహలాహారి వై యె, భవదంశు
ధారి వై యె, ప్రసవాయుధారి యుండ
ధాతవై యె, కుశలసంధాత వై యె, భువనని
ర్మాత వై యె, వాగ్వధూనేత యుండ
మిత్రుఁ డై, పరమపవిత్రుఁడై, విమలచా
రిత్రుఁడై, నలినీకళత్రుఁ డుండఁ

తే. దొలుదొలుతఁ గృష్ణవర్త్మకుఁ గళ యొసంగి,
నంటు గావించు టెల్ల ననాథయువతి
దనతనూదాహసాహాయ్యమునకుఁ గాక,
కానవా వారి నెవ్వారిఁ గమలవైరి.' 36

మన్మథోపాలంభము

క. అని మఱియుఁ బెక్కుభంగుల
వనజారిని దూరి నారి, వనితాజనతా
ఘనతాపవజ్రఘనతా
భినుతాంబకధరుని, మరునిఁ బేర్కొని కినుకన్. 37

క. 'వలదాశుగశిఖికీలల
వల దాశుగతిన్ నిగుడ్ప, వలరాయఁడ! చె
ల్వలదాయవె కలదా కే
వలదారుణవృత్తి, దయ లవంబును వలదా? 38

ఉ. శంబరవైరి వీవు, పటుశంబరపోటపటుశాలి యౌతఁ, ట
బ్జాంబకధారి వీవు, మథితాబ్జుఁ డతండు, నిశాటఝాటద

ర్పం బడఁగించు బల్లిదుని పట్టివి నీవు, నిశాటుఁ డాతఁ, డో
యంబుచరాంక! నీకుఁ దగునా హరిణాంకునితోడి కూటముల్? 39

ఉ. అద్దిర, జీవమాత్రచరితార్థక! నీయెడ గాలి వోయె న
స్మద్దయనీయవాక్యములు, శాంభవలోచనవహ్నిఁ గ్రాఁగి, పె
న్నిద్దురఁ బూని, మే నెఱుఁగ నేరక యుండెడు నీకు మ్రొక్కి, వే
సుద్దులు చెప్పినన్, మనసు చోచ్చునె? బోధము పుట్ట నేర్చునే? 40

మ. అణుమధ్యాతతిమీఁద నంతవిరసం బౌ చాపమున్, సీధుసా
రణమత్తా గొని సోలునారి, శిఖిమిత్రం బైనతేరున్, వనాం
గణలుబ్ధాసుగకోటిఁ బూని వెడలంగానిట్టిదే ధర్మ మే?
గుణ మే యెక్కు డివేబలంబు సుమనఃకోదండ! నీకెంతయున్? 41

మ. అనిదానాగ్రహముం, బ్రియోక్తుల సమర్థాధిముం, బాంథమ
ర్దన, నీకున్ మధుమత్తభావమునఁ గాదా కల్గెఁ గాకున్న నీ
వనిలాంకూరము నెక్కి యాడుదువొ, వన్యానీడజశ్రేణిచేఁ,
బనిపాటల్ గొనఁ జూతువో, మఱతువో ప్రఖ్యాత కాయక్రియల్? 42

సీ. మునుపలేఁ డాయనే మోహకగ్రాహసం
గ్రస్తసామజపరిత్రాణమునకు,
మనుపలేఁ డాయనే, మనుజాశనునిఁ జీరి
యనఘు నిష్ఠాయుక్తు నాత్మభక్తుఁ
బెనుపలేఁ డాయనే, పృథ్వీసుపర్వకు
మారునిర్గతజీవమారుతముల,
నునుపలేఁ డాయనే, యుగ్రఘాలాగ్నిఁ దూ
లినలోక మెల్లఁ దొల్లింటి పగిది.

తే. శౌరి యఘటితఘటనావిహారహారి
యేమి గావింపఁగా నేరఁ డామహాత్ముఁ,
డసదృశచరిత్రు నినుఁ బుత్త్రుఁ డనక కినుక
గిరిశఘాలాగ్నిఁ బడ నుపేక్షించెఁ గాక.' 43

మలయానిలోపాలంభము

తే. అనుచు ననవింటి పెనుదంట నాడ రాని
గెంటసము లాడి మఱియు నమ్మంటమారిఁ
గలయ నెక్కించుకొని వచ్చు మలయనగభు
జంగవిషదిగ్ధపవనుపైఁ జలము వొడమ. 44

ఆ. 'విరియుఁ గువలయంబు విధిపదంబు చలించు
నెసఁగు భువనభంగ మీవు వొలయ
మలయ వల దుపవనజలదవేణికలపై
మలయవ౦ల దుపవనవలయభవన!' 45

ఉ. కీలియు నీవుఁ గూడి యుడికింతురు లోక మటంచు నెప్పుడున్,
మూలల వైచె మిమ్ము నలుమోముల వే, ల్పటు వైచినం, జవం
జాలక, హవ్యవాహనునిసంగతి నుండి జగంబు గాలుపం
గాలువదంబు చేరితి, ప్రకంపన! నీ వనుకంప చాలమిన్. 46

క. గోలలనావల్లభుఁడిది
గో, లలనలయుసురు వోసికొందు వని, వనీ
బాలానిల నిను మెసవం
గాలహికి నేండ్లు వేయుఁగావించె వెసన్. 47

మ. అమితోల్లాసిపలాశివృత్తి వయి బాల్యావస్థఁ గొల్లాడితా
సుమనస్సంపద, నింక నీవతనువిస్ఫూర్తిన్ విజృంభింప, లో
కము ధూళిం జనదే, ప్రభంజన! రమాకాంతుం డనంతావతా
రమహాయత్నము పూని కాని నినుఁ దీర్పంజాలఁ డల్పంబునన్. 48

క. చలదలఘుచటులకీలా
హలహలమున నఖిలభువనహరణక్రీడా
హలహలిక వెలయు బలియుని
గలయం బవమాన! నీవ కాంచితివి గదా. 49

చ. నిబిడతమోనుబంధమహనీయమహామహిజాతమైత్రి మెఁ
ప్రబలుశనైశ్చరుండ, వతిపాంసుల! నీ వికఁ భీరాకృతిం

గబళము గొందు గాక త్రిజగంబు వడంక, బెడంక విత్తువే
యబలల జీవనానిలము లన్నియు నార్షుష కేతుసంగతిన్.' 50

క. అని వనిత నాలిగాలిం
గనలుచుఁ బోనాడి తుహినకరకిరణఝరిన్
మునుఁగఁ జనఁ జెలులు గని హా
యని వనరుచు నడ్డగింప నతిశోకమునన్. 51

గిరికా విలాపము

శా. ఆజాబిల్లి వెలుంగువెల్లికల డాయన్ లేక, రాకానిశా
రాజశ్రీసఖ మైన మోమునఁ బటాగ్రం బొత్తి, యెల్గెత్తి, యా
రాజీవానన యేడ్చెఁ, గిన్నరవధూరాజత్కరాంభోజకాం
భోజీమేళవిపంచికారవసుధాపూరంబు తోరంబుగాన్. 52

ఉ. అప్పుడు ముద్దరాలిఁ జెలు లక్కునఁజేర్చి, ముఖాబ్జ మెత్తి, కన్
ఱెప్పల బాష్పము ల్దుడిచి, ఱేపె నృపాలుఁడు గారవింప నీ
వొప్పుల కుప్ప వై సిరుల నొందెద, వేటికిఁ గుందె దమ్మ! మా
యప్పవుగా, మదిం దలఁపకమ్మ, వినూతనసాహసంబులన్.' 53

చ. అని మన సూర సూఱడిల నాడి, 'యయెూ! మనమంజువాణియుం
జని తడ వయ్యె, నేమిటికి జా గొనరించె నొకో, నగేంద్రనం
దన మది కొందలం బెఱుఁగదా? తగదా పగదాయవెన్నెలన్
మునిఁగెడు బాల నెత్తి నయముం బ్రియముం దయ మున్నుగాఁ గనన్. 54

శా. ఎట్టో కా'కని యన్ను లన్ని దెసల న్వీక్షింప, నప్పట్టునం
బుట్టుం గెంపున నింపు మీఱు రవి పెంపుం బెంపి దట్టంపుఁగెం
బట్టుంబుట్టమురంగు నింగిరమ కాపాదించు దివ్యప్రభా
ధట్టం బొక్కటి పుట్టెఁ గట్టెదుర, సంధ్యాలక్ష్మికిం జుట్టమై. 55

మంజువాణి వసురాజు ముద్రికతో మగిడి వచ్చుట

సీ. 'ఇది తమ్మికంటిపై నీసడించిననిశా
ధవుఁ దోలు లోకబాంధవుని పొదుపు

పొదుపు గా దిది, తల్లి పడఁతి కెత్తఁగఁ దెచ్చు
రక్తరాజీవనీరాజనార్చి,
యర్చి గా దిది, సహజానురక్తినగాత్మ
జనుఁబ్రోవఁ గదియు నోషధులచాయ,
చాయ గా దిది, కూఁతుచంద మారయ వచ్చు
కోలాహలుని రక్తకూటదీప్తి,

తే. దీప్తి మాత్రంబు గా దిది, దివ్యధామ
'మనుచుఁ జెలు లాడుకొన, వచ్చెనంత నాన్న
పార్చితనవాబ్జరాగముద్రాంగుళీయ
రంజితాత్మీయపాణి యై మంజువాణి. 56

క. వచ్చి, వసురాజశేఖరుఁ
డిచ్చిన ముద్రిక లతాంగియెదుట నిడి చెలుల్
గ్రచ్చుకొని యడుగనిట్లను
నచ్చేడియ దనయుదంత మాద్యంతంబున్. 57

ఆకాశగమన వర్ణనము

ఉ. 'అమ్మనుజేంద్రచంద్రుహృదయ మ్మది యెట్టిదయో, యెఱింగి యీ
కొమ్మ మనమ్మునం గలుగు కొందల మంతయుఁ దెల్పి రమ్మ పో
పొ మ్మని మీరు పంపఁ, బని బూని పొలంతుకలార! కార్య వే
గమ్మున నంబరోత్పతన కౌశల మందితిఁ దత్క్షణంబునన్. 58

సీ. బడివాయ కిల నగప్రతతితో ఙివ్వున
నెగిరిన ట్లై తోఁచు, మగువలార!
పైపై సమీరణార్భటి నింగి బోరున
నఱచిన ట్లై తోఁచు, నతివలార!
నిఖిలభూములు జవనిక వాప దారున
నెదిరిన ట్లై తోఁచు, నింతులార!
చనఁజన నెడఁద యై శశిమేను గ్రక్కునఁ
బెరిఁగిన ట్లై తోఁచుఁ, దరుణులార!

తే. గొండ లచ్చనగం డ్లయి, నిండు చెఱువు
లెల్ల నద్దంపుబిళ్ల లై, యేర్లు ముత్తి
యంపుసరు లై యరణ్యంపుగుంపు లెల్ల
నారు లై తోఁచు బొడవున, నారులార! 59

వసురాజు రాజధానిఁ గనుఁగొన్న విధము

చ. పురములు, దుర్గము, ల్శిబిరము, ల్వెలిపేటలు, నూళ్లు, పల్లియల్,
ధరపయిఁ గుప్ప వోసిన విధంబున నేర్పడ కున్కిఁ, గొంతసే
పరయుట కై వినిశ్చలతరాకృతి నుండి, వసుక్షమాతలే
శ్వరనగరీలలామకము చాయఁ గనుంగొని, సంభ్రమంబునన్. 60

సీ. పోవఁ బోవఁగఁ దోఁచెఁ బురరమామకుటమా
ల్యంబు లై భర్మహర్మ్యధ్వజంబు,
లేఁగ నేఁగ నెదిర్చె గృహదేవతామౌళి
కవితాబ్జకళిక లై కలశతతులు,
చేరఁజేరఁ దలిర్చె వీరలక్ష్మీవాస
వనజాతదళము లై వప్రశిఖలు,
చనఁజనఁ దులకించె జగతీసతీకాంచి
హీరపర్వంబు లై తోరణంబు,

తే. లరుగ నరుగంగఁ జూపట్టె, సిరి యనంత
తనువు లై మల్లఖురళికాభినయవాటి
కాకరితురంగశాలికాగంధవివపణి
కాముఖార్పితమణిపుత్రికాచయంబు. 61

తే. అందు ఘనసారమృగమద
చందనకాశ్మీరసారసౌరభలహరీ
సందోహదోహదానిల
కందళి నుపశమితగగనగమనశ్రమనై. 62

మంజువాణి ఒక మేడపై దిగుట

చ. 'అదె యిదె వింతనీడ' యనియారెకు లూరక సంభ్రమింపఁగాఁ,
జెదరి కపోతముల్ గొణిగె చేరక తారకవీథిఁ బాఱఁగా,
నిదురఁ దొఱంగి కేకిరమణీనివహంబు విధూతపక్ష మై
రొద లొదవింపఁగా, నొకశిరోగృహపాళిక వ్రాలియున్నెడన్. 63

ఉ. పాలము యంత్రపీఠము, విశాలకవాటికఘట్టనంబు దృ
జ్మీలన మైందవామృత సమేతపతాకిక జిహ్వ చంద్రికా
జాలము భూతిపూఁత, వనచంద్రశిలాంబువు లశ్రుధారగాఁ
బ్రోలు ప్రశాంతఘోష మయి పూర్ణసమాధిఁ జెలంగె నయ్యెడన్. 64

వేశవాటి వర్ణన

సీ. పతిగళార్పితభుజాలతిక లై రతికేళి
యల పార్వ ముంగిళ్ల మెలఁగువారు,
నలిగి యేఁగుచుఁ బ్రియు ల్నిలిపిన నిజభుజం
గీభావ మేర్పడఁ గెరలువారు,
వరు లొండుకడ కేఁగఁ బురుషభూమికఁ బూని
తెరువాఁగి భంగింపఁ దివురువారు,
రాకుమారుల యిండ్ల కేకతంబునఁ దదా
ప్తులవెంట బుడిబుడిఁ బోవువారు,

తే. మదనమంత్రరహస్యము ల్పదనవలభి
నిభృతపారావతములకు నేర్పువారు
నైన వెలయాండ్రచే, నప్పురాధిరాజ
వేశవాటిక చూడ్కికి వేడ్క యొసఁగె. 65

సీ. కమనీయకౌముదీకాంతి వారివియోగ
గాఢసాండిమపొత్తు గలయఁ బోలు,
వలువెల్గుఱావెల్గువలు వారిమదనవ
హ్నిజ్వాలికలవేఁడి నిగుడఁ బోలుఁ,

ప్రతిహట్టరత్నదీపములు వారిదృగంశు
యమునోర్మిమాలిక నడఁగఁ బోలు,
యామికారభటీభయంబు వారి మనోజ
భూవరాజ్ఞాసిద్ధిఁ బొలయఁ బోలుఁ

తే. బండువెన్నెల యనక, యాపయివిధూప
లాంబు వనక యాత్రోవ రత్నాంకురార్చు
లనక, యామీఁద నారెకు లనక చనిరి
తరుణు లొకకొంద అవి యెల్ల నరసికొనుచు. 66

చ. హరిహయసౌధసన్నిభము లన్నియు నన్నియు నద్భుతాకృతుల్,
హరితమణిప్రకల్పితము లన్నియు నన్నియుఁ జిత్రకేతువుల్,
హరిపదమార్గ లంఘనము లన్నియు హేమవప్రము,
ల్పురి భవనంబు, లిందు నృపపుంగవుమంగళధామమెద్దియో. 67

మంజువాణి రాజభవనమును గుర్తించుట

మ. అని చింతించుచు, నొక్కధామమునకున్ యక్షాంగన ల్పుష్కర
ధ్వనితోఁ, జారణకన్యక ల్చటులవాగ్వైచిత్రితోఁ, బన్నగాం
గన లుద్యన్మణిదీపమాలికలతో, గంధర్వకాంత ల్సుకం
ఠనినాదాతిశయంబుతోఁ, బ్రహరి చుట్టం గంటిఁ జిత్రంబుగాన్. 68

మ. 'నరకలోకం బఁట, సిద్ధసాధ్యఫణిగంధర్వాంగనాసేవనా
పరిపాకం బఁట, యెంత వింత!' యనుచుం బల్మాఱు వీక్షించి యే
'సురరాడ్దత్తవిమానచిత్రమహిమ ల్బో' యంచు నూహించి యే
ధరణీనాథకులావతంసభవనద్వారంబు సేరం జనన్. 69

క. దానాగతరసికాళిస
దానాహతగీతి చెవుల నంటఁగ, నిదురల్
పూనవి బహుంరంతరవీ
రానేకపరాజి యచట నచ్చెరు వొసఁగెన్, 70

సీ. పటుహీరములె చాలుఁ బాలసున్న మొనర్చ,
శక్రాశ్మములె చాలు జాదువూయ,

శశికాంతములె చాలు జలసేక మొనరింపఁ,
గలికిపచ్చలె చాలు నొలికివైవ,
నిద్రుమంబులె చాలు వింతజాజు ఘటింప,
ముక్తామణులె చాలు మ్రుగ్గు లిడఁగ,
వైడూర్యములె చాలు వన్నెల తెర లుంపఁ,
దేటకెంపులె చాలు దివియ లెత్తఁ,

తే. జకచకితపుష్యరాగమాలికలె చాలు
గగనచిత్రవితానసంగతి యొసంగ,
నిమ్మహాస్థాని కనఁ దోఁచె నృపుహజార,
మామహామండపము దాటి యవలఁ జనుచు. 71

చ. తళుకుపసిండియోవరులదంతపుఁ జావడు, లర్చనాగృహం
బులు, గుడినీరు మేడలును, భోజనశాలలు, గెంపుటోడుబి
ళ్లలగరిడీలు, శీతలశిలాతలము, ల్భువనేశ్వరంబు లు
జ్వలజలయంత్రధామములు, సజ్జలు, దాఁటి ధరావతీర్ణ నై. 72

విభ్రాంతిఁ గొలుపు కేళీసౌధము

సీ. ఒకవంక నిర్మలోదకశంక సంకుచ
త్పరిధాన నై రిత్తఁ బాఱఁ దలఁతు,
నొకచోట 'విఘటితోరుకవాటగృహవాట'
మని మిన్నకయ తూఱి చనఁ దలంతు,
నొకయిక్క 'నిది వితర్దిక నిక్క' మని పదా
గ్రము నిక్క రహి నెక్కఁ గాఁ దలంతు,
నొకచాయఁ 'జిత్రభిత్తికగా' యనుచు సోయ
గమునఁ బాయక డాయఁగా దలంతు

తే. నిట్లు గృహరాజకీలితానేకరత్న
వివిధరుచివైభవంబులు వెగడు పఱుప
'నిదియ కాఁబోలు నృపుకేళిసదన' మనుచు
నచట మాయాబలతిరోహితాంగి నగుచు. 73

చ. అనుపమరత్న సౌధకమలాలయవాటిక నొత్తగిల్లి పైఁ
జనుమొన దోఁప నొంటివలిజక్కవతో నరవిందము ల్మొగి
డ్చిన యెలదమ్మి తీవియలరీవిఁ గనుంగవ మూసి యున్న యం
గనల ననంగ దేవతలఁ గాంచితి రాజసమీపభూములన్. 74

సీ. ఒకతె చన్నుల మీఁది యుదిరి కిన్నరగాలిఁ
బలుక నింత చలించి బయలుమీటు,
నొకతె యూరుపుగాలి నురిలిపూసిరటితే
నియ చిందఁ గనువిచ్చి బయలువిసరు,
నొకతె చంద్రాశ్మ వేదిక ముఖద్యుతిఁ జల్లఁ
బడ నుల్కి చేయాకు బయలుసాఁచు,
నొకతె కప్రపుఁగళాచిక దేంట్లు సందడిం
పఁగ మిట్టిపడి కేలు బయలుపట్టు,

తే. నిదురతమి నైన నుడిగంపుఁ జదురులిట్లు
వాసనాబలమునఁ బూనువనజముఖులఁ
గంటిఁ గని తత్ప్రదేశంబు గడచి చనఁగ
నువిద లిద్దఱు పతియొద్ద నుండి వచ్చి. 75

వలవంతఁ జిక్కిన వసురాజు

శా. 'ఏమే హేమలతా' యటంచుఁ, బని యేమే మాధవీ 'యంచు,'నీ
భామామన్మథు చంద మె' ట్లనుచుఁ, 'జెప్పం జాల, భూపాలుఁ డా
రామక్షోణికిఁ జన్ననాఁటఁ గొలె నిద్రాసౌఖ్యము ల్మాననాఁ
డేమో,'యంచు వచింప,వింటిఁ దమలో నేకాంతలీలాగతిన్. 76

క. ఆమాట కొంత చెవులకు
నామెతగా బ్రియము విస్మయము నాదుమనో
భూమిఁ దళుకొత్త నృపమణి
ధామాభ్యంతరము సొచ్చి తడయక యచటన్. 77

చ. మొలక మెఱుంగు కెంపుమొనముక్కల నిక్కు కిరీటిపచ్చ ఱా
చిలకల కోళ్లతోఁ, జికిలిచెంద్రికవన్నియపట్టుపట్టెతోఁ

దొలఁకుపసిండిఁబ్రాఁత తెరతోఁ, నెఱతావుల మేలుకట్టుతోఁ,
బలువలు చిందు ముత్తియపుఁ జప్పరమంచముపై మహోన్నతిన్. 78

సీ. సేసకొప్పున జాఱు చెంగల్వమొగడలు
జాగరారుణకటాక్షముల నెరయ,
నిద్దంపుఁగపురంపునిడుదయొంటులచాయ
గండపాండిమకుఁ గైదండ యొసఁగ,
నెత్తమ్మినూలిజన్నిదము శయ్యావివ
ర్తనలూనహారసూత్రములఁ బెనఁగఁ,
బలుచనివలిపెదువ్వలువతావియ చిక్కఁ
బూసినగందంపుఁ బూఁతఁ బోల,

తే. నొప్పు పుప్పొడిపఱపుపై నొత్తగిల్లి,
మోముఁదమ్మి తలాడపై మోపి, యడుగుఁ
జివురు చిగురాకుబటువునఁ జేర్చి, చిత్ర
ఫలక మీక్షించు నా సార్వభౌముఁ గంటి. 79

చ. కనుఁగొని, యానృపాలకశిఖామణిడెందము శైలకన్యా
మననమహారాగఘురమగ్నమొ, కాక ప్రియాంతరస్పృహా
ఘనరసపోషరూహితమొ, కందము గా కని, గంధతైలభా
జలభవనప్రదీపికల చాటున నల్లనఁ బొంచి యుండఁగాన్. 80

చ. ఉసు రనుఁ, గన్ను మోడ్చుఁ, దల యూఁచుఁ, దలంచు, నగుం, జెమర్చు, న
ల్దెసలు గనుంగొనుం, బొరలు, లేచు, వడంకుఁ, జలింప కుండు, హా
ప్రసవసుగంధి, యంచుఁ బుపుఁబాన్పున వ్రాలు నృపాలపుంగవుం
డసమశర ప్రవీరవిశితాశుగదుర్దిన దూయమానుఁ డై. 81

చిత్తరువులోని గిరికనుగూర్చి నిష్ఠురముగాఁ బలుకుట

క. భావగతభావనాసం
భావితభావంబు లిట్లు మల్లడిగొని, గో
త్రావల్లభుఁ డిట్లనుఁజి
త్రావేశితవనితఁ గని మహామోహమునన్. 82

ఉ. 'ఏమిటి కల్గితే, కువలయేక్షణ! పల్క విదేటికే, వధూ
టీమణి; యేల ఆకటికిడెందము పూనితివే, లతాంగి! య
య్యో, మనసారఁ దాపకపయోధరపాళి దృఢాంకపాళి యీ
వే, మృదువాణి, నీకు నొక యెగ్గును జేయఁ గదే, తలోదరీ. 83

చ. అళులకు మోము ద్రిప్పుగతి, నంచలురాఁజెలిఁ బిల్చురీతి, రా
చిలుకకుఁ బండ్లు గోయుక్రియఁ, జిత్రగృహంబుననుండి పోవుచున్
సోలపున నీవు న న్మఱలి చూడఁ, ద్రిశుద్ధిగ నేలి తంచు నే
నలరితిఁ గాని భావజుని కగ్గము సేయు టెఱుంగఁ గోమలీ. 84

ఆ. గురునిగుణ మురోజగిరులు గాంచినఁ గాంచు
గాక, నీమనంబు గాంచ నేల?
తల్లికుటిలవృత్తి తగుఁ గాక కురులకు,
నింత నీదు చెయ్వు లెనయ నేల. 85

సీ. కలికిపెన్నెఱు లింద్రశిలలయందముఁ జూలుఁ,
జూపుక్రొన్ననవిల్తుతూపుచిలుకు,
చిలుకుతేనియల జొబ్బిలుమోవి సురమణి,
రమణీయవజ్రాళి రదనపాళి,
పాలిండ్లు పసిఁడిగుబ్బలు లయి చెన్నారు,
నారు శాతకృపాణియంద మెఱుఁగు,
మెఱుఁగుచక్రము మించు మించులజఘనము,
ఘన మూరురుచి కరికరము కన్నఁ,

తే. గన్నళవుసేయుఁ గచ్చపాకారగరిమఁ,
గరిమరాళికయాన! నీచరణమహిమ,
మహి, మనోభవమణిపుత్త్రి మాడ్కి నీకు
నీకుటిలకర్కశత మాను నేల కలికి.' 86

మంజువాణి తిరస్కరణీ స్థితి

చ. అని విభుఁ డింతిఁ బల్క, విని, యప్రతిమానసుధాపయోధిజీ
వనములఁ దేలి నట్లు, బహు వాసరపుణ్యఫలంబు కన్నులం

గనుఁగొనఁ జాలివట్లు, త్రిజగంబులు నొక్కట నేలినట్లు, ప
ద్మనయనలార! సంతసముఁ దాల్చితి మామక మానసంబునన్. 87

ఉ. వెండియు దూఱుచుండెఁ బృథివీపతి యానరలోకపుష్పకో
దండునిఁ బల్కరించి, వనితామణి యుక్కియుఁ దెల్పి యాత్మకుం
బండు వొనర్తు నంచు, నృపమంచసమంచితయంత్రపుత్త్రికా
మండలిలోన నొక్కమణిమండితపుత్రికనై రయంబునన్. 88

చ. 'పకపక నవ్వి, 'యోవసునృపాలక! బాలిక దూఱ దేల? సా
రెకుఁ? బరతంత్ర లింతులు, వరింతురె కాంతులఁదమ్ముఁదాము, క
న్యకలకు నేరమా యది? యనన్యగతిన్ సుదతిన్ మనోజుబా
రికి నెరఁ జేసి లోఁ గనికరింపని వారివి కాక నేరముల్. 89

శా. మాయాశీలురు, చంచలాత్ము, లనుకంపాశూన్యు, లాత్మైకకా
ర్యాయత్తు, ల్సమయానుకూల హృదయవ్యాపారగోపాయనో
పాయజ్ఞు, ల్మగవార, లాపయి మహీపాలు ర్మహావైభవ
శ్రీయోగాంధులు, సెప్ప నేల, మగవారిన్ నమ్మఁగా వచ్చునే?' 90

ఉ. అంటి, ననంగ సంగజనిభాంగుఁడభంగుర నిస్మయార్ణవం
బంటిన చూడ్కితో విని, ప్రియాహృదయానుశయాగ్ని సూచనం
గంటకితాఖిలాంగుఁ డయి, కంతువనాటవిపాటఝాటసం
లుంటిత మైన డెందము ఝలు క్కని పెక్కుతలంపు లూరఁగాన్ 91

ఉ. 'చారణకన్యయో, ఖచరసారసగంధియొ, కాక కిన్నరాం
భోరుహపాణియో, చిలువపొల్తుకయో, మణి శైలకన్యకా
ధీరవయస్య యైన వనదేవతయో, యొకమంజువాణి యే
తేరగఁ బోలు బాలగతిఁ దెల్పఁగ నిచ్చటి కద్భుతంబుగాన్,' 92

మ. అని యూహించి, 'నదీతనూజతలఁపాహా మామకప్రేమబం
ధనిమగ్నం బని పల్క వింటి, నిఁక నాతాపానలం బాఱెఁ, బ్రా
క్తనపుణ్యంబు ఫలించె, బంచశర శస్త్ర శ్రేణినిం జీరికిం
గొనఁ బో నే నిఁక నొక్కఁడాప్రియతమా ఘోరార్తికిం గుందెదన్. 93

శా. నాడెదంబుననుండి కందెనొ కటా నన్నాత్మలో నుంచి తా
వాడం బాఱెనొ, నేనె తా ననుట నావర్ధిష్ణుసంతాపచిం
తాడోలాకలనంబు దా నెవసెనో, తథ్యంబు నావంకకై
తా డస్సెన్ నవలా,' యటంచు నొఱగెన్ దల్పప్రఘూణంబునన్. 94

మంజువాణి గిరికామౌక్తిక హారమును రాజు మెడలోవేయుట

చ. ఒఱిగినఁ జూచి, యానృపకులోత్తము చిత్తము కూర్మి కాత్మ ని
వ్వెఱపడి, తాపవారకము విస్మయనీయము నింతివెయ్యపు
న్గుఱుతును నైన మత్కర వినూతనహారము చేరఁ బోయి యా
నెఱదొరకంఠమున నిల్పితి, నిల్పఁ బ్రఫుల్ల నేత్రుఁడై. 95

ఉ. అబ్బలభిన్నిభుండు మణిహారముఁ దప్పక చూచి 'యార!యెం
తబ్బుర, మీయమూల్యమణిహారము రాఁ గత మెద్ది యొక్కొ? యే
గుబ్బెతహార మొక్కొ యిది? కూరిమి నేచెలి దెచ్చె నొక్కొ? హా
నిబ్బర మైన తాపము జనింపదు వో యిది మేను సోఁకఁగాన్. 96

శా. ఈహారం బొకమాటు పిమ్మటికి నే నెచ్చోటనో కన్న య
ట్లూహం బయ్యెడి, నీ యమూల్య మణిహారోత్తంసముం జిత్రక
న్యాహారంబు నుదారవైఖరి నొకం డై తోఁచె, నీహార మా
నీహారాద్రిజ కన్యహార మగు, సందేహంబు లే దెంతయున్. 97

మాలినీవృత్తము.

అని విభుఁ డెద నుంచున్, హార, మందందఁ గాంచుం,
గనుఁగవఁ గదియించుం, గంఠపీఠిన్ ఘటించుం,
దను వఖిలము సేర్చుం, దత్క్షణస్వేదధారా
ఘననయనజలంబుల్ గాఢతన్మైత్రిఁ జూపున్. 98

క. ఈగతి నారా జుపకం
ఠాగతనక్షత్రదామ మభినవకరసం
యోగమున గారవించుచు,
రాగోపనిబద్ధబంధురంబుగఁ బల్కెన్. 99

మ. 'కమనీయద్యుతిధామమా! విమలముక్తాదామమా! సేమమా,
కమలామోదకుఁ, దత్సఖీసమితికిం గల్యాణమా, తన్మరా
ళమయూరీశుకశాబశారికల కెల్లన్ భద్రమా, తెల్పుమా,
ప్రమదారత్నముపేరుగా నెద నినుం బాటించి ప్రార్థించెదన్. 100

మ. నిను భాగ్యాక్షరపంక్తిగాఁ దలఁతునో, నిర్వేల మూర్ఛాపనో
దనదివ్యామృతాధారఁగా మనమునం దర్కింతునో, కాక, మ
ద్ఘనపుణ్యద్రుమకోరకావళియ కాఁ గన్గొందునో, ప్రేమ, నే
మని వర్ణింతుఁ బ్రియాపయోధరవిహారా! హారవంశోత్తమా! 101

చ. వనజముఖీకుచోపరినివాససుఖోన్నతి నుక్కి మాని, నా
మనికిత మార్ప వచ్చితివి, మౌక్తిత హారమ, నీగుణంబు లే
మని వినుతింతు, నట్టిద కదా, యవదాతసువృత్తమూర్తు లెం
దును నిజసౌఖ్యభంగము గనుంగొన రార్తులఁ బ్రోచు వేళలన్. 102

చ. చెలుల మొఱంగి, నాఁడు మణిచిత్రగృహంబున మోము వాంచి తొ
య్యలి భవదేకదర్శిత మదాకృతిఁ జూచెఁ గదా, వినీలకుం
తలహృదయంబు నీకు విదితంబు గదా, యిఁక దాఁచ నేటికిన్
వెలఁది మనంబు తెల్పఁగదవే, మణిహారమ! నిన్ను వేఁడెదన్. 103

ఉ. గ్రావసుతాకుచాగ్రపరిరంభనిగుంభసుఖోపలంభసం
భావితభావిమత్కర విమర్దన కోడకుమీ, విశుద్ధము
క్తావలిబాలికానవసమాగమయోగ్యమహోపలాలన
శ్రీ వెలయింతుఁ గాని నినుఁ జిక్కుల బెట్టఁ జుమీ రయంబునన్. 104

శా. శుక్తిక్రోడకుటీగుహావసతి వై, సూచ్యగ్రసంస్థాయి వై,
ముక్తాహారమ వై భజించితి గదా ముగ్ధాకుచద్వంద్వసం
సక్తిం, దాదృశభూతి తావకకృపాసంసిద్ధిలే కబ్బునే,
ము క్తాహారత నున్న యంతనె తలంపు ల్నింపు నాకింపుగాన్. 105

ఉ. చిన్నట నాఁట నుండియును జెల్వకుఁ గూర్చిన దాన వౌట, నేఁ
డెన్నిక కెక్కఁ దద్వ్యథకు నీవును గుందితి గాన సద్గుణా
భ్యున్నతరత్నమాలిక, యయో! నిను మచ్ఛ్రమశీకరార్ద్రయో
షిన్నవగంధసారములచేఁ దెలి వొందగఁ జేయు టెన్నఁడో. 106

మ. అనిరాజేంద్రుఁడు రత్నపుత్రిఁ గని, 'యీ హారాధిరాజంబుఁ దె
చ్చిన యోయప్రతి మోపకారసుకృత శ్రీగణ్యదాక్షిణ్యశా
లిని, నీకుం బ్రతిమాపదేశ మిఁక నేలే, పల్కవే, సన్నిధిన్
వనితావల్లభజీవితంబులు సఖీవాక్యస్థితంబుల్గదే'. 107

మంజువాణి ధైర్యముతో దూత్యము నెఱపుట

సీ. అన విని, రఘునందనుని సన్నిధిఁ బ్రభూత
చైతన్యయై నిల్చు చట్టుపొలఁతి
కరణి, రత్నపుబొమ్మ గతి మాని, ధృతి పూని
క్షితిజావికి జోహారు చేసి నిలిచి,
పలికితి, 'నో మహాభాగ! తావకమహా
మహితోక్తి దప్పునే, మంజువాణి,
నచలకవ్యక బోటి నగుదుఁ గన్నియయున్కిఁ
దెలుప వచ్చితిఁ గదా, తెఱవ నిట్లు

తే. పంచశరశాతశరహేతిపాలు చేసి
తిరిగిచూడవు, దగునయ్య,దొరల కెందు
మఱపు గలిగిన, ననదల మఱతు రయ్య?
వెలఁది దూఱిన దూఱులు వినఁగదయ్య 108

ఉ. 'తావకశైలభేదనకథాబిరుదాంకము లేము పేర్కొనం,
దా విని వెచ్చనూర్చి వనితామణి నిత్యకఠోరము ల్కుల
గ్రావము లంద్రు వానిఁ బదఘట్టన గీటడఁగించినట్టి గో
త్రావరుఁ డింక నేమిటఁ గరంగు నయో'యని నించు బాష్పముల్. 109

మ. 'జనలోకస్పృహణీయభవ్యసుషమాసౌభాగ్యమున్, భాగ్యవ
జ్జనభోగానుగుణత్వముం, దదితరాశానిత్యదైన్యవ్యథా
జనకత్వంబును గల్గఁ జూచియొ, ధరాజంభారి కంభోజజుం
డొనరించెన్ వసునామ' మంచు నవలా యూహించు మోహంబునన్. 110

సీ. 'అనుఁగుఁదమ్ములఁ బాసి కమసన్నల మెలంగు
నిందిరఁ దృణముగా నెంచు ననినఁ,

గూర్మాసనాభ్యాస కర్మఠ యై భజిం
　　చు ధరిత్రిఁ జులుకగాఁ జూచు ననిన,
మధురాధర స్పందవిధివశంవద యైన
　　భాష నొండొకమాఱు పల్కఁ డనిన,
నాత్మపాణిస్పర్శ నాయత్త మగు కీర్తి
　　నెనసి దిక్కుల కడ నునుచు నవిన,
తే. జగతిఁ గొఱనోము నోఁచిన జలజముఖుల
కూరిమి గణించి యతఁ డేల గారవించు?
వరుని, బహువల్లభామనోహరునిఁ గోరు
ముదిత ముదితయె,' యని బాల మోము వాంచు.' 111

రాజుచితముగా నుత్తరమిచ్చుట

చ. అనుటయుఁ, బిన్ననవ్వు వొలయం బ్రణయంబున సారెసారెకున్
వినుచుఁ, దదుక్తికౌశలము వేమఱు నాత్మఁ దలంచి మెచ్చుచున్
జనపతి యాదరాతిశయసాంద్రముగా నుచితోత్తరంబుగా
ఘనరసభావబోధకముగాఁ బలికెన్ గిలికించితంబుగాన్. 112

శా. 'ఏమేమీ జగతిం గఠోరములు శైలేంద్రంబు లౌఁగా, తదీ
యామేయస్మయభేది యంతకుఁగఠోరాకారుఁ డౌనే కదా,
యామేటిన్ ధృతి వాపి చూపులనె యుఱ్ఱటాడించువా రెంత వా
రో, మీనేక్షణ తానెఱుంగదె, తదారూఢప్రభావోన్నతుల్. 113

ఉ. ఆసలఁ బెట్టి యేఁచు వసు వంచు వచింపగ నేల? నంతతో
ద్భాసి నిజాభిజాత్యమునఁ దద్వసువున్ వెలఁ గొన్నమోహసం
వాసపదంబు దా రమణి వారక శుక్తిమతిన్ జనించె, ల
క్ష్మీసముదగ్ర మై జగ మశేషము నివ్వెఱఁగందఁ జేయఁగాన్. 114

శా. శ్రీవాణీధరణీముఖాంగనలపైఁ జిత్తంబు లే కున్కి కే
మీ, వేమాఱును దూఱి నిత్యగుణలక్ష్మిన్ సంతతావక్రవృ
త్త్యావిర్భావ నఖండరూపనిధిఁ గన్యం గోరువాఁ, డేల సం
భావించున్ సిరిపెంపు వాగ్విలసనప్రౌఢిన్ మహీభోగమున్.' 115

క. నా విని, 'చతురాస్యుఁడ వరు
దే వచనప్రాఢి నీకుఁ, దెఱవ యిఁక వియో
గావృత్తి కోర్వ దేఁచెద
వో, వెసఁ బ్రోచెదవొ, తెలుపు ముల్లం' బనినన్. 116

చల్లని తియ్యని శుభవార్తఁ జెప్పమంజువాణిని వీడ్కొలుపుట

ఉ. 'నామదిలోనఁ బాయనియనారతసారతరానురాగచిం
తామయదామయంత్రపరిణాహము దాహము మోహముం బురం
ధ్రీమణి! నీవ చూచితి గదే, తగదే, జగదేకధ్వని య
క్కామునియాన సందియముగా ననుఁ బల్కి యఘంబు గైకొనన్. 117

ఆ. నాతి!నిను, నగేంద్రనందన గురుజనా
ధీన గాన, మనసు గాన కుంట
నెసఁగు సందియమున నిన్నాళ్లు నీఖేద
జలధిఁ గడువఁ దెప్ప గలిగె నేఁడు. 118

ఉ. మన్ననబోటి నేఁటిమునుమాపు మహేంద్రభుజిష్య వచ్చి తా
నన్నియుఁ దెల్పెఁ, నింద్రుఁడు మదాశయ మాత్మ నెఱింగి, భక్తిసం
పన్నతఁ బాణిపీడనశుభం బొనఁగూర్చుటకై నగోత్తముం
గన్నియ వేఁడ వచ్చు నఁట, కౌతుకసాంద్రమునీంద్రకోటితోన్. 119

క. ఆ చల్లనితియ్యనిశుభ
వాచావిభవంబు విన్నవాఁడ నయి సుమీ
వాచాల మదనగుణనా
రాచార్భటి కోర్చి నాఁడఁ బ్రాణంబులతోన్. 120

ఉ. ఈ శుభవార్త మీచెలియ కిప్పుడ పోయి యెఱుంగఁ జెప్పి, కా
మాశుగపీడితంబు లగుప్రాణము లూఅడిలంగఁ జేయు, మో
పేశలవాణి!' యంచు ననుఁ బేర్కొని, యీమహితాంగుళీయ ము
ర్వీశుఁ డొసంగి వీడ్కొలిపె, నేనును వచ్చితి నీక్షణంబునన్.' 121

గిరిక ప్రియుని ముద్రికను జూచికొని మురియుట

చ. అని యఖిలంబుఁ దెల్పి, రమణాంగుళి ముద్రిక మంజువాణి యి
చ్చిన, నవలావిలాసమునఁ జేకొని కైశ్యపయోదపద్ధతిం
దనరఁగ జేయు, నేత్రనలినంబుల నొత్తు, ఘటించు నున్నత
స్తనయుగళీరథాంగములఁ దద్రవితేజము నేకతంబునన్. 122

ఉ. మున్నుగ నన్నగాత్మజకు ముద్రికపైఁ బతిపేరు సూడఁ, దోఁ
చె న్నృపుఁ జూచినట్లు నునుసిగ్గు, తదూర్మిక వ్రేలఁబూన, భా
గ్యోన్నతిఁ దత్కరగ్రహమహోత్సవ మప్పుడె కాంచినట్లు, మిం
చె న్నవకాంతివిభ్రమవిశేషససంభ్రమవైవోన్నతుల్. 123

సీ. ఒకనాఁడు చూచె బాలిక నిలాపతి యంచుఁ
బతియంచుఁ దనకు నస్సార్థివేంద్రు
నతివ గోరఁగ మించె నంగజానల మంచు
వలమంచుచాయవాఁ డబల నేఁచ
నుర్వీశుకడ కేఁగె నొకబోటి కొమ్మంచుఁ
గొమ్మంచు నతఁడును గుఱు తొసంగి
చెలియతోఁ దెలిపెఁ దొయ్యలిమీఁదితమి యంచుఁ
దమి యంచు ముట్టునంతనె బలారి

తే. వచ్చు నఁట విందునకు నిందు వనిత నడుగ
ననుచు' ననుచు వయస్యలాద్యంతమ్మును నె
ఱుంగఁ జెప్పిన విని మహాభంగగరిమఁ
బొంగె జనయిత్రి మి న్నందె భూమిధరము. 124

వేకువ

చ. అపు డరవిందగంధి హృదయాంబుజఖేద మడంప వచ్చి తోం
రపురుచితో వెలుంగు వసురాజుకరోర్మికఁ గాంచి, భీతిమైఁ
జపలవిలోచనం బొదవఁ జాలక తారభటాలితో నిశా
ధిపునిబలంబు లేఁగిసగతిన్ రహి వీడెను బాండుచంద్రికల్. 125

మ. ఒకనాఁ డింద్రునియంతవేలుపు మదీయోక్తి న్విడంబించి, తా
నొకకాలం బెఱిఁగింప వచ్చి, మునిశాపోద్వృత్తిపాలయ్యెఁ, మా
మకశబ్దం బిది యల్పమే, త్రిమునిసంభావ్యత్రికాళీవిబో
ధక మన్రీతిఁ, ద్రిభంగిగా మొరసెఁ జెంతందామ్రచూడౌఘముల్. 126

క. ఆతఱి నొకకాతరనే
త్రాతిలకము కలికిఁ బలికెఁ బ్రాభాతికశో
భాతిశయవత్కుశేశయ
నూతనమధుమధురతామనోహరఫణితిన్. 127

మ. 'అమృతాంశుండు నిశాసతిం గలసి, శీర్యచ్చంద్రికాగంధశి
ల్పముతోఁ, బుష్కరశయ్యఁ బాసి చన, వేళాధూతి తత్కాలసం
భ్రమసంశీర్ణతరోడుహారమణివారం బేరి తా నొక్కచో
గుమిగాఁ బోసెనొ నా మినుక్కురను వేగుంజుక్కఁ గంటే చెలీ. 128

మ. తొవకుం దూరపునంటు, రేమగువపొందుం బూర్వపక్షంబు, వ
మ్మవుఁ దారారుచి మద్విభూతి నది గా కబ్జారితో వారికే
యవినాభావము నాకుఁ గాక యని చంద్రాపాయవేళం బ్రదీ
పవిపాండుద్యుతి పేరఁ జంద్రిక శిఖిం బ్రాపించె నీక్షించితే. 129

సూర్యోదయము

శా. తారాసస్యము పండినన్ గగనకేదారంబునం, జంద్రికా
నీరం బారఁగఁ గోసి, తద్రుచిఫలానీకంబు ప్రాతర్మహా
సీరిగ్రామణి తూరు పెత్తె ననఁ, దోఁచెం దూర్పునం దెల్పుఁ, త
ద్దూరన్యస్తపలాలరాశిక్రియ నిందుం డేఁగె నిస్సారుఁ డై. 130

మ. సిరి నెత్తామరయింటికిన్ మగుడి రాఁ, జెంతన్ ద్విజారావమా
ధురిఁ బుణ్యాహముఁ దెల్పుచున్ గురుతరు, ల్దోడ్తోనటత్పల్లవో
దరనీహారజలంబు చిల్కఁగ, నయుక్తం బొంటి మై నుండ నం
చు, రథాంగంబు ద్విజాతిగానఁ గవ యై చూపట్టె నప్పట్టునన్. 131

చ. ఎలమి, మనోజలుబ్ధు డెనయించిన జక్కవదీము పెంటి పే
రెలుఁగున నఁబిల్చి, చూడ్కిఁగదియించి, యెదుర్కొని, మేను మేను ని

శ్చలగుణసంగతిం బెనఁచి, చక్రము దామరతెంకిఁ జేర్పఁ, ద
త్కలకలశంకఁ బోలె విహగంబులు వీడెఁ గులాయకూటముల్. 132

ఉ. పంచశిలీముఖుండు తుదబాణమునన్ జగ మెల్ల గెల్చి, య
భ్యంతికపుష్పవృష్టి మరుదావళి నింపఁగ నిప్పు డల్లు, ము
ద్రించినజాడఁ దెల్పి, సుదతీమధుపంబు పరిచ్ఛదచ్ఛటా
కంచుకితోత్పలంబు తుద కచ్చునఁ జిక్కి యచంచలాకృతిన్. 133

ఉ. తమ్మిపతంగపత్ని తమిఁ దాల్చిన పాండురకోరకాండము
ల్గ్రమ్మి, నిమీలితచ్ఛదపరంపరచేఁ బ్రసవాప్తివేళ రా,
నిమ్ముగ, వాని నొయ్య విరియించిన హేతుగుణాప్తిఁ, బాంథవ
ర్గమ్ముల నేఁచు తేఁటిపిలుక ల్వెడలెన్ సహజాసితచ్ఛవిన్. 134

చ. సమయమహర్షి, బోధగుణశాలి, మహోదయభూమిభృద్వ్రతం
సమునకుఁ బ్రాగ్వధూటియెడఁ జక్రహితుండు నశేషదేవతాం
శము నగు సూనునిం దలఁచి, సాంధ్యమహోమయహో మవహ్నిదీ
ప్తముగ నొనర్చెఁ, దారచరుభక్తశతాహుతిపూర్వకంబుకాన్. 135

మ. కుముదాధారవిహారము ల్కమల కన్గో జాల కంభోజగే
హము మూయం, దెఱపింతు వేగ నని వామాలేకమున్మాటి, యా
సమయోపేంద్రుడు, దక్షిణాక్షిఁ దెఱచెన్ సంజాతరాగానుబం
ధముతోనా, విధుఁడేఁగెఁబ్రొద్దు పొడిచెన్ బంధూకబంధుచ్ఛవిన్. 136

శా. ఓ చామీకరచారుగాత్రి నిను గోత్రోత్తంసమున్! నేఁడి, నేఁ
డాచేదిక్షితిపాలశేఖరునితో హత్తింపఁగా వచ్చు త
త్ప్రాచీభర్తకుఁ బట్టు పట్టుగొడుగై భానుండు దోఁపం, బ్రభా
వీచు ల్తద్గతరత్నగుచ్ఛముల రీవిం బొల్చెఁబ్రాంతంబునన్.' 137

క. అవి విన్నవించుటయుఁ, గ్రో
న్నసపానుపు డిగి ప్రసన్ననలినానన దా
ననఘదినాననకృత్యము
లొనరించి గురున్ భజించి యుండం బ్రీతిన్. 138

ఆస్వాసాంతము

మ. అధరీభూతజయంతకంతుసుకుమారాకార! రాకారజ
న్యధికోత్తేజితరాజబింబరుచిధారాధార! రాధారమ
ణ్యధినాథాంఘ్రిసరోరుహద్వితయసేవాచార! వాచారమా
మధురాశేషవిశేషభూషితసుధీమందార! మందారతా! 139

క. అబ్రాశిధీర, ధీరచి
తబ్రాహ్మీధవవివేక, తరుణచరణభా
గిబ్రామశరణ, సకలక
కుబ్రామాభరణకరణగుణసంభరణా! 140

మాలినీవృత్తము :

పరితకరహాటీ ప్రాప్తకర్పూర వీటీ
విరుతకటకలాటీ విశ్రతస్వర్ణశాటీ
స్థిర విజయకిరీటీ తిమ్మగాగర్భపేటీ
వరమణినిభధాటీ వల్గుధారాట ఘోటీ. 141

గద్యము

ఇది శ్రీమద్రామచంద్ర చరణారవింద వందన పవననందన
ప్రసాద సమాసాదిత సంస్కృతాంధ్రభాషాసామ్రాజ్య
సర్వంకష చతుర్విధకవితా నిర్వాహక సాహిత్య
రసపోషణ రామరాజభూషణ ప్రణీతంబయిన
వసుచరిత్రంబను మహా ప్రబంధంబునందుఁ
జతుర్థాశ్వాసము.

శ్రీ

వసు చరిత్రము

పంచమాశ్వాసము

(ఇంద్రుఁడు సపరివారముగఁ గోలాహలునొద్ద కరుదెంచుట- ఇంద్రునిఁ బర్వతరాజు పూజించుట - గిరికచే దేవతలకు మ్రొక్కించుట - ఆకాశగంగ గిరిక నాశీర్వదించుట - ఇంద్రుఁడు వసురాజునకు గిరికనిచ్చి వివాహముఁ జేయుమనుట - కోలాహలుని యంగీకృతి - నదులు, కొండలు పెండ్లిపెద్దలుగా వచ్చుట - ఇంద్రుడు కోలాహలున కొక దివ్యపురమును నిర్మించుట - బృహస్పతి శుభలగ్నము నిశ్చయించుట - ఇంద్రుఁడు వసురాజునొద్దకు వచ్చుట - నగరాలంకరణము - గిరికా వసురాజుల వివాహమునకు రాజులు మున్నగువారు వచ్చుట - సురాంగనలు వసురాజును బెండ్లి కుమారునిఁ జేయుట - దేవతలు రాజునకు బహువిధాభరణము లొసఁగుట -వసురాజు ఇంద్రుఁడిచ్చిన అమ్లాన పద్మమాలికను ధరించుట - చెలులు గిరిక నలంకరించుట.)

శ్రీసదృశవెంగళాంబా
భాసురలాక్షాంఘ్రిశంఖపద్మశుభాంక
ప్రాసాదకేళిరసిక! సు
ధీసన్నుతగుణనికాయ! తిరుమలరాయా! 1

తే. అవధరింపుము, శౌనకాద్యఖిలసన్ము
నీంద్రులకు రౌమహర్షణి యిట్టు లనియె,
నాత్మకన్యోపలాలనాయత్తహృదయుఁ
డై హిమాహార్యసుతుఁ డున్న యవసరమున. 2

ఇంద్రుఁడు సపరివారముగఁ గోలాహలు నొద్ద కరుదెంచుట

సీ. తొలుదొల్తఁ బారిజాతలతాంతమాలికా
పవనంబు ఘుమ్మునఁ బరిమళించె,
నావెన్క నాకాండికాభ్రగర్జార్భటి
ఋభుదుందుభు ల్గుభుల్గుభులు మనియె,
నాపిమ్మట వియచ్చరీపాణివల్లకీ
గుంభస్వరంబులు ఘుమ్మ రనియె,
నాపిదప నఖండ మై దండిమై నొక్క
దివ్యతేజము ధిగద్ధిగ వెలింగెఁ,
తే. జదల దొకకొంత సేపున కిది విమాన
పంక్తి యనియును, వీరు దిక్పాలు రనియు,
మును లనియు లేఖభామిను లనియు, నవనిఁ
గలజనుల కద్భుతంబుగాఁగాన సయ్యె. 3

క. హరిముఖహరిదీశానులు
హరిహయసామజవిమాన హరిహరిణాక్షీ
హరిముఖముఖులును దోఁపఁగ,
హరిహరి, యంబరము చిత్రమై విలసల్లెన్. 4

మ. ప్రబలాకారముతో, గిరీశశిరముం బ్రాపింపఁ బెన్ ఱాఁగ నాఁ
గ బెడం గయ్యె జనాపవాద, మిది యుక్తం బౌనె నాకంచుఁ, దా
నబలాకారముఁ బూని చయ్యన గిరీశావాప్తికిన్ వచ్చె న
వ్విబుధేంద్రాపగ పద్మపాదపదవీవిన్యస్తభృంగాక్షి యై. 5

సీ. తవిలి యర్ధపులాయితమున జోడనఁ జూపు
నోజ జేజేరాచతేజి డిగియెఁ,
దులకించు మొనవ్రేలఁ దలవంచుకొన్న వ
న్నియ మీఱ వేల్పుకన్నియలు డిగిరి,
కరఘాతపతదబ్ద ఘటఁ గొమ్ముకొనఁ జిమ్ము
తమి దోనె డొగ్గి చౌదంతి డిగియె,

రేచకాభ్యాసం సూచకాత్మీయచా
తురిఁ జేసి బాసవా ల్దొరలు డిగిరి,

తే. గిరిగరుచ్ఛేదిముఖ వియచ్చరులయుచిత
గమనకథనకటాక్ష రేఖాగుణముల
వెంబడిన దివ్యరథకదంబంబు డిగియె
వసుధ నుద్గ్రీవు లై యెల్ల వారుఁ జూడ. 6

మ. సకలామర్త్యభటాలికిన్ భటుల, నాచౌదంతికిన్ దంతి, తే
జికిఁ దేజిన్, మణిబింబదంభమునఁ దాల్చెం గాక, పైవచ్చువ
జ్రికి గట్టేమియు నల్కఁడయ్యె వసుధాత్రీభృన్నఖాగ్రంబువేఁ
తకు బిట్టోర్చిన గట్టు, దా వెఱచునే దంభోళిభృత్కేళికిన్. 7

ఇంద్రునిఁ బర్వతరాజు పూజించుట

చ. అమరసమాగమావిలమృ- గౌఘనిలంఘనదీర్ఘధాతుచూ
ర్ణము బహువర్ణ రత్నశిఖరద్యుతితో నవు డభ్రమార్గముం
గమిచె, నగేంద్రుఁ డింద్రుశుభకార్యసమాగతి కిచ్చ మెచ్చి త
త్సముచితచాపచంచదుపదాధరుఁ డై యెదు రేఁగుకైవడిన్. 8

సీ. సరసపర్జన్యసంజ్ఞాధురంధరుఁడు రా,
నాఱెఁ గాంతాశఘోరానలార్చి,
శతకోటిదీప్తిదీపితకరుఁ డరుదేరఁ,
దరలె గుహాంతరధ్వాంతరాజి,
సకలజగన్నియామకుఁడు చెంగట నిల్వ,
వదలె జంతుజజాతివైరవిహృతి,
సతతసర్వర్తుసేవితుఁడు చెంతకుఁ జేరఁ
జనియెఁ గేకిపికాదిసమయముద్ర,

తే. యమరపతి జంగస్థావరాభివాద
నీయచరణాంబుజుండు సన్నిధి యొనర్ప,
ధరణిధరరాజమునఁ గలుగ తరులతాప
రంపరలు మించె బహుఫలప్రసవవృష్టి. 9

మ. పతయాళుప్రబలప్రపాతఝరము ల్పాద్యంబుగాఁ, దిర్యగా
యతమందారతరుప్రసూనఘటనం బర్ఘ్యవిధానంబుగా,
నతదివ్యోపలకూటదర్శనము నానారత్నపూజాసమా
గతిగా, నింద్రున కన్నగేంద్రుండు నతు ల్గావించె నత్యున్నతిన్. 10

తే. వెండియు నగేంద్రతనయుండు వేఁడివేల్పు
మున్నుగా వేఁడి, వేల్పుల మునుల కెఱఁగి
గంగ నలరించి, క్రమ మెసఁగంగఁ గ్రతుభు
గంగనల నందఱ మృదూక్తి నాదరించి. 11

గిరికచే దేవతలకు మ్రొక్కించుట

ఉ. నాకులదైవతంబు లలనాకులభూషణ మీలతాంగి, మే
నాకులభూధరేంద్రుల యనాకులనిర్మలభాగ్యరాశి, మై
నాకులముద్దుకూఁతురు, పినాకులకోడ లటంచుఁ దెల్పి, నా
నాకులపాలిక ల్వొగడ నాకుల మ్రొక్కఁగఁ బంచెఁ గన్నియన్. 12

క. గురుననుమతి గురుకుచభృతి
సరి నవనతిఁ గాంచి నిలుచుశైలజఁ గనఁగా,
సురలయనిమేషభావము,
హరిబహులోచనతయుం గృతార్థత జెందెన్. 13

సీ. తలయెత్త దయ్యెఁ గేవలజడస్థితి రంభ,
జళుకుఁజూపులఁ జూడసాగె హరిణి,
కుందుకుందునఁ జెంది కొదఁ దెల్పె శశిరేఖ,
పలపల నై వెల్లవాఱెఁ దార,
యుచితకార్యవివేక ముడిగె మదాలస
మానె నుద్ధతభాష మంజుఘోష,
మరువక పూనె మైమఱుపు వరూథిని,
చెయ్యు లన్నియుఁ దక్కెఁ జిత్రరేఖ,

తే. రాపడియె సానుమతి, సాంద్రతాపమునఁ గ
రంగె హేమాభిధాన, నిర్జరలతాంగు

లిట్లు దనుఁ జూచి సిగ్గుపా టెనయ, వినయ
వినత యై యున్న నగరాజతనయఁ జేరి. 14

ఆకాశగంగ గిరిక నాశీర్వదించుట

ఉ. 'మన్నన నీశమౌళిమణి మండన యై శుచివృత్తిఁ జల్లగా
మన్న నదీలలామగరిమన్ ననఁబోఁడిని, గాఁగిలించి, యో
యన్నువపట్టి! నిన్ గనిన యన్ను వసుంధర సింధుజాతిలో
వన్నియ కెక్కె, నీవు గలువన్ నియతోన్నతిఁ గాంచెఁ దంద్రియున్. 15

మ. చరణాగ్రనమితాచలేశ్వరునిగా, సన్మార్గసంచారిఁగా,
స్థిరకల్యాణసమాఖ్యుఁగా హరికృపన్, శీఘ్రంబ చేపట్టి యో
గిరికన్యా! యరలేక నీ వతండు నేకీభావముం జెందుమా!
గిరికన్యామణికన్న ధన్య వయి, యక్షీణానుమోదంబునన్.' 16

క. అని యనిమిషనది వల్కిన
విని, వినియతహృదయుఁ డగుచు వినయమునఁ బునః
పునరవనతి సలిపి, సురేం
ద్రున కవనిధరేంద్రుఁ డిట్లనుఁ గృతాంజలి యై. 17

మ. 'ఘనము లావాహనము, లవదాన్యమణి యాకల్పంబు, కల్పాగము
ల్వనము, ల్వేలుపుగిడ్డి దొడ్డిపసి, దేవా! నీకుఁ, బాదార్ఘ్యమి
త్తునొ, రత్నాంజలి యిత్తునో, యలరుటెత్తు ల్దివ్యసద్వస్తులి
త్తునొ, యీ వేమిట మెత్తు వేమి దగ నిత్తున్ భక్తపుంజప్రియా 18

సీ. మహనీయయోగసన్నహసాధకుండ నై
యనఘాపగాంబుగాహనము గనుట,
వసురాడఖర్వతీవ్రతరాంఘ్రిసహుఁడనై
గాఢసంతాపాగ్నిఁ గ్రాఁగుచుంట,
బహుదూరగతభూరిపక్షగౌరవుఁడ నై
పరమనిశ్చలవృత్తిఁ బాదుకొనుట,
యనవాప్తగురుబాంధవనిబంధనుండ నై
గిరికానన రసైకపరత మనుట,

తే. యిది మదీయాపదానంబు, కృప నపార
తరతపోరచనంబుగాఁ దలంచి, నన్నుఁ
గాన వచ్చితొ? యహహ! వెంగలికిఁ దోడు
వేల్పు లనుమాట నిజముగా విబుధవర్య. 19

ఉ. ఇచ్చటఁ జేదిరాజవఖహేతిహతిన్ గతి దూలి యున్న యీ
పిచ్చుకగుంటు మీఁదఁ గృపపెంపున నామరలోకవాహినిం
దెచ్చితిగా, నగారి! జగతిం గృతి నైతి భవత్ప్రసన్నతన్,
హెచ్చెమదీయగౌరవ, మహీనమహీధరజాతిలోపలన్. 20

ఇంద్రుఁడు వసురాజునకు గిరికనిచ్చి వివాహముఁ జేయుమనుట

మ. అన నింద్రుం డను, 'లాఁతిరీతి నచలేంద్రా! యేల యిట్లాడ, నీ
జనకుం డధ్వరభాగభోక్త, యనిమేషశ్రేణిలోఁ బెద్ద, త
త్తనయగ్రామణి వైననీకు నరుదే,ధాత్రీధరేంద్రాభినం
ద్యనితాంతోన్నతకీర్తి గౌరవము, మేనాశుక్తి ముక్తామణీ! 21

శా. చేదిక్ష్మావరపాదకంజకృతఖంజీభావముం జెందు నీ
ఖేదం బార్పఁగఁ గల్గె నీతనయ, లక్ష్మిం గన్నదుగ్ధాబ్ధి నా,
నాదాక్షాయణిఁ గన్న పెన్నగము నా, నర్థాధినాథార్పణా
హ్లాదం బందఁగ రాదె, మామకనియోగాయత్తచిత్తుండ వై. 22

క. ఆగతనయ యగతనయ నిగ
నిగనిగనిమెఱుంగు దగడు నీకన్నియకున్
మగనిఁ దగునతని గుణగరి
మ గని న్వి నిపింతు వినుము మత్ప్రాణసఖున్. 23

మ. చరణాగ్రానమితాచలేంద్రుఁడు, సదాసన్మార్గసంచారి, సు
స్థిరకల్యాణసమాఖ్యుఁ, డావసుధరాధీశుండు వో, గోత్ర శే
ఖర! గంగావచనం బపార్థమగునే, కల్యాణి నీకన్నె న
న్నరనాథాగ్రణిరాణిఁ జేసి కనుమా నానానిధైశ్వర్యముల్. 24

శా. లోకత్రయ్యభినందనీయవిమలాలోకుండు, సుశ్లోకుఁ డా
లోకాలోకధరాధురీణుఁ, డతఁ డల్లుం డయ్యెడిన్, నీతపః
పాకం బెట్టిదొ కాని, పాదనిహతిఁ బైకొన్నవాఁ డంఘ్రినా
ళీకద్వంద్వనతుండుగా వెలుపఁ గల్గెం గల్మియున్ బల్మియున్.' 25

కోలాహలుని యంగీకృతి

ఉ. నా, వలచుట్టి హర్షకలనావలమానమనోంబుజంబుతో
నావలవైరిఁ బల్కు నచలాగ్రణి 'మామకశోకవార్ధికిన్
నావ లతాంగి లబ్ధిరశనావలయేశ్వరు కేలఁ గూర్చెదే
నావలవంత దీర్చెదె, యనంతకృపారసవాస! వరాసవరా! 26

తే. అవని నొకవేల్పు ప్రత్యక్షమైనసిరులు
దొరలు నం, డ్రెందఱే వేల్పుదొరలు గొలువ
నీవ ప్రత్యక్షమై కృప నింపఁగా ఫ
లింపవె తలంపు లెల్ల నిలింపరమణ! 27

చ. సతి నడిగించు భవ్యగుణశాలి వసుండఁట, వేఁడవచ్చువాఁ
డతులితదేవరాజ్యరణైకధురంధురుఁ డైన యాశత
క్రతుఁ డఁట, సత్కృపామహిమఁ గన్నియ నిచ్చుట సర్వదేవతా
హిత మఁట, యింతకన్న శుభ మెయ్యది తొయ్యలి గన్నవారికిన్. 28

ఉ. ఇమ్మని వేఁడ వేలొకఁడనే, భవదీయజనుండఁ గానె, నా
సొమ్మన నెద్ది, నీయదియ సు మ్మఖిలమ్మును దేవ! యరీయదంయా
రమ్మన నున్నశుక్తిమతి రాఁ గరుణించి, తదీయబంధుజా
తమ్ము మదాప్తులం బిలిచి తావకమిత్రున కిమ్ము కన్నియన్,' 29

చ. అనుటయుఁ, దాతపార్శ్వగత యైతగునాలత కూన దా నతా
నన మయి కేలికేళినలినంబుమొన ల్నఖరాంచలంబులం
దునుముచు నుండె, వజ్రధరదోరశనిప్రతిమానమీనలాం
ఛనవిశిఖంబు లింక నఖసాధ్యము లంచు గణించుకైవడిన్. 30

ఉ. అంతకుమున్న సర్వకలుషాంతకమౌ నగవైరివాక్యముం
జెంతకు వచ్చు నెచ్చెలులచే విని, పుణ్యమహోతరంగిణీ

కాంతలు దాను శుక్తి మతి కౌశికుఁ గొల్వఁగ వచ్చె, దేవతా
సంతతి యాత్మ నాత్మశుభసంతతికల్మికి సంతసిల్లఁగాన్. 31

నదులు, కొండలు పెండ్లి పెద్దలుగా వచ్చుట

సీ. అమృతమూర్తి వహించు హరజటాసంభవ
సుమనోమణులఁ బ్రోచు సోమకన్య,
ధర నుద్ధరించు భూదారరాజతనూజ
తమ మెల్ల వారించు తపనపుత్త్రి,
కాలవైషమ్యమ్ము గడపు రుద్రాంఘ్రిజ
చలువలు వెదఁ జల్లు నులయదుహిత,
యభవసాధనరత్న మగు పినాకోత్పన్న
యార్యాప్తి నెసఁగు శీతాద్రిజాత

తే. మఱియుఁ, దక్కిన పుణ్యనిమ్నగలు మరుద
ధీశభవ్యనిదేశాపదేశమున, ని
జాప్తశుక్తిమతీతనయావివాహ
మహమునకు వచ్చి రాత్మీయమహిమ మెఱపి. 32

శా. ఉత్సాహంబున నిట్లు నేకతటినీవ్యూహంబు లేతేరఁగా,
వత్సాళిన్ వెనుకొన్న గోగణము తేవము వచ్చెఁ దోప్త్రీ మహీ
భృత్సందోహి, మభంగశృంగములు నాపీనస్నుతాంచన్నితం
బోత్సేధంబు వృషోపసర్పణవిధాయోగ్యక్రమంబుం దగన్. 33

సీ. అజ్ఞాతగోత్ర యనాదిశక్తి సుగోత్ర
భవ మయ్యె నితనిగర్భమునఁ బట్టి,
యాదిభిక్షుండు దుర్గాధ్యక్షుఁడయ్యె నీ
తని పాదతీర్థ మౌఁదల ధరించి,
మితతేజుఁ డగు జగన్మిత్త్రుఁ డుత్కటవసు
స్థితి నొందెనీతనిదిక్కుఁ జేరి,
కులమువా రభిరామగోరత్నములు గాంచి
రితనిశేషంబున కిచ్చగించి,

తే. తన కొకమఖాంశ మొసఁగు నియ్యనిమిషులకు
ననవరతయాగభాగభోజనము లొసఁగి,
యిత దరతైకగురుఁ డన నెసఁగు ననుచు
నాకులు నుతింప వచ్చె మేనాకుటుంబి, 34

తే. ఆవడఁకు మెట్టుదొరకు హస్తావలంబ
మగుచు మేనక వచ్చె, భవ్యగుణమంజి
మ నమరాలిమానసమున మన మరాళి
మనమరాలివివాహసంభ్రమముఁ జూడ. 35

సీ. పిడుగుకైదువు పెట్టు తడకట్టుగాఁ బయో
ధి మహౌషధిరసంబు చమరె ననఁగఁ,
గడలికరళ్ళరాయిడిఁ గీడ్పడి తటాంత
వనరాజి మై నంట వ్రాలె ననఁగఁ,
మున్నీటిపెన్నీటి ముదురుచిల్వల యల
జడికిఁ బచ్చలజోడు దొడిగె ననఁగఁ,
దనకుందనపుఁజాయ పెనునీటికుప్పక
ప్పెనసిన పసఁ బస రెక్క ననఁగ,

తే. సంతతజలాంతరాళసంస్థానమహిమఁ
బ్రాఁచిపట్టినమేనితో బయలు మెఱసి
వచ్చె, వలిగట్టుతొలిపట్టి వాసవాధి
వాహితనిజానుజభవావివాహమునకు. 36

చ. ఇరువురు దేవసంభరణు, లిర్వురు నబ్జధరోన్నమత్కరాం
తరమహనీయు, లిర్వురు ననంతగుణాఢ్యులు గావునం, బర
స్పరసమతాసమగ్రతరసఖ్యమునం గవగూడి, మేరుమం
దరధరణీధరాన్వయవతంసులు వచ్చిరి తక్షణంబునన్. 37

ఉ. రోహణశైలరాజము మరుద్గిరితోడనె వచ్చి నిల్చి వై
వాహికకార్యకర్త మఘవంతుఁ డనంతసువర్ణ రత్నసం
దోహము రాశి వోసి విబుధు ల్మనుజు ల్భుజగు ల్నుతింపఁగా
నాహిమవత్కుమారతనయామణి కుంకువ దెచ్చెనో యనన్. 38

మ. మఱియున్ వచ్చిరి ధాత్రిఁ గల్గు నగసామ్రాజ్యైకధౌరేయు లం
దఱుఁ దద్భూరిభరాప్తిఁ గ్రుంగునవనిం దామ్యత్ఫణారాజిఁ బ
ల్మఱు సంధించుచు నుండెఁ గాని వసుకల్యాణంబు వీక్షింప రా
వెఱచెన్ శేషుఁడు, శేషవృత్తి కగునే విస్రంభసంచారముల్. 39

ఇంద్రుఁడు కోలాహలున కొకదివ్యపురమును నిర్మించుట

ఉ. వచ్చినసింధుకాంతల నవారితసత్కరుణాభివృష్టిచే
హెచ్చఁగఁ జేసి, గోత్రశిఖరీంద్రుల నున్నతి గారవించు, వై
యచ్చరలోకభర్తయు, హిమాలయసూతికి నాస్పదంబుగా
నచ్చట నొక్కనూతనమహానగరంబు మదిం దలంచినన్. 40

సీ. నిమ్నప్రపాతాంతనిర్ఝరపరిఘతోఁ
గనుపట్టెఁ గోట యై కటకపరిధి,
మణిచిత్రకిరణతోరణమాలికలతోఁ బ్ర
కాశించె గృహము లై గహ్వరములు,
శుచికరోపలభంగసోపానసరణితోఁ,
జెలఁగె సౌధాళి యై శిఖరపాళి,
ఘనసారవసుసారగంధసారములతో
నలరె నంగడు లై తటాజిరములు,
తే. కలమధురకోకిలాలాపకలనతోడఁ
జెన్నలరెఁ గన్నె లై కొన్ని చిన్నలతలు,
సమధికస్కంధశాఖాభుజములతోడఁ
దనరెఁ దరుణాగ్రగణ్యు లై తరువు లెల్ల. 41

ఉ. ధాతుపరాగరక్తియును, దంతవిభక్తియుఁ జామరప్రకా
శాతిశయంబు, సంకులమదాంకము నంగదళీకదంబసం
భూతియుఁ, గర్బురాకృతియు, బుష్కరభూతియు, బూని, భద్రతా
ఖ్యాతి వహించి మించెఁ బృథుగండము లచ్చట నద్భుతంబుగాన్. 42

ఉ. జాతికి నెల్ల రాజపరిచర్యయు, గాలికి నెక్కు డన్న ని
ఖ్యాతియు రాఁ గురంగములు గట్టున నేమి తపం బొనర్చె నో

యాతతశృంగభారరహితాత్మమహోముఖకాంతతాప్తి నౌ
రా, తనరారె నన్నియుఁ దురంగము లై తదభీష్టసంపదన్. 43

చ. హరిపరతంత్రవృత్తియు, మహామణిజపశరానుబంధబం
ధురతయు, రాజహంసకవినోదనముం బవి ఘోష, ఘష, ఘర్ఘర
స్వరమును జిత్రవిగ్రహవిశంకటభావముఁ బూని శైలరా
ట్పురి నరదంబు లై శరదము ల్నెరసెం జపలాంశుసంపదన్. 44

చ. గిరివరఘోరకందరలఁ గేవలవన్యగజై కవృత్తిచేఁ
దరలక యున్న సత్కృతము తప్పనె, యప్పురి కేసరు ల్పకే
సరు లయి పూర్ణపౌరుషవిశాలత మించె, మహాన్న కేసరిం
బరునకు మార్మొగం బిడమి భక్తునిఁ బ్రోవ సట ల్ఘటింపమిన్. 45

సీ. విపులవప్రంబులు, విప్రవరావాస
నాటము, ల్కల్యాణకూటములును,
భూదారవర్గము, ల్బూరికంచుకిఖడ్గి
హరిరాజతతులు, యూథాధిపతులు,
శ్యామాసమాజము, ల్సామోదవిటపప్ర
కాండము, ల్పరసులతండములును
నిర్ఝరస్థానము, ల్నిరుపమగణికావి
నోదము ల్వంశీనినాదములును,

తే. గలుగుఁ గా కేమి, నగములఁ గలుగు టరుదె
కలయ నివి యెల్ల నిజనామగరిమ వదల
కచట నుచితార్థగతిఁ బూను టరిదిగాక,
యనఁగ హరికృపఁ బట్టనం బయ్యె వనము. 46

మ. ఘనఘోషార్భటియున్ సమీరణముఖాఘాతాహితానాహత
స్వననానాసుషిరావళీఘుమఘుమవ్యాపారముం, గిన్నరీ
నినదంబుం, గలకంఠికారవసుధానిష్యూతియున్, ఝర్ఝరా
ఘనినాదంబును, నందుఁ గ్రందుకొనుచుం గప్పెం గకుప్పాళికన్. 47

మ. అగురుక్షోదపటీరభేదఘనసారామోదసంభేదము,
ల్మృగనాభిద్రవచర్చిక, ల్వికచమల్లీమాలిక, ల్కీరరా
జగరుద్రాజివిరాజితోరణము, లంచచ్చామరంబు, ల్ధగ
ద్ధగితామూల్యమణీవితానకములుం, దద్భూమిఁ బొల్చెం దగన్. 48

సీ. పద్మినీనవపాత్రపాలికానీత గం
ధరజంబు లొకవంకఁ దావు లీన,
వరవర్ణినీవర్ణపరికల్పితాంగరా
గవిశేష మొక చాయఁ గడలు కొనఁగ,
రంభోరుకాండోత్కరపురోముఖన్యస్త
ఫలజాత నొక దెసఁ బరిఢవిల్లఁ,
బూగీసుకంధరాపుంభితక్రముకతాం
బూలీదళము లొక్కపొంత నెసఁగ,

తే. మిత్రకాంతాభిలక్షితారాత్రికములు,
శ్రుతిహితద్విజకామినీసుస్వరములు,
మృగవిశాలేక్షణాదత్తమృగమదములు,
బలసి యందు శుభార్థవైభవము దెలుప, 49

చ. కనుఁగొని, కన్నెనెచ్చెలులు కాననదేవత, లాయహార్యశా
సనవసువాసవప్రబలసఖ్యము నాత్మమనోరథద్రుమా
తనఫలపాకరేఖయు, ముదంబున నెన్నుచుఁ, బుణ్యవాహినీ
వనితలు దారు సామయికవైభవము ల్సమకూర్చ నంతటన్. 50

బృహస్పతి శుభలగ్నము నిశ్చయించుట

క. ఈ రే యొకశుభలగ్నం
బీరే వివరించి వరున కింతకిఁ గుశలం
బీరే, యన వాచస్పతి
యీరేడుజగంబు లేలునేలికఁ బలికెన్. 51

శా. 'సూర్యాదిగ్రహతారకా తదధిపస్తోమంబుతో నిట్టి స
త్కార్యం బీవు భరింప, శోభనముహూర్తధ్యేయపుణ్యాపగా

హార్యస్వాములు పెండ్లి పెద్ద లయిరా, నస్మత్కృతాచార్యకం
బార్యప్రస్తుత మై వధూవరుల కత్త్యైశ్వర్య మీఁ జాలదే. 52

చ. అళిఘటమీనకేసరిశరాసనగోమకరంబులం గచం
బులఁ గుచనేత్రమధ్యముల భ్రూకటిజంఘికలన్ జయించి ని
స్తులత నజాంగనాధికయశోనిధి యైన యవక్రవృత్తికిం
గలికికి నియ్యెడ న్మిథునకల్పనయోగ్య' మటంచుఁ బల్కినన్. 53

ఇంద్రుఁడు వసురాజు నొద్దకు వచ్చుట

శా. ఆచార్యోదితలగ్నమంగళ మహార్యస్వామికిం దెల్పి, యా
ప్రాచీపాలుఁడు చేదిభర్త కెఱిఁగింప న్వచ్చెఁ, జంచత్ప్రతా
కాచాంచల్యము కార్యసిద్ధియు, సురీగానంబు కల్యాణచ
ర్యా చారంబును, దూర్యఘోషము వరాహ్వానంబు సూచింపఁగాన్. 54

ఉ. నిండుమనంబునం దనమనీషిత మెల్ల ఘటింప వచ్చు నా
ఖండలురాక చారణముఖంబున మున్న యెఱింగి, చేదిభూ
మండలభర్త గాంచె, నతిమాత్రముదం బది యెందుఁ జిత్రమే
కొండలు పిండి సేయు శతకోటియుతుండు హితుండు గల్కినన్. 55

తే. రత్నకూటవిహార గౌరవమె కాని
యెందుఁ గుస్ప్రుష్టి యెఱుఁగని యింద్రుపదము
లపుడు నిజమౌళిరత్నకూటాగ్రసరణిఁ
గూర్చె నుచితంబుగా వసుక్షోణిభర్త. 56

క. అడుగుల కెఱఁగినఁ, 'బెండిలి
కొడుకవు గ'మ్మనుచుఁ, నలమికొని వజ్రి ముదం
బడర నొడ లెల్లఁ గన్నులు
గడలుకొనం జూచి, యవనికాంతునిఁ బలికెన్. 57

ఉ. 'నిన్నటిమాపు మా పురమణీరమణీయసభావిభాగభా
గున్నతరత్నపీఠిఁ గొలు వుండి, సురాంగన లాడఁ గిన్నరు
ల్కిన్నర మీటి పాడఁ దిలకించుచు, నియ్యెడ కేల రాఁడొకో
మన్నిరవద్యమిత్రుఁ' డని మక్కువమీఱ నినుం దలంచితిన్. 58

క. 'తలఁచి, భవదీయమానస
తలచింత యెంత తలఁకెనొకో నా
చెలి, పేరామనిచెలికిం,
గలువలచెలి' కనుచు నిదుర కంటికి రామిన్. 59

ఉ. అంబకపంచకంబుఁ గలయం బచరించుచు, న౯ంబకత్రయా
డంబరశాలిచేఁ గడువిడంబితుఁ డైన యనంగుఁ డాసహ
స్రాంబకబాంధవుం జెనకి యాఱడిఁ బెట్టెడి వాఁడె యంచుఁ జి
త్తంబునఁ దావకాంగభవతాపనివారణతత్పరుండనై. 60

ఉ. 'ప్రొద్దున వచ్చి, శీతనగపుత్రునిఁ గన్నియ వేఁడి, గట్టురా
పెద్దలఁ బుణ్యవాహినులఁ బెండ్లికిరా నియమించి, నీకు న
మ్ముద్దులకన్నె నిచ్చు నగముఖ్యున కొక్క పురీలలామకం
బుద్దవిడిన్ సృజించి, సముహూర్తమునేఁడెయనన్ రయంబునన్. 61

శా. గంధర్వానకదుందుభిధ్వనులతో, గంగాదిసాధ్వీరమా
బంధుశ్రీపరిణీతిగానములతో, భవ్యద్విజాశీర్వచ
స్సంధానంబులతో, నగేంద్రతనయాసాంద్రానురాగద్విప
స్కంధారూఢుని నిన్నుఁ బెండ్లికొడుకుం గావింపఁగా వచ్చితిన్' 62

నగరాలంకరణము

చ. అనిన, మహేంద్రునానతి ముఖానతిఁ గాంచు మహీమహేంద్రు నె
మ్మనము నవంబుగా నెఱింగి, మంత్రిపురోహితదండనాథశా
సనధరు లాక్షణంబ, శుభసంభ్రమసన్నహనానులాపముల్
మొనపఁగ, నమ్మహానగరముం గయిసేయఁగఁబంచిరెంతయున్. 63

సీ. పన్నిరి మేరువు ల్బహుసంఖ్యల కొలంది
చంద్రసూర్యాకల్పశతముతోడ,
నాఁటిరి హరిచందననగంబు లెన్నేని
నధికాయమానరంభాళితోడ,
సవరించి రింద్రరత్నవితానములు పెక్కు
వజ్రకూటప్రభావలులతోడ,

నిలిపిరి చిత్రరేఖలచాలు మితిమీఱ
నతులహేమాకృతప్రతతితోడఁ,

తే. గట్టి రగణికపుండరీకవ్రజంబు
తగునెడ ననంతకుముదసంతతులతోడ,
వాసవపురస్థితానేకవస్తుమహిమఁ
జూచి వాసవపురివారు చోద్యమంద. 64

చ. పరిణతదివ్యగంధఫలభారనమత్కదళీపరంపరా
పరివృతకాయమానములఁ బర్వు ఫలావళిఁ జూచి పైపయిం
బరిగొనివచ్చురాజశుకపంక్తులచొప్పువన నొప్పె, లప్పుడ
ప్పురవిఘణిప్రఘూణముల భూరిహరిన్మణితోరణావళుల్. 65

చ. పసిఁడికురుంజులన్ మెలఁగు బంగరుబొమ్మలఁ జూచుదేవతా
ప్రసవసుగంధులన్ ధ్వజపరంపరఁ బిల్చి, వివాహవీటికా
విసర మొసంగ నెత్తు పసువీరపురేందిర బాహులో యనన్.
లసదహివల్లికావృతఫలక్రముకంబులు నాఁటి రెల్లెడన్. 66

చ. హిమసలిలాభిషిక్తయును, హేమపటావృతయుం బటీరకుం
కుమరసలిప్తయుం, గుసుమగుంభితయు, న్నవ ధూపధూమసం
భ్రమపరిజృంభమాణశిఖిబర్హ శిరోజయు నై యెసంగె భూ
రమణపురాధిదేవత హిరణ్మయదర్పణదీప్యమాన యై, 67

గిరికా వసురాజుల వివాహమునకు రాజులు మున్నగువారు వచ్చుట

ఉ. కాంచనపత్రికావళులు గౌతుకసూచక వాచికంబు వ్రా
యించి, సమస్తదేశవసుధేశుల కంచిన, వారు మౌళి సం
ధించి, సువర్ణ పట్టభృతి నేఁడుగదా మన కంచుఁ దెచ్చి ర
భ్యంచితపత్రయోగ్యనవహాటకపుష్పఫలోపహారముల్. 68

సీ. వైణికవల్లకీశ్రేణి నిమ్ముల మీటె
గాయకగాంధర్వగమకరేఖ,
గాంధర్వగమకరేఖఁ బరాహతముచేసె
వాంశికవంశికావైభవంబు,

వాంశికవంశికావైభవం బెగ నూఁదెఁ
దాళికాధరకరతాళగరిమ,
కరతాళగరిమంబు కంచుమించుగ నొత్తె
నానద్ధ చటులతూర్యవ్రజంబు,

తే. చటులతూర్యవ్రజము నంటఁ జఱచెఁ బరిణ
యాగతదిగంతనృపతినాగాశ్వరథప
దాతికోలాహలంబు రోదసి నఖండ
మగుచు, నాదాత్మక బ్రహ్మ మతిశయిల్ల. 69

క. హరి యనుమతి సప్తవ్రతి
హరిమధ్యలు దెచ్చి రరిది హరివాణములన్
హరితశతపర్విగాఫల
హరిచందన వీటికాశుభాక్షతవితతిన్. 70

చ. అకుటిలసౌమ్యమానవిలయస్ఫురణంబును, నాతిమాత్రతా
రకపరివర్తనంబు, శుభరాగమిళత్పదపల్లవాంకము
ద్రికయును బెంపుమీఱ నజదృష్టులఁ బోలిన సింధుకన్యకా
ప్రకటవివాహగీతికలు పాడిరి పుణ్యపురంధ్రికామణుల్. 71

పృథ్వీవృత్తము :

సుపర్వగణికామణిస్ఫురణతో, సుధారమ్యపా
త్రపాలికలతో. శుభార్థ మగు వేలుపున్మానితో,
నృపాలగృహసీమఁ జెందె హరిరాణి రామాసుధా
సుపాత్రతరుమాత్రువత్సరపదర్ప మల్పంబుగాన్. 72

సురాంగనలు వసురాజును బెండ్లికుమారునిఁ జేయుట

ఉ. ముజ్జగ మేలు మేల్పు తలమోసలనుండి వివాహయత్నమున్
సజ్జమొనర్ప, నాతనిప్రసాత మెఱింగి సురాంగనాజనం
బజ్జగతీమహేంద్రు శిర సంట, నలుం గిడ బుజ్జవంబునన్
మజ్జన మార్పఁ, గల్పకుసుమంబులు గూర్పఁ గడంగి రయ్యెడన్. 73

సీ. 'ఈరాజుఁ గరమొప్పఁ జేరి సేవలు సేయఁ
దఱితారసిలెఁ గదే తార' యనుచు
'రాజమాత్రుఁడె ధరేంద్రస్వామి యితని మై
నంటు మైనంటు, మేనక' యటంచు
'నీసర్వమంగళావాసుని శిర సంట
శశిరేఖ నీవ పో, జాణ' వనుచుఁ
'గమనీయగతిఁ దిలోత్తమ నేర్చుఁ గాక, నూ
నియ యంట నెవ్వారు నేర్తు' రనుచుఁ

తే. 'బరమవసుసంవహనలీలఁబరిఢవిల్ల
రత్నమంజరి! నీవ నేర్పరి' వ టంచు
నతిచటులచాటుచతురోక్తు లాడుకొనుచుఁ
గదిసి తత్కాలమున శుభాక్షతము లునుప. 74

చ. తఱు లరనిక్కఁ, బూఁత నెఱితావియ చిక్క, నపాంగ మాలికల్
మెఱుఁగులుగ్రక్క, నూరుపులమేలిమిఁదేఁటులు చొక్క, హారముల్
కుఱుచులుద్రొక్క, ముంగురులుగ్రొంజెమటం బద నెక్క, వేలుపుం
దెఱవ యొకర్తు చేదిజగతీపతికిన్ శిర సంటె వేడుకన్. 75

సీ. 'భ్రమరకంబుల చిక్కువాపవే' యన, 'నింక
భ్రమరకంబుల చిక్కు వాయు' ననుచుఁ,
'బృథులకుచంబు లుబ్బించపకే, యన,'బృథు
ల కుచప్రకాశకాలం' బటంచుఁ,
'గరగెఁబో 'వరతిలకం' బన, 'సుస్నేహ
కలనఁ గరఁగు వరతిలక' మనుచుఁ,
'గడు మొఱయింపకే కటకంబు' లన,' మ్రోయుఁ
గటకము ల్శుభయత్న గరిమ ననుచుఁ,

తే. జెలిపలుకుఁ గేరడించుచుఁ, జికిలిగోళ్ల
సొగసు సోఁకులఁ గళలు నించుచు, మెఱుంగు
ముంగురులు గూడ దువ్వుచు, ముడికిఁదార్చి
మజ్జనపువేళ తడ వేల మహిప యనుచు. 76

తే. సింహగతి మీఱు వసురాజుచెంత నొక్క
తోయధరవేణి పాదము ల్గుడిచి మెట్లు
వెట్ట, నొక కన్య హస్త మర్పింప, వచ్చె
సలిలభవనంబునకుఁ బ్రజోత్సవము మెఱయ. 77

చ. పతియభిషేకవేళఁ, గరభావితకుంభకురంగభృన్మణి
ప్రతిమలు, నిర్ఝరీసుముఖభావముఁ గన్గొని, నీరు వంచి, య
య్యతివలు సిగ్గునం గనలి యాస్యము వంచిన నూరకండె న
ప్రతిమరసజ్ఞ రత్నపరిపాకము లిట్టివిగాదె ధారుణిన్. 78

మ. ఘనచాంపేయక వాసనావివశభృంగశ్రేణిఁ జేపట్టి చ
ల్లన పూఁదేనియు చిల్లి, తేర్చుమధువేళాలక్ష్మియో నాఁగ సో
గనెఱు ల్సొంపఁగనూనె నిగ్గు సడలంగాఁ బైపయిన్ దువ్వి నే
ర్పున గంధామలకంబు వెట్టె నొక యంభోజాక్షి భూజానికిన్. 79

చ. కరముల నుజ్వలాభినవగైరికకుంభము లంటఁ గూర్చి, పు
ష్కరములు కంకణప్రకరసంభ్రమ మొప్పఁగ వంచి, రాజకుం
జరునకుఁ గుంభినీభరణసమ్మదశాలికిఁ బద్మినీపరం
పర పరమానురాగమున మజ్జనమార్చెఁ బయోగృహంబునన్. 80

చ. పడఁతి యొకర్తు చెందిరికపావడఁ బై తడి యొత్తి వైవ, సు
గ్గడితపుజీబునేత్ర మొకకామిని గట్ట నొసంగ సంజకెం
పెడలిచి నిండువెన్నెల వహించి పయోనిధిమండలంబు వె
ల్వడు నుడురాజు నా, నలకళానిధి యంబుగృహంబు వెల్వడన్. 81

తే. నవనవావర్తమండలోన్నమితకద్రు
విద్రుమంబులఁ ద్రిప్పు సాముద్రభద్ర
విమలతరవీచికలచంద మమర నమర
రమణులెత్తిరి మంగళారాత్రికములు, 82

శా. అంభోజేక్షణువక్షమో యన, శుభాంకాలంకృతంబున్, జతు
స్తంభశ్రీకరవైభవాన్వితము, భద్రశ్రీకృతామోదమున్,
శుంభన్నూతనవైజయంతికమునై, శోభిల్లు వైవాహికా
రంభస్థాపితవేదిఁ జెందె వసురాడ్రత్నంబు భవ్యోన్నతిన్. 83

దేవతలు రాజునకుబహువిధాభరణము లొసఁగుట

సీ. ఆగిరిజాసక్తునొఁదలఁ దడి యార్చె
నొక శరద్రమ్యరాజోజ్జ్వలాస్య,
యారాజహంసుపై నడరించె మృదుజలా
ర్ద్రానిలం బొకమానసాభిరామ,
యామోహనాగ్రణి కలరు లందిచ్చె నొ
క్కొ లతానిభాత్యంతకోమలాంగి,
యాజగజ్జీవను నలరించె వరగంధ
వరిలేపమున నొక్క సురభిచరిత,

తే. ఘటితఘనకంకణశుభాంకగరిమఁ దాల్చు
నాయగణ్యలావణ్య రత్నాకరునకు
బహువిధామూల్యమణికలాపంబు లునిచె
నిర్మలస్వాతివిఖ్యాతినిధి యొకర్తు. 84

చ. ఘనఘనసార చూర్ణతిలకంబు వహించి, విధీశదత్త నూ
తనమకుటంబుఁ దాల్చె వసుధాపతిఁ వక్రవతంసఖండ చం
ద్రుని దిగఁ ద్రోచి యక్షయశిరోమణిభావవిభాసమాను నా
యనుపమభాను భానుఁ దన యొఁదలఁ బూను మహేశుకైవడిన్. 85

మ. వసురాజన్యకిరీటవీథి ననఘస్వర్లోకవాస్తవ్యభ
వ్యసతీకల్పితకల్పదామఘటితం బై ముత్తెపుంబాసికం
బెసఁగెం, గాంచనశైలరోహణమహాశృంగంబుపై నుద్భవిం
చు సురదీ్వపవతీత్రిరూపవిపులస్రోతోవిశేషం బనన్. 86

ఉ. క్షోణిబలారికిన్ బలనిషూదనదత్తములైన గొప్పక
ట్టాణి సుపాణియొంటు లలరారె, నగాత్మజలక్షణంబు శ
ర్వాణికి శక్రురాణికిని వాణికిని గాన మటంచు నాఘన
శ్రోణి విధంబు దెల్ప గురుశుక్రులు వీనులు సేరిరో యనన్. 87

మ. వెలిదీవిం దెలిబావిలో నమృతము న్వే ద్రావి, దివ్యాంబుదం
బులు వర్షింప, సుధాబ్ధిలోఁ బొడము బల్పూస ల్లటింపన్, సుధా

గుళికానిర్మలహార మయ్యె నిది గైకొ, మ్మాయురారోగ్యము
ల్గలుగు న్నీ కని యబ్ధినాథుఁ డొకముక్తాహార మర్పించినన్. 88

ఉ. మానవనాథుఁ డయ్యమృతమౌక్తికహారము పేరురంబునం
బూనె, నగాత్మజాభజనభూరిసుఖాచిరలాభహర్షసం
ధానవిశల్యకౌషధమున న్మది నాటిన పంచసాయకా
నూనలతాంతకోరకసముత్కరమున్వెలిఁ బర్వెనో యనన్. 89

చ. గరుడసమర్పితాభినవగారుడరత్నమయాంగదంబు భూ
వరభుజపీఠిఁ బొల్చె నగవర్యసుతావరణాభ్యసూయచేఁ
దరలని భూతధాత్రి యన దత్పతిఁ బల్మఱు నూరడించువై
ఖరి నడరెం, దదీయభుజకాండపరిస్ఫురణంబు లయ్యెడన్. 90

శా. సుత్రామప్రియమిత్రపాణియుగళిన్ శోభిల్లెఁ జిత్రప్రభా
పాత్రస్ఫారవిదూరజాభరణము ల్పర్జన్యరాడ్దత్తముల్,
క్షేత్రశ్రీకరసూత్రసన్నహనలక్ష్మిం దన్నృపాగామి సత్
క్షేత్రశ్రీకరసూత్రసన్నహలక్ష్మీ వైఖరు ల్దెల్పుచున్. 91

మ. అలకారాజకుమారుఁ డద్భుతముగా నర్పించు చొక్కంపుఁగెం
పుల పెండేరము చేదిరాజచరణాంభోజంబునం, బొల్చె, నీ
బలవద్దీప్తిఁ బ్రదీప్త మయ్యె నిదె నాపార్శ్వద్వయం బంచు నా
వలయగ్రావము వందనప్రవణ మై వర్తిల్లుచందంబునన్. 92

మ. చెఱఁగు ల్బూఁతపసిండిగ్రాఁతమిసిమిం జిత్రాతిచిత్రంబు లై
మెఱయన్, రత్నపుఁగుచ్చు లంచులబడిన్ మించు ల్దువాళించుక్రొ
మ్మెఱుఁగుం జెంద్రికకావిపట్టు సురభూమీజార్పితం బిచ్చె నా
తఱుచుంగన్నుల వేల్పుపట్టి వసుగోత్రామండలస్వామికిన్. 93

ఉ. వ్రీళ వివర్తితాస్య యయి వేలుపుటింతి యొకర్తు చేదిభూ
పాలమహేంద్రు కట్టెదుటఁబట్టె మణీమయదర్పణంబు శో
భాలలితాభిరూప్యమునఁ బార్థివ! యీముకురంబు మేలొ, నా
మేలిమిచెక్కుటద్ద మిది మేలొ, కనుంగొను మ న్విధంబునన్. 94

వసురాజు ఇంద్రుఁడిచ్చిన అమ్లానపద్మమాలికను ధరించుట

చ. వసువసుధాసుధాంశునకు వారిదవాహనుఁ డా క్షణంబునం,
దసదృశచిహ్న మొక్కటి, మహామహనీయమహోచితంబుగా
నొసఁగఁ దలంచి, దివ్యసరిదుద్భవరత్నమృణాళినీబిస
ప్రసవసరంబు, మంగళకరంబు గరంబున నెత్తి యిట్లనున్. 95

ఉ. 'కమ్మపసిండిగచ్చుపయి గ్రమ్మెడువేలుపుటేటిపార్శ్వదే
శమ్ము నిమ్ము లై పొదలు చాగపుఁ ద్రాఁకుల మానికంపుఁబూ
దుమ్ములు రాలఁగా నయినతోరపుఁ బేరసటం జనించె నీ
తమ్ములు చిత్రదీప్తిమహితమ్ము లొసంగు నభీప్సితమ్ములన్. 96

ఉ. అవ్యయనవ్యవాసన లొకప్పుడు వీడక వాడకుండు నీ
దివ్యసరోజదామకము, దీధితిమాత్రదినేశమిత్రతా
భవ్యము, దీనిఁ గన్న నెడఁ బాయుఁ బ్రదోషము లన్నచోఁ, బ్రదో
షవ్యసనంబు పై కొనఁగ జాలునె దీని, జగత్త్రయంబునన్. 97

క. ఈశరజాతములకు నెన
యే శరజాతములఁ గాన, మివి బవరములో
నాశరజాతము వఱపెడు
నా శరజాతముల నడఁచు నభినవమహిమన్. 98

శా. సోఁక న్వచ్చు శిలీముఖంబుల నడంచున్, రాజహంసాళి న
ఞ్జాఁకం బెట్టు, ననంతరత్నరుచి వోనాడుం, దపశ్రీలకు
న్పొ కం బై వెలయున్ ఘనోదయమున న్విప్పారు నిప్పద్మము,
ల్వీఁకం జిత్రచరిత్రపాత్రములు గావే ధాత్రి వూహింపఁగాన్. 99

ఉ. కమ్మనివింటిజోదునెఱకైదువు లైన మిటారితమ్ము లీ
తమ్ముల నెట్లు వోలు సతతమ్ము లతాంగుల మానయుక్తచి
త్తమ్ములఁ గూడఁ బాఱు నని తమ్ము లసన్మహిళామనోంబుజా
తమ్ములు గూడి మోహసహితమ్ములుగా నివి మించు మించులన్. 100

ఉ. తమ్ముల కెల్లఁ బద్ద యగు తామరసోదరనాభికాసరో
జమ్మది విశ్వము న్విధివశమ్మునఁ గాని సృజింపఁ జాల దీ

తమ్ములయెత్తు చిత్రచరితమ్ము జగత్త్రయసారవస్తుజా
తమ్ము సృజింపనేర్చు నిరతమ్ము దలంచిన యంత లోపలన్. 101

ఉ. వాసవమాలికాంకమున వర్తిలు నీ నిరవద్యవాసనా
వాసవరాసవాభినుతవారిజదామము ధాత్రిఁ జెందియున్,
వాసవమాలికాంకమున వర్తిలుఁ దావక మై వసుక్షమా
వాసవ చాల నెత్తయినవారికి నెందును బేరు దప్పునే. 102

చ. ఉరగుల కీసుపర్ణ రుచియుక్తము డాయఁ గడింది ధాత్రి పై
సరులకుఁ బోల దీకమలనాయకతేజముఁ దేరి చూడ నీ
పరమమహేంద్రమాలిక సుపర్వుల కైన భరింప భార మో
గిరిహర నీవు నే నని సఖిత్వము మీఱఁగ నీ కొసంగితిన్. 103

శా. భూనాథోత్తమ! యస్మదీయవరసంభూతామరత్వంబుతో
దీనిం గో'మ్మని వాసవుం డొసఁగఁ జేదిస్వామి నెమ్మేన, న
మ్లానస్వచ్ఛసరోజమాల్య మది చాలం బొల్చె, నింద్రైక్యదీ
క్షానిర్ణేతృమహాసహస్రనయనీ సౌభాగ్యముం దెల్పుచున్. 104

క. ఆవేళ, దివిజమురజవి
రావము, హరిరచితగిరిపురప్రాంగణవీ
థీవితతం బై గిరిజా
వైవాహిక కలనమునకు వడిఁ దరు విడియెన్. 105

చెలులు గిరిక నలంకరించుట

ఉ. ఆయెడ సంభ్రమం బెసఁగ, నాప్తసఖీకుల ముత్సవాకులం
బై, యగకన్యఁ జేరి శిర సంటుఁడు, మజ్జనమార్పుఁ డర్థిఁ గై
సేయుఁడు, లేశముం దడవు సేయకుఁ డంచు ముహూర్తమెంతయుం
డాయఁగ వచ్చె నంచు, వినుఁడా నృపతూర్యము లంచుఁ, బల్కఁగాన్. 106

చ. హరికరుణాకటాక్షమహిమాగతదివ్యవివాహమందిరో
దరకురువిందవేదియెడఁ దార్చిన నిర్మలవజ్రపీఠిపై
ధరసుత నుంచి నెన్నుదుటఁ దామ్రతరాక్షతము ల్ఘటించి పె
ట్టిరి నలుఁగు, ల్సకుంకుమపటీరరజంబునఁ బుణ్యభామినుల్. 107

సీ. కంకణగోమేధికచ్ఛాయ దొలుదొల్త౯,
దేటనూనియనిగ్గు నీటు నెఱప౯,
దరలవక్షోజముక్తాధార బడిబడి
జాళువాబిందెల జాలు పఱుప౯,
గమనీయనిశ్వాసకందళం బెడనెడ
సురటివల్రువగాలి సొగసు దెలుప౯,
దరుణారుణాంగుళికిరణము ల్పాయిపయి౯
జెంగల్వఱేకుల చేరు చేరువ,
తే. మున్నుగా నాత్మశృంగారములె లతాంగి
మంగళస్నానవిభవసామగ్రి౯ గూర్ప
గమ్మన బిసాళివలపులు గ్రుమ్మరించు
కమ్మజవ్వాది౯ దల యంటె౯ గలికి యొకతె. 108

ఉ. మంజులచంద్రకాంత మణిమజ్జనశాల, విశాలహేమపీ
ఠిం, జపలేక్షణార్పితపటీరజలోక్షితకేశపాశ యై,
కంజనిభాస్య పొల్చె, నతిగౌరసుధానిధిమధ్యవీచికా
పుంజితఫేనయుక్త యయి పుట్టుసరోరుహగేహయో యనన్. 109

మ. ప్రమదాభ్యున్నతి౯ జెక్కుదోయి చెమరింపం, బూర్ణశృంగారతన్,
సుమనోదంతులు శాతకుంభకలశీశుద్ధాంబువు ల్నింప౯గా,
గమలాభ్యంచితపాణి పొల్పె, సురరాట్కారుణ్యబ్ధానివా
ర్యమహైశ్వర్యకులాద్రిధుర్యగృహసాక్షాల్లక్ష్మి చందంబునన్. 110

చ. మెఱ౯తలు శైలరాట్తనయ మేతడి యొత్త౯గ౯ గూర్చు నిండువె
న్నెలపొరవంటి దువ్వలువ నిద్దపుగుబ్బల వ్రాలుచుం, గళం
బలముచు౯, జెక్కు లంటుచు, నుదంచితరాగరసార్ద్రమయ్యె౯ బూ
పల మెయిసో౯కిన న్విమలభావము నిల్చునె యెట్టిపట్టునన్. 111

చ. కళుకుమెఱుంగు క్రొంబసి౯డి కాంచిక యైకటి మించ౯ జాలు నం
చులమణు లంఘ్రిభూష లయి శోభిల౯ జాలు౯ జెఱంగుముత్తియం
బులె యెద నుంప౯ జాలు, సరము ల్పటువాసరసౌరభంబె మై౯
గలపము సేంప౯ జాలు నన౯ గట్టిరి దివ్యదుకూల మింతికిన్. 112

చ. తమతమమతమ్ములం దిగిచి తన్ముఖలక్ష్మికిఁ ద్రిప్పు రీతి, ను
త్తమతమపుణ్యసింధువనిత ల్బహుచిత్రదళంపుటారతుల్.
క్రమమున నెత్త నయ్యచలకన్యక వచ్చె, నమూల్యపద్మమా
ల్యమున నెసంగు చేదిపభుజాంతరకల్పవివాహవేదికిన్. 113

క. ఆకల్పలలామకములు
నాకల్పకదామకములు నపు డగసుత కా
ర్యాకల్ప కనిచె హరిపతి
యాకల్పవిభూతి గలుగు నాళీతతిచేన్. 114

సీ. జవరాలినెఱినేణి జడవాహముల మించఁ
దడి యార్చి ముడిచెఁ బైదలి యొకర్తు.
తరుణి క్రొవ్వెద తుమ్మెదల దాఁటుదాఁట సం
పఁగిదండ చెరివెఁ గోమలి యొకర్తు
చెలునవేనలి చిమ్మచీఁకటిఁ గికురింపఁ
జంద్రసూర్యుల నుంచెఁ జామ యోర్తు,
మగువకొప్పు నభంబుఁ దెగడ నిర్దోషంపు
చుక్క చేఱు ఘటించె సుదతి యోర్తు,

తే. నెలఁత తుఱుము మహామహానీలరాశిఁ
బకపక హసింప మరకతశకలకలిత
మృదులదూర్వాంకురములలోఁ గదియఁ జేసెఁ
జకితసారంగశాబలోచన యొకర్తు. 115

మ. ఘనశృంగారరసోత్తరంగరుచిరంగరుచిరంగద్వేణికిం బాసికం
బున దండం బలు గట్టి గట్టి విలసన్మ క్తాకలాపచ్ఛలం
బునఁదూ మేర్పడఁ బెట్టి, బోటి గిరిజాభ్రూపుంద్రసౌభాగ్యము
ల్దనరం, గస్తురిరేఖ దీర్చె నవకుల్యా వైఖరి న్మించఁగన్. 116

శా. శ్యామోజ్జృంభితతారకావరరుచిన్ సంధించి యెంచు న్వసు
స్వామిన్ గన్గొనుచుం బ్రకామశరవర్ష స్ఫూర్తిఁ జెన్నొంది ని
త్యామోదంబున మించు మంచుఁజెలి నేత్రాబ్జంబుల న్వశ్యల
క్ష్మీమూలం బగు గావు నించె నన, నుంచెం గజ్జలం బింతికిన్. 117

మ. అతితీవ్రాశుగవృత్తిమై నతసుధన్వాభోగసీమ న్గతా
గతము ల్సల్పి భ్రమించు లోలతర వీక్షాపాతపాంధాళికిన్,
శ్రుతికూపాంత సుధానిపానకములై శోభిల్లు నిత్యప్రభాం
చితవజ్రోపలకుండలంబులు ఘటించెన్ బోటి పూఁబోఁడికిన్. 118

మ. శ్రుతికూపామృతము, న్వతంసకలికార్ణోయంత్రసంక్రాంతదీ
ధితిదండోజ్జ్వలవర్తులాభరణపాత్రి న్నించి, తాటంకక
ల్పితకుల్యాముఖహీరసారకిరణోద్భేదంబు పేర న్వెలా
ర్చి, తటిద్దేహకు నవ్యపత్రలతికాశ్రీ నించి రాళీజనుల్. 119

చ. సురభికురంగనాభి కఱచొక్కపుగుంకుమ గప్పి, కుంకుమ
స్ఫురితమహోష్మఁ గప్పురపుసోఁకుల మానిపి, కప్పురంపుఁజ
ల్మిరి మెఱుఁగుంజవాది నెడలించి, కదంబము గూర్చి, నెచ్చెలు
ల్దరుణి కలంది రన్నియును దత్తనువాసనఁ బూవు గట్టుచున్. 120

సీ. అధరమాధుర్యభిక్షాగతం బగు సుధా
ఘుటిక నా ముంగఱఁ గుదురు పఱిచి,
సమయానుగుణమహోచ్చగతగ్రహాళి నాఁ
జనుదోయి నవరత్నసరము వైచి,
కిసలకోరకభృంగకీరవర్గంబు నా
దోర్వల్లి బలువన్నెతొడవు లునిచి,
ఘనకుచాంగజదుర్గకల్పితాధరవప్ర
పరిధి నా నొడ్డాణ మిరవు కొల్పి,

తే. యనఘజఘనానుషంగ మష్టాంగయోగ
కలని నీవి గాంచె నన వజ్ర కాంచిక లిడి,
యంగజితరతిబిరుదాంక మంఘ్రిఁ గట్టు
కరణి మణిమయమకరనూపురము దొడిగి. 121

చ. చెలువలు బాల నిట్లు గయిసేయఁగఁ బైదలి యొర్తు, రాగమం
ఘ్రుల నలరించి, 'చూచితిరె కొమ్మలు తమ్ములినాంఘ్రిరాగకం
దళిఁ దగు ధాత్రి, సీయరిదితమ్ము లినోజ్జ్వలమౌళిరంజనా
కలనము' లంచుఁ బల్కఁ, జెలి కన్నుల నించుక నించె రాగమున్ 122

శా. కాంత ల్సూక్తిమతీనగేంద్రభవముక్తారత్నరాజిం దదే
కాంతస్వచ్ఛశరీరయుక్తి, ననుజాకల్యాణవేళార్హస
త్కాంతు ల్నించిరిగాక, కాని యెడ, లోకశ్లాఘ్యసాభాగ్యమ
త్కాంతాలోకమణి న్మణీశతములం గై సేయఁగా ముగ్ధలే. 123

శా. నానాభూషణరత్నజాలములలోనం బొల్చు నాత్మీయకా
యానుచ్ఛాయలచేఁగరం బలరె మేనాపత్యసత్పుత్త్రి నె
మ్మేను ల్దాల్చి శుభాధిదేవతలు సంప్రీతిం బ్రవేష్టింప ని
త్యానందంబున నంద మొందు నరవిందావాసచందంబునన్. 124

క. ఐదువగాణీలశుభా
పాదనగేయములపేర భారతిసతిపై
మోదమున ధవళవర్ణ
ప్రాదుర్భావంబు నెఱపెఁ బలుమఱు నచటన్. 125

ఆశ్వాసాంతము

శా. సంధాభార్గవ!భార్గవహ్నినయనజ్వాలాభశౌర్యప్రభా
సంధానాదర! నాదరక్తిరసికశ్యామామనోవారణా
స్కంధారోహణ! రోహణప్రతిమదోశ్చారుక్ష్మాపాలసం
బంధాపాదన! పాదనమ్రమహయరాడ్భాస్వత్సపాదాంకనా! 126

క. ఖల్యాభయకర హయఖుర
హల్యాహతజన్యజాంగలాంగణఫలసా
కల్యావహబహుదిగ్జయ
కల్యాణనిజామగుప్తకల్యాణహరా. 127

తరల

ద్రమిళలాటకురువరాటదహాళఖోటకుంభినీ
రమణజూటతటకిరీటరత్నపాటలప్రభా
కమలఝూటకలితకూటకనకవాటసంభ్రమ
ద్భ్రమితఘోటబెడదకోటపటుకవాటపాటనా. 128

గద్యము

ఇది శ్రీమద్రామచంద్ర చరణారవింద వందన పవననందన
ప్రసాద సమాసాదితసంస్కృతాంధ్రభాషాసామ్రాజ్య
సర్వంకష చతుర్విధకవితా నిర్వాహక సాహిత్య
రసపోషణ రామరాజభూషణ ప్రణీతంబైన
వసుచరిత్రంబను మహా ప్రబంధంబునందుఁ
బంచమాశ్వాసము.

శ్రీ

వసు చరిత్రము

షష్ఠాశ్వాసము

(సూర్యాస్తమయ వర్ణన - వసురాజు కోలాహలపురముఁ జేరుట - పురస్త్రీలు రాజును జూడవచ్చుట - లాజలు చల్లుట - కోలాహలుఁ డెదురేఁగుట - గిరికా వసురాజుల వివాహమహోత్సవము - కన్యాదానము - ఆశీర్వచనములు, కట్నములు - సూర్యోదయము - ఇంద్రుఁడు వసురాజునకు వేణుయష్టి నిచ్చుట - గిరికకుఁ దండ్రి బుద్ధులు చెప్పుట - శుక్తిమతి ధైర్యము సెప్పుట - వసురాజు గిరికతో నధిష్ఠానపురము సేరుట - గృహప్రవేశము - గిరిక కేళీగృహము చేరుట - సరసాలాపములు - గిరికా వసురాజుల శృంగారకేళి - సర్వర్తుసముచిత విహారములు - లోకహిత రాజ్యపాలనము - ఆశ్వాసాంతము)

శ్రీరామ చరణవందన
పారీణ యపారరణకృపారీణ, ధను
ర్నారాచ నవ్యదీవ్య
ద్వీరాచరితాంకగేయ, తిరుమలరాయా! 1

తే. ఆవధరింపుము శౌనకా ద్యఖిలసన్ము
నీంద్రులకు రౌమహర్షణి యిట్లు వలుకు
నితరదిక్పాలకాంతులు నిగురుఁబోఁడి
కర్ణభూషావిశేషంబు లనిపి రపుడు, 2

సూర్యాస్తమయ వర్ణన

శా. పౌలోమీప్రభృతు ల్కుమారి నిటు సంభావింపఁగా, మున్ను ది
క్పాలు ర్భూపు నలంకరించి శుభలగ్నంబుం బ్రతీక్షింపఁ గా,
నాలోఁ దాను దదర్థసన్మణివిశేషాన్వేషసన్నద్ధుఁడో
నా లోకాప్తుఁడు చేరె రాగమహిమన్రత్నాకరప్రాంతమున్. 3

మ. వసుసమ్రాడ్గిరికాకరగ్రహమహవ్యాలోకనానందసాం
ద్రసురేంద్రప్రమదాశ్రయం బగు నభఃప్రాసాదదేశంబునన్,
ఘుసృణాలేపమొనర్చి ధూప మిడి మ్రుగ్గు ల్వెట్టిరో నాఁ, గరం
బెసఁగెన్ సంజయు, నిర్లుఁ దారకలు భూయిష్ఠప్రకాశంబునన్. 4

ఉ. ఒప్పున నంతసౌధమున నుండి తదుత్సవచిత్రసంపజ
ల్ముప్పదిమూడుకోట్లసురముఖ్యులపట్టపుదేవు లందఱుం
దప్పకజూడఁగా నిడిన దట్టపుసోరణగండ్లు నాదెస
ల్గప్పరుచిప్రరోహములఁగానఁగ నయ్యె నపారతారకల్. 5

ఉ. ఉన్నతవైజయంతవలయోపరిభాగము చేరి, చేరి, చేదిభూ
భృన్నగరీమహోత్సవము పెం పఖిలంబును నిక్కి చూచు వే
గన్నులవేల్పురాణిముఖకంజము పైపయిఁ దోఁచురేఖ, రే
గన్నియతేనిమేనుతొలుగట్టుతుదం బొదలెం గ్రమంబునన్. 6

చ. సరసిరుహారి యప్పు డిలఁ జందనసేకముదిక్తటంబులం
బరమసుధానులేపము నభంబునఁ బాండువితానలక్ష్మియున్
నిరుపకౌముదీరుచుల నించుచు సారె నలంకరించె నా
సురకులసార్వభౌమహితశోభనవేళ నజాండగోళమున్. 7

చ. అతినికటంబు లగ్న మని యాంగిరసుం డపు డెచ్చరింప దై
వతవిభుఁ డాదరోక్తిఁ బిలువ, న్నలువంకలఁ బుణ్యభామినీ
కృతశుభగేయము ల్మగధకీర్తనవైభవము ల్సెలంగఁగా
సితకరి నెక్కి యొప్పెఁ బతి శీతనగోజ్జ్వలశంకరాకృతిన్. 8

వసురాజు కోలాహలపురముఁ జేరుట

వ. ఇవ్విధంబున, నవ్వసుంధరాధురంధరుండు పురందరసింధుర స్కంధాధిరూఢుం డై, పాండురద్వీ పరాజోపరిక్రీడనోల్లాసియగుసింధు జావిలాసియో యన, ననంత మణిమాలికామహితమహాభోగాతపత్ర సహస్రంబులనడుమ విలసిల్లుచు నతితుముల తమధమామికాతమ్మట భేరికాపటహతుత్తుంభికాదివాదిత్ర గంభీరఘోషసంరంభంబు కుంభినీ కబళనారంభజృంభమాణ జంభారిపుర మురవరంబుపై ఱవఱవం బోలె, హాటకగిరికూటకటక వాటికాపాట నాటోపంబు వాటింప, నిబిడతరవిద్యో తమాన నూతన కేతనప్రకాండదండా ఘాతకాత రత్వంబున ధరాతలంబునకు డిగిన జ్యోతిర్జాతంబు కరణి గణనాతీతగంధ తైలదీపితకరదీపికా నికాయంబులు వెలుంగ, సమగ్రతర సాంబ్రాణికధూప ధూమంబుల జాడలను జడిగొన్న గొడుగులనీడలను గెరలి తెర లెత్తు నిరులందెరలింప ననేకరూపంబులం దీపించు తమోరిపు త్రయంబునం జిత్రయంత్రకార సంధానితలీలాగ్నియంత్రచంద్రసూర్యజ్యోతులమరిచి ధట్టంబులు దట్టంబు లై నెట్టనం బట్టపగలు గావింప, నాత్మీయ సామ్రాజ్య లక్ష్మీసకాశంబున ననిందితస్థైర్యవిద్యా పరిచయంబుపచరింప నవతరించిన క్రొమ్మించుఁదీవియగుంపు నింపు వెలయం గలయవెదకికొనవచ్చిన తదీయ విరహపాండురంబగు నంబుదంబుడంబు విడంబించుచుఁ, గంబుకంఠీ కదంబంబు పయిం బట్టినయుల్లాభంబు పశ్యల్లోచనవల్లభం బై మెఱయఁ బాకశాసన శాసనంబునం బరిణయోచితదివ్యవస్తుసంభార సంభావనంబులకు నై విశ్వంభరావలయంబుఁ జెందినమందారవల్లికలయందంబునం గొందఱిందు వదనలు చిత్రజాంబూన దాంబరఫలకుసుమాదిమంగళ ద్రవ్యంబులు పూని కుఱంగట నడువ, జగత్త్రయ జేగీయమాన ధైర్యాసమానవసుమానవ నాథ చిత్తంబు శైలజాయత్తంబుకా సమకట్టి గాసిం బెట్టిన జగజెట్టి నెఱజోదని బిరుదు వక్కాణించి చెఱకువిలుకాని కోదండదండంబుల బూదండలుగట్టి యగ్గించు తదీయవిజయేందిరలచందంబున, వఱికొంద ఱిందీవరాక్షులు పుష్పమాలికాలంకృతపుండ్రేక్షుకాండంబులు పూని పురోభాగంబున నడతేరఁ గందర్పకోటి సౌందర్యశాలి యగు నితని కామనీయకంబు భవదీయలోకా లోకనీయ కుమార బృందంబునందు నెందేనియుం గంటిరేయని దివిజభుజగ

రాజరాజీవగంధులకుం దెలుపు పొలుపున లాస్యప్రవీణకమలాస్య లభినయముఖంబుగాఁ గరకిసలయంబులు సాఁచి మెలుపు సూప, వైవాహిక ముహూర్తసారప్రతీక్షాపర మహర్షులు పరమహర్షులై పర్వానుపర్వసుపర్వ పాతితపారిజాతపరాగ పాలికాదుర్లక్ష్యం బగునంతరిక్షంబువలన సమక్షంబునకు నాకర్షించినదాక్షాయణీచక్రంబుకైవడి నవక్రచక్రడోలాయంత్రంబులం దిరుగు మెఱుంగుఁబోండ్లతండంబు శాణభ్రమన్మదనబాణ భ్రమం బొనరింప, నెడనెడం బన్నిన యపరంజికురుంజులపై రంజిలుచు మృదంగ దింధిమిధ్వానంబులకు నాడు యంత్రపాంచాలికాసముదయంబు విమల మణివిమానమండలంబున నుండి గొండ్లిఁబరిఢవించు తెఱగంటితెఱవల తెఱంగు నంగీకరింప, వర్ణనీయ వారవరవర్ణినీవారవారణదుర్లభయాన వైభవంబు వాసనావాసనావ లోచనావర్గంబులకు వసుధాపదన్యాసవైధుర్యంబు సంపాదింపఁ, బల్యంకికాదివాహనంబులు డిగ్గిపాదచారంబుల నడుచు పట్టాభిషిక్తుల పద్మరాగకిరీటపాటలప్రభాపటలంబులు పవన సఖశిఖాముఖంబులకు మలినసరణి సవరింప, సమస్తజనసముచిత మార్గమర్యాదాను శాసనసముద్దండ దండధరసంభ్రమంబులు సమవర్తికి సమధికశ్యామిక సమకూర్పఁ, బ్రబల తమస్స్ఫురదురహంకారవీర భటకృపాణికాచాకచక్యంబులు రాత్రించరకరాళ కరవాలకాళిమంబులు మూలకుంజొనుప, బహులసితదంతిధారా టకోటీసమాటీక నిర్వేలసర్వతోముఖవాహినీశ్వరసంసేవ్యమానరసాదినాథసన్నాహంబులు వారిధి స్వామికి వదలనిజడస్థితి యొసంగఁ, బరిమళితఘనసారగంధసారపరి మిళితకస్తూరికాసారంబుల వసంతమాడుసామంతబాంధవావళి గంధవహున కపారతారళ్యంబు వెనుప, గంభీర బిరుదగాథాపఠనపారాయణ పాఠకపరంపరకు నెడనెడహితపురోహితామాత్యజనంబొసంగునసంఖ్యాతధనసంఘాతంబుల ధనదున కమందమందాక్షభావంబు సంఘటింపఁ, బ్రచండతర నటన ప్రకాండతాండవ పాండిత్యంబులు ప్రాచీన నటునినెమ్మేనఁబాండిమంబు నిండింప, ని ట్లాశాపతులకు నాశాసనీయంబును, నహివల్లభులకునతి దుర్లభంబును, సిద్ధుల కననుభూతసిద్ధంబును, సాధ్యుల కసాధ్యంబును, జారణులకు నవిదారణీయంబును, యక్షులకు ననక్షిలక్షితంబును నైన యనన్యసామాన్యమహావిభవంబునం గోలాహలపురంబుఁ జేరంజను సమయంబున.

పురస్త్రీలు రాజును జూడవచ్చుట

శా. వ్రీడామంథరదృష్టిపాతముల సుర్వీపాలవంశాగ్రణీ
చూడారంజితపాదపీఠు నతనిం జూడ న్మణీనిర్మిత
క్రీడాసౌధతలంబు నెక్కిరి, నవశ్రీమన్మహాశైలస
మ్రాడావాసపురాంగన ల్గుతుకసామగ్రీసముద్దీపికన్. 10

సీ. రాగంబు మూర్తమై రహిఁ ద్రోవఁ జూపు పెం
పునఁ బదచ్ఛాయ మున్మున్న నిగుడ,
వీక్షాప్రహితదూతి వెస నేఁగు మని మ్రొక్కు
గతి సంఘ్రిఁ గర్ణాబ్జకలిక వ్రాల,
నీవిఁ జుట్టినభోగి నిట్టూర్పుగమి నుబ్బి
సడలె నా నొడ్డాణ మెడలితూలఁ,
గందునెన్నడుముపైఁ గరుణించి చనుదోయి
చిందు పన్నీరు నాఁ జెమరు దొరుగఁ,

తే. గటికరటికంఠపీఠిపైఁ గంతుఁ డనెడి
బిరుదుమావంతుఁ డేసిన పీలిజల్లి
పెంపుగను పెన్నెఱులగుంపు ప్రిదిలి జాఱ.
వచ్చె నొకసతి వసుమతీవరునిఁ జూడ. 11

ఉ. డించఁగఁ బ్రొద్దులే కెద ఘటించినరత్నవిపంచితో, సువ
ర్ణాంచితమూర్తి యోర్తు, ముఖరాంఘ్రిసమాశ్రితసత్కలాప యై
యంచలవచ్చుసోయగపుటంచలఁ దోలుచు మిన్కుచేడె యా
నంచు నుతింప వచ్చె వెస నా చతురాస్యునిమోముఁ గన్గొనన్ 12

చ. పొలఁతి యొకర్తు చెంగలువపొట్లము చేతనె పూని వచ్చుచు
న్వలపులదండ జాఱ, గుణవద్దళమాత్రమె తాల్చె, నిమ్మహీ
తలపతి కేన కూర్తు నని తప్తపరశ్వథ మెత్తివైచి మం
జులదళతంతులేశపరిశుద్ధి జనాళికిఁ దెల్పుకైవడిన్. 13

ఉ. బిత్తరి యోర్తి ముత్తియపుఁబేరు వలగ్నమునన్ ఘటించి కే
ల్గుత్తపుఁజన్నుదోయి నొనగూర్చి, రయంబునఁ జూడవచ్చె. రా

జోత్తమునాత్మహారవిభవోజ్జ్వలమధ్యవిదారణక్రియా
యత్తములై నచన్నులఁ బ్రియంబున వేఁడుచు వచ్చెనో యనన్. 14

మ. రమణీయోజ్జ్వలవజ్రకుట్టిమముపై రత్నాంకభూషానుబం
ధముతోడం బరువెత్తె మే లని పదద్వంద్వంబుపై నాహిత
ప్రమదం బై హృదయంబు వేగ విగళత్ప్రాలంబముక్తాభిషే
కము గావింపఁగ వచ్చె నోర్తు వసులోకస్వామి నీక్షింపఁగన్. 15

లాజలు చల్లుట

సీ. తను ఘనంబుగ నమ్మి దరియునెమ్మికిఁగొప్పు
మాల్యభోగి నొసంగి మఱలఁబంచెఁ,
దనుఁ గొండ యని వచ్చు నునుజింకఁ గుచము గా
రుడశిలాసరదూర్వ లిడి మరల్చెఁ,
దనుఁ గల్పలతికఁగాఁ దలఁచివ్రాలెడు శారిఁ
గరము రత్నఫలాళి నెరపి నిలిపెఁ,
దనుపద్మ మనియంట బెనఁగునంచకు నంఘ్రి
హీరాంగదమృణాళ మిచ్చి యనిచె,

తే. నాత్మపోషితసర్గంబు లవనిపాప
లోకగమనాంతరాయంబు గాక యుండ
నవయవంబులె తోడయ్యె నతివ కనుచు
నెచ్చెలులు మెచ్చ వచ్చె మానిని యొకర్తు. 16

ఉ. పౌరపురంధ్రు లిట్లు వసుపార్థివుఁ గన్కొన వచ్చి, మంగళా
చారమనోజ్ఞలాజములు చల్లిరి, సింధుభవావివాహదీ
క్షారమణీయమూర్తి యగు శౌరిపయిం గలశాబ్ధినిర్మలో
దారతరంగరేఖలు సుధాలవము ల్వెదచల్లు కైవడిన్. 17

కోలాహలుఁ డెదురేఁగుట

మ. అపు డద్రీశ్వరుఁ డాప్తబాంధవులతో, నభ్రాపగాముఖ్యపు
ణ్యపురంధ్రీతతితో నెదుర్కొనఁ, దదీయద్వారసీమన్ సిత

ద్వీపమున్ డిగ్గి సురాధిరాజపురవేత్రిశ్రేణి సాహో యనన్
నృపచూడామణి తత్ప్రధానజనతానిర్దిష్టమార్గంబునన్. 18

సీ. మణికుట్టిమములు భామాగీతికార్ధ్రవి
భావభవ్యజలాప్తిఁ బాద్య మిడఁగ,
మందారసుమకాయమానము ల్పవమాన
శీర్ణ కేసరముల సేస చల్లఁ,
జిత్రితారాత్రికాపుత్రిక ల్కరదీప్త
రత్నదీధితుల నారతులు ద్రిప్ప,
బహువిధద్వారరంభాకోటి పరిపక్వ
ఫలరసంబుల మధుపర్క మొసఁగ,

తే. మున్నుగా నన్నగాన్వయముఖ్యభవన
లక్ష్మి యిట్లు వివాహవేళామహోప
చారముల నన్నిటి ఘటింప, సాంద్రవిభవ
కలితకల్యాణవేదికఁ గదిసె నపుడు. 19

మ. నరనాథోత్తముత్రోల నున్న మితదంతస్తంభమై, చారుచా
మరకక్ష్యాకదళీకలాపశుభకుంభం బై, సదామోదమే
దురసారంగమదాంకసంక లితమై తోడ్తో మహాభద్రవి
స్ఫురణ ల్దెల్పు వివాహవేదిక శోభిల్లెఁ బద్మావళుల్. 20

గిరికా వసురాజుల వివాహమహోత్సవము

క. మనుజవిభుఁ డపుడు నగపతి
పనుపున మణిపీఠి నమరెఁ బ్రకటితకమలా
కనకాంబరకల్యాణాం
కన కాంత వివాహసదనకాంచనవేదిన్. 21

చ. విధివిహితంబుగా, బుధగవీదధిమిశ్రసురద్రుమంజరీ
మధుమధుపర్కము, న్విమలమౌక్తికపాత్రికఁ దెచ్చి యాగుణో
దధికి నొసంగె మామ, మధుదానవవైరికి లచ్చి నిచ్చునం
బుధి యమృతాంశుతో నమృతపూరము మున్నెయొసంగు కైవడిన్. 22

చ. అపుడు పురంధ్రివర్గవృత యై చరణాంకకృతార్థ మైనక
ప్రపునుమ్రుగ్గుపై మకరపద్మము లేర్పడ, నీక్షణప్రభా
స్నపనపవిత్రకుట్టిమమున న్వరనీలవిధు ల్జ నింప నా
నృపమణి భాగ్యలక్ష్మి కరణిం దరుణీమణి వచ్చె నొయ్యనన్. 23

ఉ. ఐదువ లామహేంద్రగురునానతిఁ గెందెర యత్తి, విశ్వధా
త్రీదయితున్ సతిం గదియఁ దెచ్చిరి వేడ్కఁ బ్రభాతవాతసం
పాదితబోధ లైన నవపద్మిను లాత్మపరాగపాళికా
చ్ఛాదన మావహించి కవజక్కవలం గదియించు కైవడిన్. 24

ఉ. రాజకరానుషంగమున రామకరాంబుజ మొప్పఁ గన్యకా
రాజితహస్తయోగమున రాజకరంబు నతి ప్రకాశ మై
రాజిల రక్షగట్టుక్రియ, రాజముఖీకరపంకజంబునన్
రాజకరంబునన్ గురుఁ డొనర్చె సమంత్రక కౌతుకాంకముల్. 25

కన్యాదానము

మ. సుముహూర్తం బని సన్మను ల్దెలుప, నచ్చో దివ్య శైలేంద్రుఁ డా
యమరాధీశుహితక్రియానిరతు, నాయమ్లానమాలాకలా
పమనోహారి నకుంఠవిక్రమునిగా భావించి, లక్ష్మిగురు
త్వము దీపింపంగ ధార వోసెఁ దనయ న్వర్థిష్ణు సంపన్నిధిన్. 26

మ. నతచూడాపరికర్మ చంద్రతపను ల్నక్షత్రదామంబునం
బ్రతిబింబింపఁగ నున్నకన్నెయరుత న్మాంగల్యసూత్రంబు, శా
శ్వతకల్యాణగుణావహుం డునిచె నాచంద్రార్కనక్షత్ర సం
తతిపై మించు తదీయనిత్యగుణము ల్నాకు ల్ప్రశంసింపఁగన్. 27

చ. అతివ సతీకరోన్నమిత యై విభునౌఁదల సేసఁ జల్లెఁ, ద
త్పతినవమౌళిరత్న గతభవ్యనిజాకృతి చూచి , కంటిరే
పతిశిర సెక్కె నీక్షణమె బాల యటంచు ధరాధరోపరి
స్థితిసరిదాత్మసంభవకుఁ జెల్లదె యంచు సఖు ల్వచింపఁగన్. 28

ఉ. శుక్తిమతీకుమారి కరశుక్తుల ముత్తెపుసేస చల్ల నా
రక్తసరోజపాణిపయి రమ్యగుణాబ్ధియు సట్ల నించెఁ ద

న్మౌక్తికము ల్వధూకచసమాజకరాంబుజకాయకాంతిసం
సక్తి, ననేకవర్ణమణిజాలములై విభవంబు దెల్పఁగన్. 29

ఉ. ఆతఱి నమ్మహోనిధి నిరావరణస్ఫురణంబుతోఁ బరి
ద్యోతితపద్మినీసుమమృదుచ్ఛదసంగ్రథితాంశుకాంతుఁ డై
యాతతదీప్తివైభవవృతాంబరపీఠికఁ బొల్చి ప్రాజ్యయో
గాతిశయప్రకాశము హుతాశికిఁ గూర్చె మహాద్భుతంబుగన్, 30

ఉ. లేజవరాలిపాణి.యుగళీపరిరంభణపాటలీభవ
ల్లాజచయంబు, భావినిఖిలక్రతుభుక్తిని మంత్రణాక్షత
శ్రీ జనకంబు గాఁగ నునిచెన్ శిఖి, నాశిఖియుం బ్రసన్నుఁ డై
యాజితచిత్తభూరతుల కారతు లిచ్చెఁ బ్రదక్షిణార్చులన్. 31

మ. జనకోత్సంగనివాసవాసననొ,రాజన్యస్తహస్తాభిమ
ర్శనసౌఖ్యామృతపారవశ్యముననో, సైఁచెన్ శిలాయోజనం,
బని సాధ్వి ల్వొగడం బ్రియాంఘ్రి సనెక ల్హత్తించె భూజాని, త
ద్ఘనభాగ్యంబు ఝుళంఝుళత్కటరత్నంబు ల్ప్రశంసింపఁగన్. 32

చ. సిరులు ఫలింప దంపతులు చెంత నరుంధతిఁ జూచుచోఁ, బర
స్పరనయనాంతము ల్గదియ బాలిక చూపులు పర్వె, నుప్పు డ
స్పరమసతీపదాబ్జములపై భవదీయసువాసినీత్వవై
ఖరిఁ గరుణింపు మంచు విరిగల్వలఁ బూజలు సల్పెనో యనన్. 33

ఆశీర్వచనములు, కట్నములు

సీ. వెలయించి రభిజాతవేదులతో జాత
వేదుఁ బ్రదక్షిణాపాదనములఁ,
గాంచిరి ధ్రువపదం బంచితామరవర్య
వరముతో నుత్తరోత్తరము గాఁగఁ,
దాల్చిరి గురుతపోధనులదీవనలతో
నమృతవర్ణంబు లార్ద్రాక్షతములు,
తిలకించి రవలోకిచలకిరీటములతో
రత్నరమ్యములు నీరాజనములు,

తే. తనిపి రనుపాధికహవ్యప్రదత్తరుచిమ
దమృతసారాన్నసామగ్రి నాత్మబంధు
జాతములతో మహోత్సవాయాతసకల
శతమఖపురాధివాసుల సతియుఁ బతియు. 34

క. వీడు చదివించె నయ్యెడ
వీడనివేడుక బలారివిబుధులతో లే
వీడు మణు లనఁగఁ దగుతన
వీడునఁ గల మానికములు వివిధాంబరముల్. 35

సీ. గండశైలములకుఁగరపాదములు వచ్చె
నో, యన మెఱయు నాగాయుతములు,
హరిణజాతికి మరున్నిరసనోద్ధతి కల్గె
నో, యనఁదగు సైంధవోత్కరములు,
నంభోదములకుఁ బాయనిమించు లొదవె నో,
యన మించు మణిమయస్యందనములు,
నవలతావళికి యానవిలాస మెసఁగె నో,
యనఁ బొల్చు సరసకన్యాయుతంబు,

తే. లాత్మమణిహేమరజతంబు లపుడ యుచిత
తనువులు వహించె నో యనఁదనరువివిధ
శయనపాత్రాసనములు భూజాని కొసఁగె
హరికృపాలబ్ధశుభశాలి యచలమౌళి. 36

సీ. కస్తూరి మెకములు కమ్మజవ్వాదిపి
ల్లులు సుమ్మివి మదంకవిలసితములు,
ఘనసారకదళికల్గంధద్రుములు సుమ్మి
వి మదీయజీవన సమధికములు,
కిన్నరద్వంద్వము లీ్కరరాజములు సు
మ్మివి మదీయక్రోడవివళితములు,
మాణిక్యసారంబు లాణిముత్యములు సు
మ్మివి మదాకరవంశహిండితంబు,

తే. లివి మృదులదివ్యవసనంబు, లివి యమూల్య
భూషణము, లివి యమ్లానపుష్పములు మ
దగ్రసంతానజములు సు' మ్మనుచుఁ దెలిపి
యల్లునికి నిచ్చె వెండియు నాదరమున. 37

గ. అసదృసభక్తి శుక్తిమతి, యాత్మజరత్నములన్ నిరంకుశ
ద్విసృమరదీప్తి వానిశుచివృత్తమహత్త్వము వాని నన్నిటిన్
వసున కొసంగి, యయ్యెడ సవారితభూరితదీయ సామ్యవ
ద్వసుపదనామ పుత్రమణిఁ, దద్వసుపాదము సేర్చెఁ జేర్చినన్. 38

మ. సకలాశాంతనిశాంతరాజమకుటీ సంక్రాంతమాణిక్యకో
రకనీరాజనము న్మహోకటకధౌరంధర్యముం గాంచి, పా
యక పద్మోన్నతిఁ బూనుచు, న్నిజసదాఖ్యాయోగ్యత న్నించ రా
జకులగ్రామణి యుంచె నవ్వసుపదున్ సైన్యాధిపత్యంబునన్. 39

సూర్యోదయము

ఉ. రాజపురందరుండు నగరాజతనూజయు నిట్లు శుక్రసం
యోజితమంగళం బెనసి యుక్కిఁ గనుంగొని, మున్ను వారియు
ద్వేజకతీవ్రతేజమున వేఁచిన సాహసి గాన, వేగ నం
భోజవిరోధి సేరెఁ బరభూధరకందరకోటరాంతమున్. 40

మ. జనరాడ్దివ్యవివాహవైభవము మించన్, రేయి రేరాజు నిం
చిన్నజోత్స్నాంశువితానతారకసుమశ్రేణు ల్నిఱు లీవఁగా
దినరా జన్నియు నూడ్చి యయ్యెడ మిళత్తేజోమయాత్మామనూ
తనపట్టాంబరము ఘటించె హరిదంతవ్యోమభాగంబునన్. 41

ఉ. ఇంతికిఁ జేదిభూపతికి నిట్లు వివాహమహంబు శేషహో
మాంత మొనర్చి, యాచతురహంబులఁ బూర్ణహవాదికక్రియా
సంతతదీయమానచరుసారములం బరితృప్తిఁ గాంచి య
త్యంతకుతూహలంబున సుధాంధను లిచ్చి రభీప్సితార్థముల్. 42

సీ. సురభిసంతానవిస్ఫురణ మిచ్చె నగారి,
యిష్టార్థసంసిద్ధి నిడియె వహ్ని,

యహతధర్మగుణంబు లర్పించె సమవర్తి,
కామరూపతఁగూర్చెఁ గ్రవ్యభోజి,
భువనవశీకారము ఘటించె సలిలేశుఁ,
డసమదివ్యామోద మొసఁగె గాడ్పు,
కల్యాణ సామగ్రి ఘటియించె నిధిరాజు,
జితదర్పకత్వంబు చేర్చె శివుఁడు,
తే. ప్రబలదీర్ఘాయురారోగ్య భాగ్యకరము
లగు వరంబులు సమకూర్చి రఖిలమునులు,
నూతనవివాహకౌతుకద్యోతమాన
మాననీయాకృతికిఁ జేదిమనుజపతికి. 43

ఇంద్రుఁడు వసురాజునకు వేణుయష్టి నిచ్చుట

క. వెండియు, నాఖండలుఁ డరి
ఖండన జయసాధనప్రకాండము, సమిదు
ద్దండ, మొకదివ్య వైణవ
దండము, దయ నొసఁగి ధరణిధపునకు ననియెన్. 44

సీ. తన యనంతాతిదుర్దాంతమూలబలంబు
లహిలోకతల మెల్ల నాక్రమింపఁ,
దన శతకోటిపర్వనితాతమహిమ యం
తికనగంబుల వకావకలు సేయఁ,
దనమేచకశిరోధికనిరూఢనటన మ
భ్రగపురంబుల నెల్ల రాయిడింపఁ
దనయభిజాతనూతనసువర్ణస్ఫూర్తి
విషధరంబుల మూక విప్పొనర్పఁ,
తే. బుట్టె నేవంశ మపరంజిగట్టుమీఁద,
దాని తుద వ్రయ్యఁ లీశానదనుజహరుల
కాదిఁ బృథుకార్ముకము లయ్యెఁ, నయ్యఖండ
వేణుకాండంబు సు మ్మిది విబుధమిత్ర. 45

క. ఈదండము పరపాదప
వేదండము, పరమపటిమవిహసితపురభి
త్కోదండము, భవదీయభు
జాదండమునన్ ఘటింప జయ మగు నాజిన్. 46

సీ. ఘన మై ఘటించు లోకక్రూరనిర్ఘాత,
మాశుగ మై కూల్చు నలఘుతరుల,
నతి ఘోరతమ మై పరాంధ్య మాపాదించుఁ,
గీలి యై సమిదిద్ధకేళి నెఱపు,
విలసద్విశేష మై విషముల నేఁచు, న
చ్యుతమూర్తి యై బలిస్ఫురణ మడఁచు,
మహితోగ్రవృత్తి యై యహితేభహతిసల్పు,
భానిధి యై ప్రతాపంబు సూపుఁ,

తే. బార్థివయఖర్వసర్వసుపర్వవిభవ
ధూర్వహము, గాన నిది యాజిఁ దోఁచు సఖిల
దివ్యసాధనసార మై దీనిఁ దాల్చు
ధన్యుఁ డుద్దండ సుభటమూర్ధన్యుఁ డరయ. 47

శా. సచ్ఛిద్రంబసమగ్రసార మొక వంశం బూని, గోచక్రమా
త్మేచ్ఛాధీన మొనర్చె గోపతనయుం, దీదివ్యవంశోత్తమం,
బచ్ఛిద్రం, బతిమాత్రసార మిది, బాహామండలిం బూనువాఁ
డచ్ఛిన్నంబుగ నేలఁ జాలఁడె, సమస్తావక్రగోచక్రమున్. 48

ఉ. చండతమంబు పర్వ లవసంధి నొకానొకవేళ రాజమా
ర్తాండులఁబట్టి క్రాయునది దారుణచండతమంబె యీమహో
ద్దండతమం బఖండగతిఁ దార్కొని క్రమ్మఱ నీదురాజమా
ర్తాండులఁ బర్వసంధిఘటితప్రఢిమంబు నిరంతరంబుగన్. 49

క. ఈగద సాకారజయ
శ్రీగద, జగదవనధుర్య చిరకీర్తివధూ
యోగద, యనఁ దగు దీవిక
యో గద లెన్నేనిఁ బోల నోపునె జగతిన్. 50

చ. రతిపతితంత్రితూపును, బురత్రయశాసనుశాత హేతి, భా
రతిపతియంబుకంబు, నగరంధ్రవిధాయకు శక్తి, దీనికిం
బ్రతి సమ మీడు జోడనఁగ రాదు ధరాధిప దీని భక్తితోఁ
బ్రతిసమమున్ భజించుచు సపర్య లొనర్ప శుభంబు నీ కగున్. 51

ఆ. అనుచు, దివ్యవంశ మాదివ్యవంశ బాం
ధవున కఖిలధరణిధవున కొసఁగి,
యతులహితుల నెనసి యతులవైఖరి నేఁగె
వాసవుఁడు నిజాధివాసములకు. 52

క. గిరియును గిరి జామాతయు
గిరిజామాతయు యథార్థకృతసత్కారా
దర గరిమ ననుపఁ, దమతమ
యిరవుల కరిగిరి సరిద్గిరీశ్వరు లంతన్. 53

గిరికకుఁ దండ్రి బుద్ధులు చెప్పుట

ఉ. హేమలతానిభాంగికి నధీశనివేశనవప్రవేశదీ
క్షామహనీయమంగళము సర్వము సాంగముగా ఘటించి, య
క్కోమలిఁ జేరఁ బిల్చి తలగ్రుచ్చి కవుంగిటఁ జేర్చి భూధర
గ్రామణి పల్కు గాఢతరగద్గదికాఘననిస్వనంబునన్. 54

క. నీతమ్ముల శుభవాసన,
నీతలిదండ్రుల గభీర నిశ్చలగుణవి
ఖ్యాతియును దలఁచి మెలఁగుము,
నాతల్లీ! కులవధూజనమతల్లిక వై. 55

సీ. మాఱుమాటాడదు మఱచి యైనను గురు
వ్యాహారమున కీయహార్యతనయ,
యానక్రమగతిఁ బూను మానంపుసవతు లె
ట్లైన నీదివ్యరత్నానుజాత,
ఱాఁగ యై మేర మీఱ దొకప్పుడును ఘన
శ్రీలఁ బొంగియును నీసింధుకన్య,

యేకాకృతి వహించు నినురాగవృత్తికి
 నపరాగనృత్తికి నబ్జసహజ,

తే. యచ్చెరువు నింతయబ్బురం బరిది యనుచు
విశ్వధాత్రీశ్వరులు మెచ్చ వెలయవమ్మ,
యమ్మ! భవదీయచిత్రగుణాతిశయము
వలన మా కెల్ల వన్నెరా మెలఁగ వమ్మ. 56

చ. పతికృతధర్మకౌశలము పట్టునఁ దోడగునారి నారి, దాఁ
బితృశరణప్రచింత మదిఁ బెట్టక యీశనివేశితాత్మ యా
సతి సతి, రాశి కెక్కి యినసత్కృతిఁ గైకొనుకన్య కన్య, శా
శ్వతమతి నిట్లుగా [1]మనిన వామయె వామ గదమ్మ కోమలీ. 57

శా. ఈశైవాలవతీప్రతీరభజనం, బీనిర్మలప్రస్తరో
ద్దేశావాసము, నీమృగా ద్దశకుంతీసఖ్యమున్ లేమిఁ జిం
తాశల్యంబు వహింప కమ్మ! చెలి, యేతచ్చర్య లెల్లం దపః
క్లేశాంగంబులు, నీ కభీష్టవరలక్ష్మీధన్య కింకేటికిన్.' 58

శుక్తిమతి ధైర్యము సెప్పుట

క. అని తెలుస నస్రుధారా
వినివేశవిలీయమానవినతానన యా
తనయం గని కల్లోలిని,
తన యంగనింతాతయుక్తిఁ దార్చుచుఁ బలికెన్. 59

ఉ. 'తమ్ములఁ బంపుదు, న్మణిశతమ్ములఁ బంపుదు, రాజహంసపో
తమ్ములఁ బంపుదున్, బరిచితమ్ములఁ గానన దేవతాలిజా
తమ్ములఁ బంపుదున్, ద్రుతగతమ్ముల నేనును సారణి ప్రపా
తమ్ముల వత్తు, విశ్వవిదితా, ముదితా!మదితాప మేటికిన్. 60

సీ. 'మెదలు మితారితుమ్మెదలు జు మ్మని మ్రోయఁ
 బొదలు నిచ్చటి పువ్వుఁబొదలు సూడఁ,

---

1. మనవి

దేరి మాధురిఁ గడతేఱి పేరివము న
వారి సేయు మదీయవారిఁ దేల,
వల నంది దరుల క్రేవల నొందికొనుచు నా
వల నగల్చుమహోర్మివలన మరయ,
గములఁ బాయక తరంగములపైఁ దగుసితాం
గముల మానసవిహంగములఁ బట్టి,

తే. సరిద్వ్రతముల సరిగంగ లాడఁ, జైత్ర
శుచినభోబాహులతపోవిశోభిసకల
సమయములఁ, దావకప్రాణసమునిఁ గూడి
యిచటనె మెలంగెదు, కలంగె దేల తల్లి. 61

క. 'బెగడవల దనుచు' బట్టిద
మగునెవ్వగ నగడుపడుచు, నాఁడుఁబడుచులే
పగవారికి వల దన, నా
పగవారికి నేల యొసఁగెఁ బద్మజుఁ డనుచున్. 62

వసురాజు గిరికతో నధిష్ఠానపురము సేరుట

చ. అనుపమహేలతో నరవరాగ్రణి రత్నరథాధిరూఢుఁడై
యనుపమహేలతోఁగదలె నాత్మపురంబున కభ్రమండలిన్
ఘనమురవార్భటిఁ దెరువు గట్టి నిలింపనితంబిను ల్ఘనా
ఘనమురవార్భటి న్మెఱచు గాఱుమెఱుంగులరంగు లీనఁగన్. 63

ఉ. వేడుక ని ట్లగణ్యరుచివిభ్రమధన్య, యగేంద్రకన్య రాఁ
జూడఁ దలంచి నిల్చిరి వసుక్షితిపాలపురీపురంధ్రికల్
మాడుపులన్, హజారముల, మచ్చుల, సజ్జల, గోపురంబుల,
న్మేడల, నాట్యశాలికల, మేరువులన్, భువనేశ్వరంబులన్. 64

సీ. సరిగాదు మద్వధూసర్గ మీసతి కంచుఁ
దెలుప నందఱఁ దెచ్చె నలువ యనఁగ,
నిజభాగ్యలక్ష్మి రా నెమ్మిఁ బౌఁ జిడ ననం
గుండు మూలబల మెల్లఁ గూర్చె ననఁగ,

గొనియె మాసిరుల నీకొ మ్మంచుఁ బతికిఁ ద
ల్ప నశేషయోవతం బెనసె ననఁగ,
జలసుతాసమకన్య గలుగునో యని నేల
యీసున నీనేల నీనె ననఁగ,

తే. గణన మీఱి వయోరూపగరిమ మించు
లలనతోఁ దులఁదూఁగఁ జాలక భజించి,
రుపరిభాగంబులనఁ జేదినృపలలామ
పట్టనపయోజముఖులు చూపట్టి రపుడు. 65

క. కమలోపమలోచన లా
కమలోపేంద్రులవిభాతిఁ గనఁ దగు జగదు
త్తమలోలాక్షీరమణులఁ
దమలో నెన్నుచు గుణార్హతమలోభమునన్. 66

చ. అమరబలాపకృష్ణ మయి యంబుధి చేరి యొసంగెఁ బూరుషో
త్తమునకు మందరాగ మొక తన్వి, న దెంత యటంచు నీనగం
బమర, నమందరాగ మయి యావరసింధువు చేరి పూరుషో
త్తమున కొసంగె, నౌర వనితామణి నంచు, నుతించి రెంతయున్. 67

ఉ. కాంతకలాపరూపజితకంతు జయంతున కీవసుంధరా
కాంతునకుం జరాచరయుగంబున నీ డగుకాంతి లేమి, య
త్యాంతరశాలి యై విధి చరాచరయోజనచే సృజించెఁ గా
కింతి ఝరిం గిరిం బొడమునే? యని పల్కిరి గొంద ఱయ్యెడన్. 68

సీ. తరుణధూర్తశిఖావతంసున కొక్కకా
త్యాయనిఁ గూర్చిన యరగొఱంత,
రాజుతో సత్కళారాశితో నక్షత్ర
జాతిఁ దార్చినపక్షపాతరచన,
యభినవచ్ఛాయతో నతిదుస్సహచ్ఛాయఁ
జేర్చిన నేరనిచేఁతఱట్టు,

రతితోననిందితాకృతితో మధుపగుణం
బులవానిఁ గూర్చినమోహసృష్టి,

తే. సమవయోవంశలావణ్యసద్గుణాభి
నుతుల నీదంపతులశుభాన్వితుల సంఘ
టించి వారించి కొనియె విరించి, యనుచుఁ
బొగడి రొకకొంద ఱానందపూర్ణఫణితి. 69

గృహప్రవేశము

మ. అవి యాలించుచు వేడ్క నచ్ఛతరముక్తాలంకృతం బై, ద్విజ
ప్రవరాధిష్ఠిత మై, యనంతమణిశోభానిత్యనీరాజనో
త్సవదం బై, తొలిదీవిఁ బోలు నిజసద్మంబుం బ్రవేశించె న
య్యవనీభర్త తరంగిణీప్రియసుతాహస్తాంబు కాలంబి యై. 70

వ. ఇట్లు శుభలగ్నంబునం గృశావలగ్నయుం దానును నమందవిభవసందీపిత నిజమందిరప్రవేశమంగళం బంగీకరించి, గురు బుధకవిసమాజంబునకు నతిభాస్వద్రుచి కలాపసౌభాగ్యంబు సంఘటించుచు, రాజమండలంబులకు నక్షీణలక్ష్మివిలాసంబుఁ గల్పించుచు, మిత్రవర్గంబునకు నసంఖ్యాతరతురంగ తరంగిత శతాంగసంఘాతంబు నొసంగుచు, మహానటులకు మహనీయ చిత్రాంబర సంపదసొంపు సంపాదించుచు, విద్యాధరులకు విపులవిపులాధి పత్యంబు వెలయించుచు, మఱియుం దక్కినమార్గణగణంబులకు వేర్వేఱ నగణితఫలంబు లొదవించుచు, విశ్వవిశ్వంభరాజనవిస్మయనీయ వితరణ చాతురీధురీణుం డైవిలసిల్లు నవ్విబుధరాజబాంధవుండు వివిధకల్యాణ గుణ విభాసితం బగునొక్క సమయంబున. 71

సీ. అత్రాసవృత్తిఁ జెన్నలరి నూతనరాగ
మహిమఁ గుల్కెడుకల్కిమానికములు,
నవసమాగమమునఁ జవులు వక్కాణించి
మించఁ జాలు వెలందిమిన్నగములు,
మరునితేజీల వైఖరిఁ బొల్చి రతులని
రూఢి చూపునితాంతరుచిరమణులు,

ప్రౌఢపుంభావసంభావన ల్పచరించి
ప్రబలువామాలోకరత్నతతులు,

తే. గలయఁ గీలించి చిత్రించి కన్నియలకుఁ
గామనిగమరహస్యప్రకాశనం బొ
సర్పఁ, బన్నిన యాత్మీయనర్మభర్మ
హర్మ్యరాజంబునకు వేడ్క నరిగి యచట 72

సీ. బందీకృతాన్యరాడ్భవనలక్ష్మీపరం
పరలు నిట్టూరుపు ల్వాఱవు కరణి,
బుంజీకృత స్నేహభూరిమోహన శక్తు
లనురాగకళికలఁ బెనఁచు కరణి,
నంగీకృతాంగచైత్రాధిదేవత లాత్మ
సుమచోరు మచ్చెంబు చూపుకరణిఁ,
బ్రకటీకృతానంతరతిమూర్తులు లతాంత
శరశాస్త్రసంచిక ల్చాఁచు కరణి,

తే. యంత్రపాంచాలికలు గొన్ని యగురుధూప
వితతి వెడలింపఁ గొన్నిదీవియలు దాల్పఁ
గొన్నివిరివీవనలు వీవఁ గొన్నిపసిఁడి
తళుకుఁ దెలనాకు లొసఁగ సంతసము లెసఁగ. 73

చ. చికిలిపసిండిబ్రాఁత నునుచెంద్రికవన్నియ మేలుకట్టునం,
జకచక పర్వఁ గ్రొవ్విరులు చంపకము ల్పవిఁ దేంట్లు మూఁతి ము
ట్టక, నవనకంపుఁగెంపు మొగడ ల్గని రాఁ, దెలిముత్తియంపుబ
ల్పకినలకూకలం, గిలకిల న్నగుమోహనశయ్య నున్నెడన్. 74

గిరిక కేళీగృహము చేరుట

శా. ఆకోలాహలశైలసంభవ, రసవ్యాకృద్ఘనాలిప్రయ
త్నైకప్రస్థిత యై, ప్రతిక్షణసభంగారాళసంచార యై,
వ్యాకీర్ణాంబర ఫేన యై, పిహితవక్త్రాబ్జస్ఫురద్వేణి యై,
శ్రీకల్యాణగుణార్ణవుం డలర వచ్చె న్మాత్మరాగంబునన్. 75

ఉ. వచ్చి, నృపాలకేళిగృహవాటము నెచ్చెలిపిండుచాటునం
జొచ్చి, మెఱుంగు దేరు తొగచుట్టపుఱామొగరంబు మాటుగా
నచ్చపలాక్షి నిల్వ, నది యవ్వల భర్తకుఁ జూపె, రాచ సొ
మ్మెచ్చట నైన నిత్యశుచివృత్తులు మాటికొనంగ నేర్తురే. 76

మ. నవరత్నప్రతిబింబదంభమున నన్నాళీకపత్త్రాక్షిఁ ద
త్సవయోరూపసఖు ల్భజింపఁ గని లజ్జాయుక్తి మైఁ బోలె నా
ళివితానం బొకనేర్పున న్వెడల, నిల్చెం దాన వ్రీడావయ
స్యవధూటీలలితాంతరంగచిరసఖ్యాభ్యాసబంధంబునన్. 77

సీ. అంబుజాంబకు పూన్కి వతినిర్మలస్థాణు
వున మించు వామార్థతను వనంగ,
మోహకాగ్రణియత్నమునఁ దోఁచి మగుడఁ గం
బము జేరు జంత్రంపుఁబ్రతిమ యనఁగ,
సహకారతరుపరిగ్రహమునఁ దిగియుప
ఘ్నావాప్తి యెడలని తీవ యనఁగ
మావంతుప్రార్థనామహిమ నాలానంబు
దరలివచ్చు మనోజదంతి యనఁగ,

తే. నట్టి రమణుండు దివియ నహార్యతనయ
మధుమణిస్తంభమున నర వెడలి, బయలు
వడి, పెనంగుచు మరలి కంబ మొక కేల
నూని యూఁతయుఁ దక్కి పా న్పొయ్యెఁ జేరె. 78

మ. మృదుకర్ణోత్పలసంగతాళిరవభూరిప్రేరణ న్బోలెఁ, ద
త్పదనాధారము మాని, మానిని సదాధారంబు భూభృజ్జయా
స్పదదోస్తంభము డాయఁ దాదృశభుజాస్తంభోచ్ఛ్రియాసూయ న
భ్యుదితస్తంభము లయ్యె నంగకము లాభూమండలస్వామికిన్. 79

క. అమ్ముదితరత్నకటకచ
య, మ్ముదితనినాద మయ్యె, నయ్యెడఁ జలమే

ల మ్మని, పతితోఁ దగుమే
ల మ్మని సహజానురక్తి లాలించుక్రియన్. 80

శా. ఆశారోధక మావృతాంబర మనూధాలోక ముచ్చైస్తనో
ద్దేశప్రావరణంబు నై యలఘువృత్తిన్ శ్యామమందాక్షము
ద్రాశుంభత్తిమిరంబు పర్వ, మదనాధ్వన్యుండు ఖిన్నాత్ముఁ డై
యాశించె న్గమనీయరాజకరలీలాలంబసంచారమున్. 81

ఉ. మంచుముసుంగు పూని, లవమాత్రము పద్మినిమోముఁ దమ్మిదీ
పించమిఁ జన్ను మొగ్గల విభేద్యతరచ్ఛదగుప్తి నేమియు
న్మించమి నొక్కటం గడుభ్రమించుచుఁ దత్సుమనోవికాసవే
ళాంచితవైభవంబునకు నాసపడు న్నృపనేత్రభృంగముల్. 82

సరసాలాపములు

క. నవలానవలావణ్యా
ర్ణవలాలితకాంతిరమకు నయనద్యుతుల
న్నవనీరాజన మొసఁగుచు
నవనీరాజాగ్రగణ్యుఁ డనియెం బ్రేమన్. 83

సీ. 'వరపద్మమకరము ల్కరగతంబులు నీకు,
సతి నీవి యింతచే సడల రాదె,
బహుశతచ్ఛదరాశి భవదక్షియుగళంబు
నేత్రాంచలం బింత నెఱప రాదె,
యనఘదివ్యాహారఖని నీదుకెమ్మోవి
లేమ ముద్దింత పాలింప రాదె,
తావి గంబూరంపు దీవి నీమొగ మొక్క
పలు కింత నాపైనఁ జిలుక రాదె,

తే. చక్రవిజయం బొనర్చె నీ చన్నుదోయి
కంచుకం బేల యింకఁ జాలించరాదెఁ
నిర్మలామూల్యగుణరత్న నిధికి నీకు
వనజముఖి త్రాస మిది యేల వదల రాదె. 84

సీ. లాలింతునేఁ బాదనాళీకయుగళి నా
కటకేశ్వరత్వంబు గణన మీఱఁ
బాలింతునేఁ గటిస్పర్శ వైభవమున
నేత్రాహ్వయంబు వన్నియకు నెక్కఁ
గీలింతునే గుచశ్రీలాభగరిమ నా
నాయకత్వము సార్థతాయుతముగ
శీలింతునేఁ గర్ణసీమాంతికంబు నా
కువలయరాజత్వ మవనిఁ బొసఁగ

తే. నిగనిగని సంజకెంజాయ పొగడు దెగడు
మోవిమానిక మాని సంపూర్ణరుచి స
మగ్రత వహింతునే నింతి! మామకాభి
రామ వసునామ ముచిత గౌరవము దాల్ప.' 85

గిరికా వసురాజుల శృంగారకేళి

తే. అనుచు నరపతి కెంగేల నచలకన్య
కాత్రపాఝరగూఢాంగకములు దడవె,
నొయ్య నాభీకుచాదినిమ్నోన్నతప్ర
దేశములు దద్వగా హెచ్చు దెలియు కరణి. 86

మ. తరళాధారమతి ప్రవాళశయగుప్తం బంచు నభ్యంతర
న్మరుఁ డుత్తంభితకంపలోలపటసంజ్ఞం బిల్వ, బాలాపయో
ధరదుర్గంబు గ్రహించె రాజకర మేతజ్జాతసంత్రాసవై
ఖరిఁ దెల్పన్ జఘనస్థలీవరణ జాగ్రద్ఘంటికా ఘోషముల్. 87

ఉ. తొయ్యలి ముద్దరాలు కుచదుర్గము లాత్మశయైకవంచనన్,
నెయ్యడపుఱేని పాల్పఱిచి, నీవియుఁ గోల్పడఁగాఁ దలంచెఁ గా
కయ్యెడ నేలొకో యునిచె, నాత్మశయద్వయంబు మున్నెలో
నయ్యె సరాగ మై నృపకరార్పణ కింకఁ బెనంగ నేర్చునే. 88

క. అతిసీతసమయుఁడై పతి
సతినీవి హరింప లజ్జ సనియన్, దృఢయో

గతనీవిఁగన్నబోంట్లును
గతనీవిక లైనవారి కడ నుండుదురే, 89

ఉ. చేడియకోమలావయవసీమలఁ జెల్వనిసోయగంపుఁజే
యాడఁ, బ్రభూతనూతనరసాకృతిఁ గ్రొంజెమ రొయ్యనొయ్యఁ బై
యాడఁ గరంగి జాఱె, నెద నంటిన కస్తురిరేఖ లాకుల
వ్రీడతమంబు లాత్మపదవి న్నిలు పోవక పోవుకైవడిన్. 90

సీ. నెలఁతగుత్తపుగుబ్బ నెత్తమ్మిమొగడల
నెలకూనసోఁకులు నిగుడ కుండ,
ముదితచందురుకావిమోవి లేఁదలిరున
కలఘుద్విజాహతి యంట కుండ,
మగువ పెన్నెఱిగింపు మొగులుజొంపమునఁ బ్ర
కంపనాయాసంబు గదురకుండ,
జెలువకప్రపుఁబూఁత చిన్ని వెన్నెలలకు
ఘనతిరోధానంబు గలుగకుండ,

తే. సిరుల నలరించె నిద్దంపు జిగి ఘటించె
వొయ్య నెఱయించె నొకయింతయొఱపు నించె
లలితనవ్యోపభోగలీలాలతాంత
సాయకుఁడు చేదిమేదినీనాయకుండు. 91

ఉ. భూనుతకీర్తి వేఁడ నుడి వోవని తాపుల గుబ్బగుత్తులన్,
దేనియ లాన నానఁ గడతేఱని వాచవిపండు నిచ్చె, భూ
షానివహంబు రాల్చె, మృదుశాటిక మున్న యొసంగె, సింధుసం
తానము గావునం గడునుదారత నాలతకూన యొప్పుచున్. 92

ఉ. ముప్పిరిగొన్న వాచవులమోహ మొకింతయుఁ దప్పనీదు, కన్
ఱెప్పలు విప్ప నీ, దొకతఱిం జెమ రారఁగ నీదు, మేననె
ల్లప్పుడుఁ దృష్ణచే దనివి నందఁగ నీదు, నృపాలమౌళి నే
చొప్పునఁ బుట్టెనో భువనసుందరి సింధువరామృతంబునన్. 93

మ. సతిసాహిత్యరహస్య మీశువలనన్ సాధించి తోడ్తోనఁద
త్పతికిఁ బ్రత్యుపదేశ మిచ్చెఁ, నతుల ప్రౌఢిన్ ధ్వనివ్యక్తిఁ ద
చ్ఛ్రుతికిం జొన్పుచు, లోచనాంజనరసప్రోన్మేషము ల్తన్ముఖో
ద్గతము ల్సేయుచుఁ బ్రత్యలంకరణమౌ ఖర్యంబు దీపింపఁగన్. 94

శా. భూనాథాగ్రణికి న్వధూమణికి సంభోగాంతసౌఖ్యంబు బ్ర
హ్మానందానుభవంబుఁ దెల్పె ననవద్యం బై, యవేద్యాంతరం
బై, నిర్లేపకలాప మై, క్రమవిముక్తానేకబంధానుసం
ధానం బై, యపునర్భవప్రభవఖేదం బై విజృంభించుచున్. 95

క. సుమనో నాళీకార్పిత
సుమనోనాళీకకలనఁ జొక్కుచు వసుధీ
రమణియు రమణియు నీక్రియ
రమణీయతఁ గాంచి రనవరతనవరతులన్. 96

సర్వర్తుసముచిత విహారములు

సీ. అభిరామనవపల్ల వారామకుంజవా
టికలఁ గీరముల నాడించి కొనుచుఁ
బద్మాలయోదరప్రౌఢసారసవీథి
నంచలవేడంబు లరసి కొనుచు,
గాంగేయధామశృంగవిటంకముల నీల
కంధరోజ్జ్వలగతు ల్గాంచికొనుచు,
విమలసింధుద్వీపవేదిక నరుణాప్త
ఖగవిహారప్రౌఢిఁ బొగడి కొనుచు

తే. రతియుఁ జేతోభవుండు, భారతియు నజుఁడు,
శచియు నమరాధినాథుండు, జలధిసుతయు
నబ్జనాభుండు నన మించి యఖిలసమయ
సముచితక్రీడ సలిపిరి సతియుఁ బతియు. 97

లోకహిత రాజ్యపాలనము

తే. ఇట్లతఁడు శైలజకుఁ జొక్కు టెఱిఁగి యొక్కొ
యలఘుసద్గోత్రనందన యయ్యెఁగీర్తి
యగతనయ యయ్యె జయ రమ యచలభూతి
మహిత యై మించె నపుడ సామ్రాజ్యలక్ష్మి. 98

సీ. ఆరాజు విమలవిఖ్యాతి చంద్రిక నిచ్చ
రహి కెక్క జాఱె జారప్రసంగ,
మాఘనుదానధారాపూర్ణ వర్షము
ర్వరఁ బర్వ డిగియె నవగ్రహార్తి,
యాలోకహితుప్రతాపాతపం బవిరతో
దయరూఢిఁ దగ నింకె దస్యుపంక,
మాసద్గుణాబ్ధిచర్యామృతం బెల్లచో
దయివాఱఁ దెరలె నామయవిభూతి,

తే. యమ్మహాశైలదమనురాజ్యమున నిట్లు
ఫలములీనెడుచెట్లతోఁ, బాలవెల్లి
కాన్పుపసితో, నఖండభోగములతోడఁ,
బ్రజలు గాంచిరి భూరివైభవసమృద్ధి. 99

క. అని యిట్లు రోమహర్షణ
తనయుఁడు వసురాట్కథాసుధారస మఖిలం
బును దెలుప విని మహోత్సవ
మునఁ బొదలిరి శౌనకాదిమునికులచంద్రుల్. 100

ఆశ్వాసాంతము

మ. దృఢబాహాబలభీమ! భీమసమరప్రేంఖజ్జయశ్రీపరి
బ్రఢిమాఢౌకితభూమ! భూమహితతూర్యధ్వానదత్తేశఢా
క్కఢమత్కారవినామ! నామకథనక్లామ్యన్మహాఢిల్లికా
గఢరాడద్యరిధామ! ధామగరిమగ్రస్తగ్రహాధీశ్వరా! 101

క. ధాటీబహుధాటీకన
ఘోటీఘోట్టాణకోటిఖురకోటిరజ
శ్శాటీవృతహరిదవధివ
ధూటీకుచశైల! ప్రబలదోర్బలలీలా! 102

సుగంధివృత్తము :

సారసాహితీసదధ్వచారిభూరిధీరసా!
ధీరసాహసోరుదోరతిస్ఫురన్మహారసా!
హారసానుమత్తటీసురాపగాసుధారసా!
ధారసాధుకీర్తిహంసధారిసూరిసారసా! 103

గద్యము

ఇది శ్రీమద్రామచంద్ర చరణారవింద వందన పవననందన
ప్రసాద సమాసాదిత సంస్కృతాంధ్రభాషాసామ్రాజ్య
సర్వంకష చతుర్విధకవితా నిర్వాహక సాహిత్య
రసపోషణ రామరాజభూషణ ప్రణీతంబైన
వసుచరిత్రంబను మహా ప్రబంధంబునందుఁ
షష్ఠాశ్వాసము.

ఎమెస్కో సంప్రదాయ సాహితి

1. మనుచరిత్రము

2. వసుచరిత్రము

3. ఆముక్తమాల్యద

4. పాండురంగ మాహాత్మ్యము

5. శృంగార నైషధము

6. పారిజాతాపహరణము

7. శ్రీకాళహస్తి మాహాత్మ్యము

8. ప్రభావతీ ప్రద్యుమ్నము

9. విజయ విలాసము

10. హర విలాసము

11. శృంగార శాకుంతలము

12. మొల్ల రామాయణము

13. వైజయంతీ విలాసము

14. కళాపూర్ణోదయము –1

15. కళాపూర్ణోదయము – 2

16. బిల్హణీయము

17. అహల్యా సంక్రందనము

18. రాధికా సాంత్వనము

19. శశాంక విజయము

20. క్రీడాభిరామము

21. అనిరుద్ధచరిత్ర